பாகிஸ்தான் உளவுத்துறையும் நானும்

அ. முத்துலிங்கம் தேர்ந்தெடுக்கப்பட்ட கட்டுரைகள்

தொகுதி – 1

பாகிஸ்தான் உளவுத்துறையும் நானும்

அ. முத்துலிங்கம் தேர்ந்தெடுக்கப்பட்ட கட்டுரைகள்

தொகுதி – 1

தேர்வும் தொகுப்பும்

இரா. துரைப்பாண்டி

எழுத்து பிரசுரம்

Title: Pakistan Ulavuthuraiyum Naanum
Author's Name: Appadurai Muttulingam

Published by Ezutthu Prachuram

Ezutthu Prachuram
(An imprint of Zero Degree Publishing)
No. 55(7), R Block, 6th Avenue,
Anna Nagar,
Chennai - 600 040

Website: www.zerodegreepublishing.com
E Mail id: zerodegreepublishing@gmail.com
Phone: 89250 61999

Ezutthu Prachuram First Edition: June 2023
ISBN: 978-93-90053-58-2
TITLE NO EP: 433

Cover Design & Layout: Vijayan, Creative Studio

முன்னுரை

தொகுப்பிற்குள் நுழையும் முன் ஒரு பொது எச்சரிக்கைக் குறிப்பு. இதைப் பொது இடத்தில் வாசிக்காதீர்கள். தனியாக அமர்ந்து வாசிக்கும் போது உங்களின் சிரிப்பைப் பார்த்து பல்வேறு பட்டங்கள் உங்களுக்குக் கிடைக்கக் கூடும்

ஈழத்தின் கொக்குவில் போன்ற சிறு கிராமத்தில் பிறந்து படித்துப் பட்டம் பெற்றுப் பல்வேறு நாடுகளில் பணிபுரிந்து இறுதியாக கனடா போன்ற மிக வளர்ந்த நாட்டில் வாழ்வதில் எதிர்கொள்ளும் சின்னச் சின்ன சிக்கல்கள், எதிர்பார்ப்புகள், ஏமாற்றங்கள், அவற்றைச் சமாளித்து மீண்டெழுதல் போன்ற தினசரி வாழ்வனுபவங்களை, எனக்குத் தெரிந்தவரை சமகாலத் தமிழில் எவரும் கட்டுரை வடிவில் எழுதிடவில்லை.

இந்தக் கட்டுரைத் தொகுப்பில் நான்கு பிரிவுகளில் கட்டுரைகள் தொகுக்கப்பட்டுள்ளன. கனடாவில் வாழ்க்கை என்ற பிரிவில் உள்ள எட்டுக் கட்டுரைகளும் கனடா நாட்டின் உலகமயமான கலாச்சாரச் சூழலில் வாழ நேரிடும் வேறுவிதமான பண்பாட்டுக் கூறுகளால் உருவான ஆழ்மனம் நிரம்பிய மனிதர் எதிர்கொள்ளும் சிக்கல்களை, மிக அழகாகக் காட்சிப்படுத்துகிறது.

அந்த எட்டுக் கட்டுரைகளிலும் வாசகர் நிச்சயம் சிரிக்காமல் வாசிக்க இயலாது. அவ்வளவு பகடி கலந்த எழுத்து. பகடி

கைகூட வேண்டும் எனில் தன்னைத் தானே அந்தக் கிண்டலுக்கு உட்படுத்தத் தயாராக இருக்கும் மனம் வேண்டும்.

வெறுமனே பகடியைப் படித்துக் கடந்துவிட இயலாத அளவிற்கு ஒவ்வொரு கட்டுரையும் கனடாவின் வாழ்க்கை குறித்த பல்வேறு தரவுகளை முன்வைக்கிறது. சாதாரணமாக ஓட்டுநர் உரிமம் பெறுவதில் துவங்கி வீடு வாங்குவது வெறும் விளம்பரங்களால் ஆன வெற்றாரவாரம் மிகுந்த சூழலில் சிக்கி அல்லல்படும் ஒரு மனிதனின் தவிப்பை நீங்கள் உள்ளார உணரலாம் சற்றே கூர்மையான அவதானிப்பு மிகுந்த வாசிப்பில். இதற்குள் பல்வேறு பண்பாட்டுச் சூழலில் இருந்து வந்துள்ள சகமனிதர்களுடன் வாழ்தலுக்கு உகந்த தேசமான கனடாவின் பன்முகத் தன்மையையும் நீங்கள் மிக ஆழமாக உணரலாம். உலகமயமான பண்பாட்டுச் சூழலில் வாழ வேண்டிய கொக்குவில் கிராமத்துக்காரர் எதிர்கொள்ளும் பண்பாட்டு அதிர்ச்சிகளை மிகத் தேர்ந்த எழுத்தின் வழி நம் முன் தன் வாழ்வின் தருணங்களை விவரித்துவிடுகிறார்.

அங்கு வாழும் தமிழர்களின் பண்பாட்டு அவசங்களை ‘கனடாவில் கிணறு’ கட்டுரை வழியாக மிகத் தெளிவாக முன்வைக்கிறார். அவர்களுக்கு தங்கள் ஆழ்மனதில் படிந்துள்ள ஈழத் தமிழ்ப் பண்பாட்டு விழுமியங்களை மீற இயலாமல் கனடா போன்ற நாட்டில் அதைப் பின்பற்ற முயலும் போது நிகழும் விநோதங்களை வாசிக்கும் போது நம்மால் உலகத் திரையுலக மேதை சார்லிசாப்ளின் படங்களைப் பார்க்கும் அனுபவம் கிடைப்பதை மறுக்க இயலாது.

தொகுப்பின் அடுத்த பகுதி சந்திப்பு. ஐந்து முக்கிய ஆளுமைகளுடனான சந்திப்பும் அவர்களுடனான நேர்காணல் கட்டுரைகள். வழமையான நேர்காணலாக இல்லாமல் ஒரு உரையாடலாகவும் அந்த உரையாடலுக்கு முன்னும் பின்னுமான சூழலைக் காட்சிப்படுத்தலும் மிக அழகுற அமைந்துள்ளது. அந்த ஐவரில் மூவர் தமிழ் உலகம் அறிந்தவர்கள். ஒருவர் தமிழ்ப் பண்பாட்டு ஆய்வாளர் நடிகை நாட்டியப் பேரொளி பத்மினி, பேராசிரியர் தொ.பரமசிவம் மற்றவர் எழுத்தாளர் மறைந்த

சுந்தரராமசாமி அவர்கள். தொ.ப அவர்களைச் சந்திக்கும் பொழுதான உரையாடலில் ஒரு கேள்விக்கான பதிலாக பேரா.தொ.பரமசிவம் அவர்களின் பதில் கவனத்திற்குரியது "உலகமயமாக்கல் என்பது தமிழ்க் கலாச்சாரத்துக்கு மட்டுமல்ல, மூன்றாம் உலக நாடுகளின் பல்வகைப்பட்ட கலாச்சார வேர்களை அழித்து ஒழிக்கும் முயற்சியாகும். கலாச்சாரம் என்பது ஏதேனும் ஒரு வகையில் உற்பத்தி சார்ந்தது. உலகமயமாக்கம் மூன்றாம் உலக மனிதனை உற்பத்தி இழந்த உயிராக மாற்றுகின்றது. புல்லும், புழுவும், மரமும்கூட உற்பத்தி சார்ந்தவை. எனவே அவை கலாச்சாரமுடையவை. இலையும், கொம்பும், அடிமரமும் அழிந்தால்கூட மண்ணுக்குக் கீழே இருக்கும் வேர்களைக் காப்பாற்றிக்கொண்டால் எந்தத் தாவரமும் தன்னை மறு உயிர்ப்பு செய்து கொள்ளலாம். இந்த உண்மையை உணர்ந்துகொண்டால் தமிழ்க் கலாச்சாரம் பிழைக்க வழியுண்டு. கவனிக்கப்படவேண்டிய மற்றுமொரு செய்தி தாவரங்களிடையே துரோகம் கிடையாது. போராடிக் கொண்டிருக்கும் எந்த உயிரினமும் தன்னை அழிவிலிருந்து மீட்டுக் கொள்ளும்."

அதேபோல எழுத்தாளர் சுந்தரராமசாமி அவர்கள் நேர்காணலிலும் உலக இலக்கியம் குறித்த உரையாடல்கள் மிக முக்கியம் வாய்ந்தவை. அந்த நேர்காணல் குறித்து அ.முத்துலிங்கம் அவர்கள் எழுதுவது, முக்கியம் வாய்ந்தது மனித வாழ்வு குறித்த கேள்வியை எழுப்புவது.

"சு.ராவுடனான சந்திப்பு பல நாள் திட்டமிட்டது கைகூடியதில் என் மனம் அமைதிப்பட்டாலும், கடைசிப் பதினைந்து நிமிடங்களில் சு.ரா சொன்னது என்னைக் குலைத்துவிட்டது. "புத்தகங்கள் வாசித்தோம்; எழுதினோம்; விவாதித்தோம். கூட்டங்கள் போட்டோம். எழுதினதையே திருப்பித் திருப்பி எழுதினோம்; பேசினதையே திருப்பித் திருப்பி பேசினோம். கடைசியில் என்ன சாதித்துவிட்டோம்?"

பத்மினியுடனான சந்திப்பில் எழுதுகிறார் "சிவாஜி குறித்து உரையாடும்போது அவருடைய சம்பாஷணை எங்கோ

தொடங்கி எங்கோ தொட்டுத் தொட்டுச் செல்கிறது. திடீரென்று சொன்னார். 'நான் நாயர் பொண்ணு. அவர் கள்ளர் ஜாதி. நடக்கிற காரியமா?' நான் திடுக்கிட்டுவிட்டேன். கடந்த இரண்டு தினங்களாக இருபது தடவைகளுக்கு மேலாக பலரால் கேட்கப்பட்ட ஒரு கேள்விக்கு அவர் பதில் கூறுகிறார் என்று எனக்கு அப்போதுதான் புரிந்தது."

அடுத்த கட்டுரை கனடாவின் புகழ்பெற்ற நாடக ஆசிரியர், நடிகர், இயக்குநர் *Dean Gilmour* அவர்களுடனானது. உலக நாடக நிகழ்த்துக் கலையின் பல்வேறு முறைகள் அவற்றின் வழியாக கில்மர் கற்ற தனக்கென உருவாக்கிய தனிப்பாணியிலான நாடக முறைமை குறித்தெல்லாம் விரிவாகப் பேசுகிறது.

ரஷ்யாவின் ஆண்டன் செக்காவின் ஐந்து சிறுகதைகளை ஒன்று சேர்த்து நாடகமாக்கியிருக்கிறார். செக்காவின் நாடகங்களையும் நிகழ்த்தியுள்ளார். ஆனால் அவரின் நாடகங்களில் மிகவும் குறிப்பிடத்தக்கது செக்காவின் 'ஆறாவது வார்டு' நீள் கதையை நாடகமாக்கியது. அந்தக் கதையே முழுமையாக மனிதனின் ஆழ்மனச் சிக்கல்களை அலசுவது. பெரும் காட்சியமைப்புகளுக்கு வாய்ப்பு இல்லா சித்தரிப்புகள் நிறைந்தது. அதை ஒரு நாடகமாக்குவதற்கு எவ்வளவு பயிற்சியும் முன்தயாரிப்பும் உழைப்பும் தேவை என்பதை உணர வைக்கிறது.

அடுத்த நேர்காணல் இளவயது எழுத்தாளர் டேவிட் பெஸ்மொஸ்கிஸ் *(David Bezmozgis)* உடனானது. அவருடனான நேர்காணலில், அப்படியென்றால் அறிவுபூர்வமான படைப்புகள், விஞ்ஞானக் கதைகள் ஒருபோதும் இலக்கியம் ஆக முடியாதா? என்ற கேள்விக்கு அவரின் பதில் இதுதான். "ஒரு விஞ்ஞானக் கதை உங்கள் அறிவைத் தூண்டமுடியும் அல்லது எதிர்பாராத ஒரு மூளை அதிர்ச்சியைத் தரமுடியும். ஆனால் இலக்கியம் என்று நீங்கள் அழைக்க வேண்டுமென்றால் அது உணர்வுபூர்வமாக உங்களைத் தொடவேண்டும். விஞ்ஞானக் கதை என்ற வாசல்படியைத் தாண்டி உங்கள் கதாபாத்திரங்கள் ஒரு சிறு அசைவு செய்தால் அவை இலக்கியமாகிவிடும். அது உங்களைத் தொடும் அல்லது தொடாமல் போகலாம். உங்கள்

உணர்வுகளை அதீதமாக எழுப்பினால் அது எல்லையைத் தாண்டிவிடுகிறது; சொற்ப அளவில் என்றால் தொடுவதே இல்லை. மிகச் சரியான அளவில் உங்கள் உணர்வுகளை அசைப்பதுதான் நல்ல இலக்கியம். நீங்கள் எழுதிக்கொண்டு போகும்போது ஒரு இடம் வரும், சொல்லவேண்டியதைச் சொல்லிவிட்டேன், இதில் ஒரு வார்த்தை கூடக்கூடாது, ஒரு வார்த்தை குறையக்கூடாது; ஒரு அரைப்புள்ளி அளவுக்குக்கூட மாற்றம் செய்யமுடியாது, அப்படி. அந்த இடம் வந்ததும் உங்களுக்குத் தெரியும். அதுதான் நிறுத்தவேண்டிய இடம். அதை நீங்களாகவே உணரவேண்டும்."

அனைத்து நேர்காணல்களும் மிகத் தீவிரத் தன்மையுடன் உலகளாவிய பார்வையுடன் பல்வேறு ஆளுமைகள் இலக்கியவாதிகள் அவர்களின் படைப்புகள் எனத் தொடர்கின்றன. நாம் இதுவரை கேள்விப்பட்டிராத பல்வேறு படைப்பாளுமைகளைப் பற்றித் தெரிந்துகொள்ளும் வாய்ப்பினை உருவாக்கித் தருகின்றன. இவற்றைப் படித்தவுடன் நான் பத்து புத்தகங்களை அமேசானில் வாங்கிவிட்டேன். இனிதான் படிக்க வேண்டும். இவ்வளவு தீவிரமான எழுத்தின் வாசிப்பு அழுத்தத்தைக் குறைத்திட இடையிடையே அவர் சுற்றி நிகழும் பல்வேறு சம்பவங்களைக் காட்சிப்படுத்தி எழுதி அழுத்தத்தைக் குறைக்கிறார். அது அ.முத்துலிங்கம் அவர்களின் தனிப்பட்ட திறன். ஒரு படைப்பாளரின் அழகு மிகுந்த ஸ்பெஷல் டச் அது.

அடுத்து வரும் ரசனை பகுதியில் வரும் கட்டுரைகள் பல்வேறு தளங்களை அலசிச் செல்பவை. அது கனடாவில் நிகழும் ஈழத்தின் 'காத்தவராயன் கூத்து' எனும் நிகழ்த்து கலையாகட்டும், ரஷ்ய இலக்கிய மேதமைகள் தல்ஸ்தாய் செக்காவ் இருவருக்குமான சந்திப்பில் தல்ஸ்தாய் செக்காவின் ஏனைய படைப்புகளைப் புகழ்ந்துவிட்டு அவரின் நாடகங்களைப் பற்றிச் சொல்கையில் "நீ ஷேக்ஸ்பியரிலும் மோசமாக எழுதுகிறாய்" என்ற விமர்சனத்தைக் கேட்டவுடன் செக்காவின் மகிழ்ச்சியை விவரிக்கும் பகுதிகள் அழகு மிகுந்தவை. இந்தப் பகுதியின் கட்டுரைகளில் நேர்காணல் பகுதியின் தீவிரத் தன்மை மாறி முத்துலிங்கம் அவர்களின் வழக்கமான பகடி கலந்த எழுத்து நடை இரசவாதம் செய்கிறது.

இந்தப் பகுதியின் ஒவ்வொரு கட்டுரையையும் என்னால் விரிவாக எழுத இயலும். அது முகமதுஅலியின் குத்துச் சண்டை ஆகட்டும் குதிரைப் பந்தயமாகட்டும் போர் வீரர்களாகட்டும் அத்தனை கட்டுரைகளும் மிகச்சிறந்த வாசிப்பனுபவத்தைத் தருபவை. ஆனால் ஒரு வாசகனாக நான் பெற்ற அனுபவம் உங்களுக்கு மென்மேலும் கிடைக்க வேண்டும் என்பதால் விரிவான எழுத்தைக் குறைத்துள்ளேன்.

தொகுப்பின் கடைசிப்பகுதியில் உள்ளவை பயணக் கட்டுரைகள். அந்தப் பகுதியில் உள்ள கட்டுரைகள் ஒரு தேர்ந்த விளையாட்டு வீரர் தனக்குப் பிடித்த களத்தில் நின்று நிலைத்து விளையாடுவதைப் போன்று ஆசிரியர் கையாண்டுள்ளார். பயணக்கட்டுரைகள் பலவற்றை நான் ஆங்கிலத்திலும் தமிழிலும் மொழிபெயர்ப்பு வழியாகப் பல்வேறு நாடுகளின் கட்டுரையாளர்களை வாசித்துள்ளேன். *Travelogue* எழுதுவது தனி வகை. ஆங்கிலத்தில் தற்கால பயணக் கட்டுரையாளர்களான கய்ஸ்டாக் *(Guy Stag)*, ரெபாக்கா வெஸ்டு *(Rebacca west)* போன்றவர்களின் பயணக் கட்டுரைகளை விட கனடாவின் புகழ்மிக்க கார்ட்டூனிஸ்டான கய்டே லிஸ்லி *(Guy de lislie)* யின் ஜெருசலேம் குறித்த 300 பக்க புத்தகத்தை விட நம்மைப் பல்வேறு நிலப்பரப்புகளை அவற்றின் பண்பாட்டு அசைவுகளை நம் முன் காட்சிப்படுத்துகிறது. ஏன் காட்சிப்படுத்துகிறது என்கிற சொல்லாடலைப் பயன்படுத்துகிறேன் எனில், முத்துலிங்கம் அவர்களின் எழுத்து வாசிப்பு அனுபவம் என்கிற எல்லையைக் கடந்து காட்சி அனுபவமாக மாற்றுகிறது, வாசிக்கும் போதே ஏதோ ஒரு திரைப்படக் காட்சியைப் பார்க்கும் அனுபவத்தை உண்டாக்குகிறது. அது அவரின் தனித் திறன் எனலாம்.

வாழ்வின் துயரை, வலியை, சுய எள்ளலுடனும் பகடியுடன் கடந்து செல்வது அவ்வளவு எளிதல்ல. ஆனால் இவரின் எழுத்துலகு அதைக் காட்சிப்படுத்துகிறது. கட்டுரைகளில் ஒரு புனைவில் கிடைக்கும் காட்சி அமைப்புகளை வைப்பதும் அதன் வழியே வாசகனுக்கு பல்வேறு அகத் தூண்டல்களை ஏற்படுத்துவதும் எளிதான செயலல்ல. ஆனால் இவருடைய எழுத்தில் அதை எளிதாக நிகழ்த்தி விடுகிறார். சில

எழுத்தாளர்கள் பத்துப் பக்கம் எழுதுவதற்கு நூறு பக்கங்கள் எழுதித் திருத்தி அதைப் பத்துப் பக்கமாகச் சுருக்கிச் செம்மையாக்குவார்கள். ஆனால் ஒரு தேர்ந்த வாசகனால் இது மீண்டும் மீண்டும் எழுதப்பட்ட எழுத்தா அல்லது நனவோடை முறையில் எழுதப்பட்ட எழுத்தா என்பதை இனம் கண்டு விட முடியும்.

இவரின் கட்டுரைகளை வாசிக்கும் போது பல்வேறு உலகத்தரம் வாய்ந்த கட்டுரை ஆசிரியர்கள் நினைவுக்கு வருகிறார்கள். குறிப்பாக ஆங்கிலத்தின் சமகாலக் கட்டுரையாசிரியர்களில் டேவிட் ஃபாஸ்டர்வாலஸ் எழுதிய கட்டுரைகளை வாசிப்பதைப் போன்ற, வாசிப்பு அனுபவத்தை இந்தக் கட்டுரைகள் தருவதை மறுக்க இயலாது.

நான்கு ரத வீதிகளையும் அரசமரத்தடி மனிதர்களின் கூட்டத்தில் நிகழும் கும்பல் சத்தத்தையும் அகம் சார் நெருக்கடிகளையும் மிக நீளமாக மிக நேர்த்தியாக எழுதிய கட்டுரையாளர்களைக் கொண்ட தமிழ்க் கட்டுரைச் சூழலில் இப்போதுதான் உலகமயமாக்கல் தந்த சிக்கல் நிறைந்த வாழ்முறையைத் தமிழ் எழுத்தாளர்கள் கையாள்கிறார்கள். வாழ்வின் பல்வேறு பக்கங்களையும் எழுதுகிறார்கள். புலம்பெயர் எழுத்தாளர்கள் தங்கள் பண்பாட்டுச் சிக்கல்களை அதனால் எழும் அடையாளச் சிக்கல்களை அகம் புறம் சார்ந்த வாழ்வனுபவங்களை முன்வைத்து எழுதுகிறார்கள்.

ஆனால் வெகுகாலத்திற்கு முன்பே அவற்றைப் புலம்பல்களால் அன்றி பகடியுடன் எழுதிச் செல்லும் இந்தக் கட்டுரைகள் உங்களால் மறக்க இயலாதவை.

அ. முத்துலிங்கம் விரைவில் அனைத்து மானுட மனத்திலும் இடம் பெறுவார். ஏனெனில் அவர் வெறுமனே எழுதவில்லை... அனைத்து உயிர்களின் மீதான நேசிப்பில் நம்முடன் பேசுகிறார்.

– இரா. துரைப்பாண்டி

பொருளடக்கம்

பயணம்

கண்டதும் கேட்டதும்

கனடா வாழ்க்கை

1. கனடாவில் கடன்

கனடாவுக்கு வந்த புதிதில் எதிர்பாராத மூலையில் இருந்து எனக்கு ஒரு இடர் வந்தது. கடன் அட்டை . கடவுளுக்கு அடுத்த ஸ்தானத்தில் மதிக்கப்படும் இந்தப் பொருளுக்கு கனடாவில் இவ்வளவு மரியாதை இருப்பது எனக்கு அன்றுவரை தெரியாது.

எந்த அங்காடியிலோ, சந்தையிலோ, கடையிலோ என்ன பொருள் வாங்கினாலும் கடன் அட்டை இருக்கிறதா என்று கேட்டார்கள். நான் காசை எடுத்து எண்ணிக் கொடுப்பதை விநோதமாகப் பார்த்தார்கள். நூறு டொலர் தாளை நீட்டினால் அதை மேலும் கீழும் சோதித்து, என்னைத் திரும்பித் திரும்பிப் பார்த்தபடி உள்ளே சென்று அதை உற்று நோக்கி உறுதிசெய்தார்கள். ஒரு அங்காடியில் கத்தைக் காசை எண்ணி வைக்கும்போது, கடன் அட்டையில் கணக்குத் தீர்த்தால் 10% தள்ளுபடி என்றார்கள். என்னால் நம்பமுடியவில்லை. இந்த நாட்டில் கடனாளிகள் ஆசீர்வதிக்கப்பட்டவர்கள் என்று கண்டுகொண்டேன். அன்றே தீர்மானித்தேன், ஒரு கடன் அட்டை எப்படியும் எடுத்துவிட வேண்டும் என்று.

Visa, American Express, Master Card என்று தொடங்கி குட்டி தேவதை நிறுவனங்கள் வரை சகல கடன் விண்ணப்ப

பாரங்களையும் நிரப்பி, நிரப்பி அனுப்பினேன். அவர்களிடமிருந்து ஒரே மாதிரியான பதில்கள்தான் வந்தன. உங்களுக்கு இந்த நாட்டில் கடன் மதிப்பு இல்லை. மறுக்கப்பட்டது.

எப்படியும் மிகவும் மதிப்புக்குரிய ஒரு கடன்காரனாகிவிட வேண்டும் என்ற என்னுடைய வைராக்கியம் இப்படியாக நிலைகுலைந்து போனது. மாணவர்களும், பச்சிளம் பாலகர்களும் வழுவழுப்பான வண்ண அட்டைகளை விசுக்கிக் காட்டினார்கள். சூப்பர் மார்க்கெட் தள்ளுவண்டியில் சாமான்களை நிரப்பிவிட்டு காசுத்தாள் சுருள்களைப் பிரித்துப் பிரித்துக் கொடுக்கும்போதும், மீதிச் சில்லறையை எண்ணி எடுக்கும்போதும், பத்து சதத்துக்குப் பதிலாக ஒரு சதத்தைக் கொடுத்துத் தடுமாறும்போதும், இளம் பெண்கள் பளபளக்கும் அட்டைகளை மின்னலாக அடித்தபடி என்னைக் கடந்து சென்றார்கள். எனக்கு அவமானமாக இருந்தது.

என்ன செய்யலாம் என்று நாடியில் கைவைத்து மூளைத் தண்ணீர் வற்ற யோசித்தேன். கடைசி முயற்சியாக விசா நிறுவனத்து மெத்தப் பெரியவருக்கு 'மிக அந்தரங்கம்' என்று தலைப்பிட்டு ஒரு கடிதம் எழுதுவதென்று முடிவு செய்தேன்.

பெருமதிப்பிற்குரிய தலைமையாளர் அவர்களுக்கு,

இந்த நாட்டுக்கு வந்த நாளில் இருந்து எப்படியும் பெரும் கடனாளியாகிவிட வேண்டும் என்று நான் எடுத்த முயற்சிகள் எல்லாம் படுதோல்வியடைந்துகொண்டே வருகின்றன. என்னுடைய சகல கடன் அட்டை விண்ணப்பங்களும் ஈவிரக்கமில்லாமல் நிராகரிக்கப்பட்டு விட்டன. அதற்குக் காரணம் எனக்கு இந்த நாட்டில் கடன் சரித்திரம் இல்லாததுதான் என்கிறார்கள். அப்படி வந்த மறுப்புக் கடிதங்களில் ஒரு கட்டை இத்துடன் இணைத்திருக்கிறேன். எப்படியும் ஒரு வாரத்திற்குள் அவற்றைத் தாங்கள் படித்து முடித்துவிடுவீர்கள்.

எனக்குக் கடன் வரலாறு கிடையாது. ஏனென்றால் நான் இந்த நாட்டுக்கு வந்து சொற்ப நாட்களே ஆகின்றன. இது என்னுடைய

பிழை அன்று. தாங்கள் கடன் அட்டை தரும் பட்சத்தில் நான் எப்படியும் முயன்று ஒப்பற்ற சரித்திரத்தைப்படைத்து, மதிப்புமிக்க கடனாளியாகிவிடுவேன் என்று உறுதி கூறுகிறேன்.

குருவி சேர்ப்பதுபோல என் வாழ்நாள் எல்லாம் சிறுகச் சிறுகச் சேர்த்து முழுக்காசும் கொடுத்து நான் ஒரு வீடு வாங்கியிருக்கிறேன். அதைத் தாங்கள் பார்க்கலாம். கடன் வைக்காமல், கைக்காசு கொடுத்து லிட்டருக்கு 20 கி.மீட்டர் ஓடும் சிக்கனமான ஒரு கார் வாங்கியிருக்கிறேன். அதையும் தாங்கள் பார்க்கலாம். எனக்குக் கிடைக்கும் மாத வருமானத்தில் 1% குறைவான பாலில், கோதுமை சக்கைய கலந்து காலை உணவாகவும், ஏனைய உணவாகவும் சாப்பிட்டு உயிர் வாழ்கிறேன். அதைக்கூட தாங்கள் பார்க்கலாம்; உணவிலும் பங்குகொள்ளலாம்.

ஆனால் துரதிர்ஷ்டவசமாக இன்னும் ஒரு கடனும் எனக்கு ஏற்படவில்லை. எவ்வளவு கடன் தொல்லை இருந்தால் தாங்கள் எனக்கு ஒரு கடன் அட்டை கொடுப்பீர்கள் என்று முன்கூட்டியே சொன்னால் நான் எப்படியும் முயன்று அந்த இலக்கை அடைந்துவிடுவேன். ஆனால் அதற்கு ஒரு கடன் அட்டை மிகவும் முக்கியம் என்று எனக்குப் படுகிறது.

தாங்கள் எனக்கு இந்த உதவியைச் செய்வீர்களாயின் நான் எப்படியும் முயன்று என் கடன் ஏத்தும் திறமையைத் தங்களுக்கு நிரூபித்துக் காட்டுவேன்.

இப்படிக்கு,
என்றும் தங்கள் உண்மையான,
கீழ்ப்படிந்த, தாழ்மையான, நிலத்திலே புரளும்...

இந்தக் கடிதத்தை நான் அனுப்பி சரியாக மூன்றாவது நாள் கூரியர் மூலம், ஒரு இணைப்புக் கடிதம்கூட இல்லாமல், ஒரு கடன் அட்டை என்னிடம் வந்து சேர்ந்தது. அதன் மழமழப்பும், மினுமினுப்பும் என் கண்ணில் நீரை வரவழைத்தது. அந்தக் கணமே முழுமூச்சாகக் கடன்படுவதற்கு என்னைத் தயார் செய்துகொண்டேன்.

மிக நீளமான பட்டியல்கள் போட்டுக்கொண்டு சூப்பர் மார்க்கெட்டுக்கும், பல்கடை அங்காடிக்கும் அடிக்கடி சென்றேன். வட்டமான பெட்டிகளிலும், தட்டையான அட்டைகளிலும் அடைத்து விற்கும் சாமான்களை வாங்கினேன். வாங்கிவிட்டு அவற்றை எப்படி, என்ன உபயோகத்துக்கு வைத்துக் கொள்ளலாம் என்பதைக் கற்றுக்கொண்டேன். சிலவற்றைத் திருப்பினேன்; மீண்டும் வாங்கினேன். என் கடன்களைக் கருணை இல்லாமலும், கண் துஞ்சாமலும் கூட்டினேன். கடன் அட்டை உரசி உரசித் தேய்ந்தபோது, கடனும் ஏறியது. மறுபடி கணக்குத் தீர்த்தேன்; மறுபடியும் ஏறியது.

இப்படி நான் பாடுபட்டுத் தேடி வைத்த கடன் புகழ் வீணாகவில்லை. ஒரு நாள் ஒரு கடிதம் வந்தது. அதில் சொல்லியிருந்த விஷயத்தை நீங்கள் நம்பமாட்டீர்கள். அப்பட்டமான பொய் என்று என்னை அலட்சியப் படுத்தாதீர்கள். முற்றிலும் உண்மை; பொய்யென்றால், நீருக்கு வெளியே, நின்ற கோலத்தில் பெண்ணைப் புணர்ந்தவன் போகும் நரகத்துக்கு நானும் போவேன்.

இந்தக் கடிதம் விசா தலைமை அலுவலகத்தில் இருந்து வந்திருந்தது. என்னுடைய கடன் தீர்க்கும் திறமையை இது மெச்சியது. என்னுடைய தகுதிக்கும், சாமர்த்தியத்திற்கும் ஏற்ற ஒரு கடன் சுமையை மேலும் தருவதற்கு அந்த நிறுவனம் தயாராக இருந்தது. இலையான் பறந்ததுபோல கையொப்பமிட்ட அந்தக் கடிதத்தில் இருந்த வாசகம் இதுதான்.

அன்புடையீர்,

நீங்கள் எங்களிடம் வாடிக்கையாளராகியதில் நாங்கள் மிகவும் திருப்தியும், பெருமிதமும் கொண்டிருக்கிறோம். உங்கள் கண்ணியத்திலும், நம்பிக்கைத் தன்மையிலும் நாங்கள் வைத்திருக்கும் பெருமதிப்பில் ஒரு சிறு பகுதியைக் காட்டும் முகமாக நாங்கள் இத்துடன் $2000க்கு ஒரு காசோலையை இணைத்திருக்கிறோம். இது அன்பளிப்பில்லை;

கடன்தான். இதை நீங்கள் மாதாமாதம் $10 க்குக் குறையாத ஒரு தொகையில் கட்டித் தீர்க்கலாம்.

தங்கள் உண்மையுள்ள,
இணைத் தலைமையாளர்.

என் கடன் சுமைகள் விரைவில் தீர்ந்துவிடக்கூடும். அதற்குப் பிறகு நான் என்ன செய்வேன் என்று அவர்கள் கருணை உள்ளம் கவலைப்பட்டிருக்கக்கூடும். நல்ல காரியத்தை நான் தள்ளிப் போடுவதில்லை. ஆகையால் வெகு சீக்கிரத்திலேயே ஒரு பதில் அனுப்பினேன்.

அன்புள்ள ஐயா,

தங்கள் அன்பும், கரிசனமும் என்னை உருக்குகிறது. தங்களுடைய விசா கடன் அட்டை என் வாழ்வில் இன்றியமையாத ஒரு அம்சமாகிவிட்டது. நான் எங்கே போனாலும் அதைக் காவியபடியே செல்கிறேன். என் இருதயத்துக்குப் பக்கத்தில் அது கொடுக்கும் இனிமையான சத்தத்தைக் கேட்டுக்கொண்டே, இந்த அட்டை வசிக்கிறது. எனக்கு வேண்டியவற்றையும், என் உற்றாருக்கு வேண்டாதவற்றையும் அதைக் கொடுத்தே வாங்குகிறேன். அதன் ஸ்பரிசம் எனக்கு சந்தோசத்தைத் தருகிறது. அதன் பாரம் காசுத் தாள்களிலும் பார்க்க லேசானதாக இருக்கிறது.

ஆனாலும் எனக்கு ஒரு அல்லல் உண்டு. என்னுடைய அட்டையின் கடன் எல்லை $10,000 என்று நிர்ணயிக்கப்பட்டு இருப்பது தங்களுக்குத் தெரியும். இந்த அட்டையைக் கொடுத்து கடைக்காரன் அதை உரசும்போது அதன் எல்லையை எட்டிவிட்டேனோவென்று வயிறு எரிகிறது; நெஞ்சு அடைக்கிறது. அதைத் திருப்பி வாங்கி பையில் வைக்கும்வரை இருப்புக் கொள்ளாமல் அலைகிறேன். கடைக்காரனின் முகக்குறிப்பில் இருந்து அவன் என்னை நிராகரித்துவிட்டானோ என்பதை ஆராய்கிறேன். அந்த வினாடி செத்துச் செத்து உயிர் எடுக்கிறேன். என்னுடைய துரிதமான கடன் அடைக்கும் திறமையிலும், ஆயுளின் கெட்டியிலும் அபரிமிதமான நம்பிக்கை

வைத்திருக்கும் தாங்கள் அந்த நம்பிக்கையை இன்னும் கொஞ்சம் விரிவாக்கி என் கடன் உச்சத்தை *$100,000* என்று ஆக்குவீர்களாயின் நான் தங்களுக்கு என்றென்றும் மிகவும் கடன் பட்டவனாக இருப்பேன். அப்போதுதான் என் கடன் பளுவை நான் கடல்போலப் பெருக்கி அதில் ஆனந்தமாக நீந்தமுடியும். ஆகவே இந்த *$2000* காசோலையை இத்துடன் திருப்பி அனுப்புகிறேன்.

தங்கள் மேலான கடாட்சத்தைக் கோரும்...

மேற்படி கடிதத்துடன் பிணைந்தபடி காசோலை திரும்பிப்போனது. அதற்கு இன்றுவரை பதில் இல்லை. இது என்ன பெரிது! எனக்கும் *American Express* க்கும் இடையில் நடந்த ருசியான கடிதக் கொண்டாட்டம் பற்றி உங்களுக்குத் தெரியுமா?

அது இன்னொரு முறை.

2. கனடாவில் வீடு

நான் வீடு வாங்கியபோது அதற்கு ஏற்கனவே ஒரு சொந்தக்காரர் இருந்தார். இது எனக்குத் தெரியாது. வீட்டு ஏஜண்ட் இதை என்னிடம் இருந்து மறைத்துவிட்டார். வீட்டின் முந்திய சொந்தக்காரர் செய்த சூழ்ச்சியாகவும் இருக்கலாம். வீட்டுப் பத்திரம் எழுதிய சட்டத் தரணியும் மற்றவர்களும் சேர்ந்து செய்த சதி என்றே நினைக்கிறேன்.

என்னுடைய மாமா கனடாவில் பல வருடங்கள் வாழ்ந்தவர். அதி புத்திசாலி. வந்து இரண்டு வருடங்கள் முடிவதற்கிடையில் *Mississauga, Saskatchewan* போன்ற இடங்களின் பெயர்களை ஒருவர் உதவியுமின்றி ஸ்பெல்லிங் பிழை இல்லாமல் எழுதப் பழகிக்கொண்டவர். அப்படி என்றால் பாருங்கள். அவர்தான் எனக்கு வீடு வாங்கும் எண்ணத்தை விதைத்தார். 'வீடுவரை உறவு' என்றும் உபதேசித்தார். வீடு இல்லாவிட்டால் உறவுக்காரர்கள் தகுதி கருதி வரமாட்டார்களாம்.

நான் வீடு வாங்கிக் குடிவந்து இரண்டு நாட்களாக ஒரு உறவினரும் வரவில்லை. என் வீட்டுப் பின் தோட்டத்தில் அசைவில் வேலை செய்யும் ஒரு லைட் இருந்தது. மூன்றாம் நாள் இரவு இந்த லைட் திடீரென்று பற்றி எரிந்தது. எட்டிப்

பார்த்தபோது தெரிந்தது மின்னும் மஞ்சள் கண்களுடன் ஒரு விலங்கு. ஒரு தாயும் இரண்டு குட்டிகளும். வாலிலே வரிபோட்ட கறுப்பு நிற ஸ்கங். இவைதான் நான் அறியாமல் என் வீட்டுக்கு அடியில் குடியிருந்தவை.

பகலில் அவை போய் வளையில் தூங்கும். அந்த நேரம் நான் தோட்டத்தை எட்டிப் பார்ப்பதற்கு அனுமதிக்கப்படுவேன். இரவில் அவை வேட்டைக்குப் புறப்படும். நான் படுக்கைக்குப் போவேன். ஏதோ அவைதான் வீட்டு உடமைக்காரர் போலவும், நான் வாடகைக்கு வந்தவன் போலவும் காரியங்கள் நடந்தன. ஆனால் வீட்டு வரியில் ஒரு சிறிய பகுதியைக்கூட கட்டுவதற்கு அந்த விலங்கு சம்மதிக்கவில்லை.

எனக்கும் சில உரிமைகள் இருந்தன. அதை நிலைநாட்டுவதில் நான் குறியாயிருந்தேன். தயிர் வரும் காலி பிளாஸ்டிக் குவளைகளில் என் மனைவி வளர்த்த செடிகளை எல்லாம் இரவு நேரத்தில் இவை நாசம் செய்தன. தோட்டத்தில் கண்ட கண்ட இடங்களில் கிண்டி வைத்தன.

கடைசியில் ஒரு நாள் தொல்லை தாங்காமல் விலங்கு வதை தடுப்பு நிறுவனத்துடன் தொடர்பு கொண்டேன். என்னால் தோட்டப் பக்கம் போகமுடியவில்லை. அவைகள் காற்றிலே பரப்பி விடும் துர்நாற்றம் சகிக்க முடியாதது. என்னையோ என் குடும்பத்தினரையோ இல்லை விருந்தாளிகளையோ கடித்துவிடும் அபாயம் உண்டு என்று புலம்பினேன்.

'ஐயா, அவை காயம் பட்டிருக்கின்றனவா?'

'இல்லை.'

'உயிராபத்தில் இருக்கின்றனவா?'

'இல்லை.'

'அவற்றிற்குத் தீங்கிழைக்க யாராவது முயற்சிக்கிறார்களா?'

'இல்லை.'

'அப்படி என்றால் நாங்கள் செய்வதற்கு ஒன்றுமே இல்லை.

அவற்றுக்கு ஆபத்து ஏற்படும் சமயத்தில் நாங்கள் வந்து அவற்றை சேமமான இடத்துக்கு நகர்த்திவிடுவோம்.'

'நன்றி ஐயா நன்றி. ஆபத்தில் இருப்பது நான். வீட்டு வரி கட்டுவதும் நான் அல்லவோ.'

அதிகாரியின் நாற்காலி எப்போதும் நிலத்தைத் தொடுவதில்லை. அவருடைய வார்த்தையில் அசட்டைத்தனம் கூடிக்கொண்டே போனது. என்னுடைய பதிலும் மிகவும் தரக்குறைவானதாக இறங்கும் அபாயம் நெருங்கியது.

மனித வதைத் தடுப்புச் சங்கம் என்று ஒன்றிருக்கிறதா? அப்படி என்றால் அதற்குத் தொலைபேசி செய்யலாம். தோட்டத்தை ஸ்கங் ஆக்கிரமித்துக்கொள்ளட்டும். சரி, வீட்டையாவது முழுவதுமாக அனுபவிக்கலாம் என்று நான் நினைத்தால் அதற்கு இன்னும் பெரிய தடை ஒன்று வந்து சேர்ந்தது.

இங்கே நான் மிக வேகமாகப் படித்த பாடம் ஒன்று உண்டு. இது எங்கள் சரித்திர ஆசிரியர் கற்றுத் தந்ததற்கு நேர்மாறானது. ஆதிகாலத்தில் இருந்து மனித நாகரிகம் வளர்வதற்குக் காரணம் அவன் இயற்கையை வசப்படுத்தியதுதான் என்று அவர் சொல்வார். மழை நீரைத் தேக்கி விவசாயம் செய்தான். வெயிலிலே உணவைப் பதப்படுத்தி நீண்ட நாள் சேமித்து வைத்தான். காற்றை மறித்து ஆலைகள் கட்டினான். ஆற்றை அடைத்து மின்சாரம் உண்டாக்கினான்.

ஆனால் கனடாவில் எல்லாம் நேர்மாறாக நடந்தது. இயற்கை எனக்கு போதிய வேலைகளை உற்பத்தி செய்தவண்ணம் இருந்தது. நீலமான வானம் சடுதியாக நிறம் மாறி பனிக்கட்டிகளைக் கொட்டும். நான் அவற்றைக் கொத்தி அப்புறப்படுத்த வேண்டும். மழையும் வெயிலும் மாறி மாறி வேலை செய்து புல்லை வளர்க்கும். நான் அவை வளர வளர வெட்டவேண்டும். மரத்தில் உள்ள இலைகள் இடையறாது கொட்டும். நான் அவற்றை அள்ளியபடியே இருக்கவேண்டும். இப்படி வீட்டைப் பராமரிப்பதில் என் அருமையான நேரம் முழுவதையும் செலவு செய்தேன். அப்படியும் பணி முடிவு பெறுவதில்லை.

என்னுடைய வீட்டு வாசலில் இடது பக்கம் ஐந்து ஸ்விட்சுகள் இருக்கும். அவற்றில் வேலை செய்ய வேண்டிய ஐந்து பல்புகள் எக்குத்தப்பாக வீட்டின் பல பாகங்களில் இருந்தன. எந்த ஸ்விட்சைப் போட்டால் எந்த பல்ப் எரியும் என்பதை என் மனைவி இரண்டு நாளில் படித்துவிட்டாள்.

அதிகாலையில் நான் எழும்பும்போது சொல்வாள் இந்த ஸ்விட்ச் பல்ப் வேலை செய்யவில்லை என்று. இவளுக்கு மாத்திரம் எப்படி முதலில் தெரிந்துவிடுகிறது. இந்தக் கதவுத் துளையில் சாவி போக மறுக்கிறது. இது எப்படி? நடு இரவில் சாவி வந்து காதிலே ரகஸ்யமாகச் சொன்னதா?

நாற்காலிக்குக் கால்கள் நாலு என்பது உலகம் முழுக்கத் தெரிந்த விஷயம். ஒரு குறிப்பிட்ட நாற்காலிக்கு மூன்று கால்கள் உண்டான செய்தி அவளுக்கு எப்படியோ முதலில் கிடைத்துவிடுகிறது.

இவற்றுக்கெல்லாம் பரிகாரம் நானே தேடவேண்டும். தோட்டத்து வேலிகளைப் புதுப்பிப்பதும், கூரையை மாற்றுவதும், வாசல் வழிப் பாதையைச் செப்பனிடுவதும் என் வேலையே. இது தவிர எந்த நேரமும் குளிர்பெட்டியோ, சலவை யந்திரமோ, துடைப்பானோ, குளிரூட்டியோ உடைந்துவிடும் சாத்தியக்கூறு டமோகிளீஸின் கூரிய வாள் போல என் தலைக்குமேல் தொங்கியது.

அப்படியான உற்பாதம் சீக்கிரமே ஒருநாள் சம்பவித்தது.

பனிப்போர் முடிந்துவிட்டது என்று சொல்கிறார்கள். நம்பாதீர்கள். இது தினமும் என் வீட்டில் நடக்கிறது. பனிப்புயல் வீசுகிறது. பத்து வருட முன் அனுபவம் இல்லாத காரணத்தினால் என் வீட்டு கார் பாதையில் கொட்டும் பனிப்பாளங்களை நான் அதிகாலை தொடங்கி மதியச் சாப்பாடு நேரம் வருவதற்கிடையில் வெட்டிச் சாய்த்து சுத்தம் செய்து விட்டேன். அப்படிச் செய்து முடிக்கவும் என்னையே பார்த்துக் கொண்டிருந்த வானம் பின்னேரத்துக்கான பனியைக் கொட்டத் தொடங்கியது.

வெளியே -20 டிகிரி என்றால் உள்ளேயும் குளிர் உதறியது. உள்ளாடை, மேலாடை, வெளியாடை என்று மடிப்பு மடிப்பாக அணிந்திருந்த போதும் குளிர் தாங்க முடியவில்லை. தட்ப வெப்ப நிலை முள் சரசரவென்று பங்குச்சந்தை போல கீழே சரிந்தது. பார்த்தால் ஹீட்டர் வேலை செய்யவில்லை. எரிவாயுவை வெட்டிவிட்டார்களோ, அல்லது மெசினில் ஏதோ குறைபாடோ குளிர் ஏறிக்கொண்டே போனது. உடனேயே அவசர நம்பரைத் தொடர்புகொண்டேன். மறுமுனையில் இருந்து நீங்கள் பேசுவது புரியவில்லை என்று கத்தினார்கள்.

அதற்குக் காரணம் இருந்தது. என் சொண்டுகள் விறைத்துவிட்டன. அவை ஒத்துழைக்காததால் நான் பேச உத்தேசித்திருந்த வசனங்கள் வேறு வாசகங்களாக வெளியே வந்தன.

'நாங்கள் நடுங்கிக்கொண்டு இருக்கிறோம்' என்று சத்தம் வைத்தேன்.

பல மணி நேரம் கழித்து எரிவாயு கம்பனியிலிருந்து பூமி அதிரமிதித்து நடந்தபடி ஒருத்தர் வந்தார். பெருத்த வயிற்றின் நடுவில் *equator* போலச் சுற்றியிருந்த பெல்ட்டில் பலவிதமான ஆயுதங்களை அவர் தரித்திருந்தார். அவர் நடக்கும்போது அவை மணிகள்போல அசைந்து சப்தித்தன. வந்தவர் மூச்சு வீச ஆராய்ந்தார். பிறகு அப்படியே மல்லாக்காகச் சரிந்துவிட்டார். நாலு மணி நேரம் படுத்து வேலையை முடித்து உருண்டு பிரண்டு எழும்பினார். அதற்குப் பிறகுதான் எங்கள் ரத்தம் சூடுபிடிக்கத் தொடங்கியது.

அவர் தந்த பில்லைப் பார்த்த கணமே நான் மலைத்துவிட்டேன். ரத்தம் கொதித்தது. இதை முதலிலேயே தந்திருக்கலாம். திருத்த வேலைகளைச் செய்யாமலே ரத்தம் சூடாகியிருக்கும். இப்படி நான் சொல்ல நினைத்தேன். ஆனால் நான் சொல்லப்போவதைக் கேட்க யார் இருக்கிறார்கள்.

மூன்றாம் வீட்டுக் கிழத் தம்பதிகள் எப்பொழுது பார்த்தாலும் வீட்டைப் பராமரித்தபடி இருப்பார்கள். மழைக்காலங்களில்

ஒரு நாளைக்கு ஒரு இன்ச் வீதம் வளரும் புற்களை ஓயாது வெட்டுவார்கள். வெயில் காலத்தில் அதே புற்களுக்குத் தண்ணீர் பாய்ச்சுவார்கள். காற்றடித்துக் கால நேரம் பாராமல் கொட்டும் இலைகளை வாரித் தள்ளுவார்கள். கையுறை மாட்டி சுவர்களுக்கு பெயின்ற் அடிப்பார்கள். கர்வம் பிடித்த ஒரு கடுமையான எசமான்போல அந்த வீடு அவர்களை விரட்டியபடியே இருக்கும்.

அவர்களுக்கு ஒரு மகன் இருந்தான். ஏலத்தில் மலிவாக வாங்கிய மரண ஊர்வலக் கார் ஒன்றில் அடிக்கடி வந்து, வீட்டை விற்றுவிட்டு முதியவர் விடுதியில் போய்த் தங்கும்படி பெற்றோரை வற்புறுத்திக்கொண்டிருந்தான்.

எங்கள் பூர்வீக நாட்டில் ஒரு வீட்டை வாங்கிப் போட்டால் அது உங்களுக்கு அடிமையாக உழைக்கும். விறாந்தையில், சாய்மனைக்கதிரையில் படுத்தபடி வெளியே ஓடிப்பிடித்து விளையாடும் அணில்களைப் பார்க்கலாம். வாழை மரங்கள் வளர்வதையும், முருங்கைப்பூப் பூப்பதையும் பார்த்து ரசிக்கலாம். மணிகளைக் குலுக்கித் திரும்பும் பசு மாடுகளைத் தடவிவிடலாம். குடைக்காரன் வந்து குடை திருத்துவான்; ஈயக்காரன் வந்து ஈயம் பூசுவான். தானாகப் பழுத்த மாம்பழங்கள் தொப்பு தொப்பென்று விழும். அவற்றைக் கடித்துச் சாப்பிடலாம். ஒன்றுமே செய்யத் தேவையில்லை. இன்பலோகம்தான்.

ஆனால் இங்கே கதை வேறு. சாய்மனைக் கதிரையைக் கண்ணிலே காட்டக்கூடாது. வீட்டுக்காக ஓடி ஓடி உழைக்கவேண்டும். அப்போது ஓர் எண்ணம் தோன்றியது. சூரியன் மூளைக்குள் இறங்கியதுபோல ஒரு வெளிச்சம்.

உலகத்திலேயே இரவு முழுக்கத் திறந்து வைத்திருக்கும் இடங்கள் இரண்டே இரண்டு. உணவகம், மற்றது கேளிக்கை அரங்கம். ஆனால் இந்த உலகில் வட அமெரிக்காவில் மட்டுமே *Home Depot* என்னும் வீட்டுப் பராமரிப்பு சாமான்கள் நிறுவனம் இரவு, பகல் 24 மணி நேரமும் திறந்திருக்கும். அதிகாலை மூன்று மணிக்குக்கூட எறும்புகள் சீனிக் கட்டியைத் தூக்குவதுபோல சாமான்களைக் காவியபடி சனங்கள்

நிரையாகப் போய்க்கொண்டிருப்பதைக் காணலாம்.

ஒரு பெரிய தத்துவத்தின் சிறிய வாசல் எனக்கு அப்போது திறந்தது.

நானும் முழு ஆர்வத்தோடு சில பராமரிப்பு வேலைகளைப் பழகிக்கொள்வது என்று தீர்மானித்தேன். ஒரு ஆள் உதவியோடு பியூஸ் மாற்றவும், இரண்டு பேர் உதவியோடு பல்ப் பூட்டவும் செய்தேன். இப்பொழுது மூன்றுபேர் உதவியோடு ஃபில்டர் மாற்றப் பழகிக்கொண்டு வருகிறேன். மீதி வேலைகளுக்கு இரவும் பகலும் பராமரிப்புக்காரர்களைத் தேடவேண்டும்.

ஒரு நாள் வெளியே புறப்பட்ட நான் திடுக்கிட்டுவிட்டேன். அல்லும்பகலும் உழைத்த கிழத் தம்பதியினர் வீட்டு முகப்பில் *SOLD* என்று வாசகம் எழுதிய பலகை ஆடிக்கொண்டிருந்தது. இதிலே ஆச்சரியம் தரக்கூடிய விஷயம் என்னவென்றால் அப்பொழுதுகூட வீட்டு முற்றத்தில் குந்தியிருந்தபடி அவர்கள் இருவரும் புல்லிலே களை பிடுங்கிக் கொண்டிருந்ததுதான்.

அன்றே செயலில் இறங்கினேன். எங்கள் வீதியில் ஒரு சமூகநல மையம் இருந்தது. நான் வீட்டைப் பராமரிக்கும் பலவிதமான கலைகளையும் கற்றுத் தேர்ந்து விடவேண்டும் என்ற ஆவலில் அவர்களிடம் முதலில் தச்சுவேலை வகுப்புக்குக் கட்டணம் கட்டினேன்.

வகுப்புக்குள் காலடி வைத்ததும் ஈர மரத்தின் மணம் மூக்கில்பட்டது. வகுப்பில் பதினைந்து பேர் இருந்தார்கள். எங்கள் ஆசான் இளம் வயதுக்காரர். தோளிலே வார் மாட்டிய கால் சட்டையும், பனியனும் அணிந்திருந்தார். பதினாறு வயது தாண்டாத பையன் ஒருவன் முக்கோணமாக வெட்டிய சாண்ட்விச்சை விளிம்புகள் உதிராமல் சாப்பிட்டுக் கொண்டிருந்தான். இன்னொருத்தன், கடுதாசிக் குவளையைக் கையினால் பிடித்து லேசாகச் சுற்றியபடி தேநீரை உறிஞ்சினான். முகத்தில் இருந்து எதிர்ப் பக்கத்துக்கு வளைந்த கூந்தல் உள்ள பெண்மணி கேசம்வழியாகப் பார்த்தபடி அவசரமாக நோட் புத்தகத்தில் ஏதோ எழுதிக்கொண்டிருந்தாள். எங்கள் ஆசான்

உரையாற்றினார். மனிதனால் படைக்கப்பட்ட எல்லாப் பிரச்சனைகளும் மனிதனால் சமாளிக்கக்கூடியவையே. அதற்கு அவனிடம் தகுந்த ஆயுதம் இருக்க வேண்டும். இதுவே அவர் கூறிய உச்ச மந்திரத்தின் பொருள்.

பயிற்சி வகுப்பைத் தொடக்கினார். ஒரு தவ்வல் பிள்ளையும் செய்யக்கூடியது. ஒரு வட்டமான பலகைத்துண்டு. நாலு கால்கள். இந்தக் கால்களை அந்தப் பலகையில் சரியான இடத்தில் பொருத்தி, சரியாக ஆணி அடிக்க வேண்டும். அப்பொழுது ஒரு சரியான ஸ்டூல் உண்டாகும். ஓர் ஆணியை எடுத்து பலகையில் அடிப்பது மிகச் சாதாரண விஷயம் என்று உங்களில் பலர் நினைக்கக்கூடும். அது அப்படியல்ல. ஆணி அடிப்பதில் பதினாறு வழிவகைகள் இருக்கின்றன.

140 விதமான ஆணிகள் இந்த உலகத்தில் இருக்கின்றன. சுத்தியல்கள் எத்தனை விதம் என்று நினைக்கிறீர்கள்? தவறு. அதுவும் தவறு. 64 விதமான சுத்தியல்கள் உள்ளன. (ஓர் ஒற்றுமையைக் கவனியுங்கள். ஆயகலைகள் 64 என்று விளம்புகிறது எங்கள் பழம் தமிழ் இலக்கியம்.) இந்தச் சுத்தியல்களைப் பிடிப்பதற்கு 217 விதமான பெருவிரல்கள் உலகத்தில் நடமாடுவதாகச் சொல்கிறார்கள். அவற்றை அடிக்கும்போது பெருவிரல்கள் நசுங்குவதில் எத்தனை வகைகள் இருக்கின்றன? அது இன்னும் கணிக்கப்படவில்லை.

‘ஐயா, என்ன செய்யிறியள்?’

‘ஆணி அடிக்கிறேன்.’

‘அது என்ன?’

‘பெருவிரல்.’

‘இல்லை, கையில் என்ன வைத்திருக்கிறியள்?’

‘ஆணி.’

‘மற்ற கையில்?’

‘சுத்தியல்.’

'ஐயா, அது சுத்தியல் இல்லை. போய் ஒரு அசல் சுத்தியல் கொண்டு வாங்கோ!'

நான் போனேன். நாலு வயதுப் பிள்ளைகூட இனம் கண்டுபிடிக்கக்கூடிய ஆயுதத்தைத் தேடி. அந்தப் பக்கம் வாசல் இருந்தது. கதவும் இருந்தது. அதைத் தள்ளினேன். திறக்கவில்லை. ஏனென்றால் அது இழுக்க வேண்டிய கதவு. இழுத்தேன். திறந்து வழிவிட்டது. அப்படியே வெளியே வந்தேன். அங்கே எனக்காகக் காத்துக்கொண்டு வானம் இருந்தது. காற்று குளிர்ந்துபோய் இருந்தது. பிறகு அந்தப் பக்கம் நான் போகவே இல்லை.

பெருவிரல் காயம் ஆறிய பிறகு ஒரு நாள் கோடைக்கால முடிவில் நான் இன்னும் வீட்டில் செய்ய வேண்டிய வேலைகள் குறித்து ஒரு பட்டியல் தயாரித்தேன். இந்தப் பட்டியலின் இரண்டாவது பக்கத்தை எழுதிக்கொண்டிருந்தபோது மூன்றாவது வீட்டில் ஏதோ அரவம் கேட்டு மனைவி சைகை செய்தாள்.

எட்டிப்பார்த்தேன். மகனுடைய மீன்வால் மரண ஊர்வலக் கார் வெளியே நின்றது. அந்த நீண்ட வாகனத்தில் முன்னுக்கும் பின்னுக்குமாக மிச்சமிருக்கும் சாமான்களை அந்தக் கிழத் தம்பதியினர் ஏற்றினார்கள். சிறிது நேரத்தில் வண்டி புறப்பட்டது. அவர்களை நினைத்து எனக்கு சந்தோசமாக இருந்தது. அதே சமயம் வீட்டுக்காக இரவும் பகலும் உழைத்த அந்த மூத்தவர்களை இனிமேல் காணமாட்டேன் என்றபோது வருத்தமாகவும் இருந்தது. கைகளை அசைத்தேன். சவ ஊர்தியின் பின்னால் இருந்து இரண்டு உயிருள்ள மனிதக் கைகள் தெருத் திருப்பம் வரும் வரைக்கும் ஆடிக்கொண்டே இருந்தன.

அவர்கள் எனக்குக் கைகாட்டினார்கள் என்று நான் நினைத்தேன். அவர்கள் தங்கள் பழைய வீட்டுக்குக் காட்டினார்கள் என்று மனைவி சொன்னாள்.

என்னுடைய பட்டியல் முடிவு பெறாமல் பல நாட்கள் அந்த மேசையிலேயே இருந்தது.

3. கனடாவில் கார்

கனடாவில் இருப்பவர்களுக்கு கார் அவசியம். அதிலும் முக்கியம் அதை ஓட்டத் தெரிவது.

அமெரிக்கா, யப்பான் போன்ற நாடுகளில் கார் ஓட்டியவர்கள் தவிர மற்ற எல்லோரும், சர்வதேச ஓட்டுநர் லைசென்ஸ் இருந்தாலும்கூட ,முறைப்படி எழுத்துப் பரீட்சை, பிறகு கார் ஓட்டும் சோதனை என்று சித்தியடைந்த பின்னர்தான் இங்கே ஓட்டுநர் உரிமம் பெறமுடியும்.

ஆகவே முதலில் எழுத்துப் பரீட்சைக்குப் போனேன், இருநூறு பக்கப் போக்குவரத்து விதிகளைக் கரைத்துக் குடித்த பிறகு. கேள்விகளைக் கம்பயூட்டரே கேட்கும் என்பது நான் எதிர்பாராதது. மாதிரிக்கு ஒரு கேள்வி:

எதிரில் *STOP* குறியீடு தென்பட்டால் என்ன செய்யவேண்டும்?

அ) திரும்பிப் போகவேண்டும்.

ஆ) திடீரென்று பிரேக் போடவேண்டும்.

இ) நின்று, கவனித்து, அபாயம் தவிர்த்துப் போகவேண்டும்.

ஈ) வேகமாகக் கடக்கவேண்டும்.

கோயிலிலே பூக்கட்டி வைத்து ஒன்றைத் தொடுவதுபோல நானும் ஒன்றைத் தொடவேண்டும். இப்படியே தொட்டுத் தொட்டு இந்தப் பரீட்சையில் பாஸாகிவிட்டேன்.

பிறகு கார் ஓட்டும் பயிற்சிக்கு ஒரு குருவைத் தேடினேன். பயிற்சி நிலையத்தில் இருந்து ஒருவரை அனுப்பி வைத்தார்கள். இளைஞர். வயது 30 இருக்கலாம். பெயர் கதிர்காமத்தம்பி கதிரைவேற்பிள்ளை என்றார். மொழியகராதி படைத்த கதிரைவேற்பிள்ளைக்கும் தனக்கும் ஒருவித சம்பந்தமும் இல்லை என்று எவ்வளவு துருவியும் மறுத்துவிட்டார்.

சுருக்கம் வேண்டி நான் அவரை 'குருவே' என்று விளித்தேன். அவரோ வயது கருதி என்னை 'அண்ணை' என்றே அழைத்தார்.

'அண்ணை, இது கொழும்பு இல்லை; இந்த நாட்டு டிரைவிங் வேற மாதிரி. உங்களுக்கு கார் ஓட்டத் தெரியுமோ? தெரியுமென்றால் படித்தது முழுவதையும் மறவுங்கோ' என்றார்.

'குருவே, மறதி என்னோடு கூடப்பிறந்தது என்று அம்மா அடிக்கடி சொல்லுவா. நான் நல்லாய் மறப்பன்' என்று உத்திரவாதம் அளித்தேன். அப்படியே எங்கள் பயிற்சி ஆரம்பமானது.

முதலாம் நாள். நான் சீட் பெல்ட்டை இறுக்கக் கட்டி, ஸ்டியரிங் வளையத்தை நசுக்கிப் பிடித்துக்கொண்டு உட்கார்ந்திருந்தேன். அப்பொழுதே உடம்பெல்லாம் வியர்த்துவிட்டது. கார் ஒரு இஞ்ச்கூட இன்னும் நகரவில்லை.

குரு சொன்னார், 'நீங்கள் பயப்பிடாதையுங்கோ. நான் எல்லாம் படிப்பிச்சுத் தருவன்.'

முதலாம் பாடம்.

'உங்களுக்கு KGB தெரியுமோ? ரஷ்ய உளவுத்துறை?'

'ஓ, நல்லாய்த் தெரியும்.'

'K என்றால் Key, G என்றால் Gear, B என்றால் Brake இதை ஞாபகத்தில் வைத்திருங்கோ. அதாவது சாவி போட்டு காரை

இயக்கி, கியரைப் போட்டுப் பிறகு பிரேக்கை இறக்கி, இந்த ஒழுங்குமுறை மாறாமல் செய்யவேண்டும். இரண்டு, மூன்று முறை இந்தப் பயிற்சி நடந்தது. பிறகு கார் எறும்பு வேகத்தில் ஊர்ந்தது.

சிவப்பு விளக்கு வந்தது. கார் பிரேக்கை அழுத்தி நிற்கவைத்தேன்.

நின்றது.

‘குருவே’ என்றேன்.

‘என்ன?’

‘இப்ப மூச்சை விடட்டா?’

‘ஐயோ! ஐயோ! மூச்சை விடுங்கோ. அதுவும் நான் சொல்ல வேணுமே’ என்றார்.

முதலாம் பாடம் முடிந்தது.

அடுத்த நாளே குருவுக்கும் எனக்கும் இடையில் சிறு மனஸ்தாபம் வந்துவிட்டது.

‘காரை எடுங்கோ’ என்றார். நான் பிரேக்கைத் தளர்த்தி, பெல்ட்டைக் கட்டி, சாவியைப் போட்டு காரைக் கிளப்பினேன். குரு ‘ஐயோ’ என்று தலையில் கையை வைத்து, ‘அண்ணை, என்ன செய்யிறியள்?’ என்றார்.

‘FBI. பிரேக்கை *Free* பண்ணி, *Belt*ஐ கட்டி, *Ignition*ஐ ஸ்டார்ட் பண்ணினன்.’

‘நீங்கள் விளையாடுறியள். நான் *KGB* என்றல்லோ சொன்னனான்.’

‘அட, ஓ! *FBI* அமெரிக்க உளவுத்துறை. இன்னும் ஒருபடி மேலே என்றதால் அப்படிச் செய்துபோட்டன். இனிமேல் கவனமாயிருப்பன்.’

குரு சிரிக்கவில்லை.

என் குருவிடம் ஒரு பழக்கம் இருந்தது. அவர் முன்கோபக்காரர். கோபம் வந்தால் அதை அடக்கத் தெரியாது. சத்தம்போட்டு

ஏசத் தொடங்கிவிடுவார். இதைத் தடுக்கும் தந்திரமாக காரிலே இருக்கும் சிகரட் லைட்டரை உள்ளே தள்ளிவிடுவார். அது சூடாகி, சினந்து துள்ளி வெளியே வரும்வரை வாய் திறக்கமாட்டார். அந்தக் காத்திருத்தலில் அவர் கோபம் கொஞ்சம் தணிந்துவிடும்.

அன்றும் அப்படித்தான். சிகரட் லைட்டரை உள்ளே தள்ளிவிட்டார். அது சிவந்துகொண்டு வரும்போது அவரின் முகத்தின் சிவப்பும் குறைந்தது.

தினம் தினம் குரு வந்தார். தினம் தினம் சிகரட் கொளுத்தியை உள்ளே தள்ளினார். தினம் தினம் சிறு சண்டையும் வந்தது.

'வலது பக்கம் திருப்பவேணும்' என்றார் குரு.

சிவப்பு விளக்கு எரிந்தது. நான் காரை நிற்பாட்டினேன். பிறகு மெதுவாக ஊர்ந்து பாதையில் ஒரு வாகனமும் ஆபத்தைத் தருவதற்குத் தயாராக இல்லை என்பதை நிச்சயித்துக்கொண்டு காரை எடுத்தேன்.

குரு 'வெரிகுட்' என்றார்.

அடுத்ததும் வலது பக்கம். குரு 'வெரிகுட்' என்றார்.

மீண்டும் வலது பக்கம். பச்சை விழுந்துவிட்டது. நான் காரை நிறுத்தி, மெதுவாக இரண்டு பக்கமும் பார்த்துவிட்டு, ஊர்ந்தேன்.

'அண்ணை, ஏன் காரை நிறுத்திறியள். உங்களுக்கு பச்சைபோட்டிருக்கிறான். எடுங்கோ, எடுங்கோ' என்றார்.

'குருவே, நான் பரீட்சைக்குப் போகும்போது பச்சை விளக்குக்கும் இப்படி கவனமாக எடுத்தால் இன்னும் அதிக மார்க்ஸ் அல்லவோ போடுவான்' என்றேன்.

குருவின் முகம் கடுகடுத்தது. பாடம் அத்துடன் நிறுத்தப்பட்டது. நாலு நாள் பாடம் எடுக்கவும் மறுத்துவிட்டார்.

மறுபடியும் தயாரிப்பு தொடங்கிய நாள் குருவின் முகத்தில் கலவரம் மறைந்து, சாந்தம் வெளிப்பட்டிருந்தது. நான் ஒரு பட்சி செய்வது போல வாயைத் திறந்தேன்.

‘குருவே, எனக்கு ஒரு ஐயம்?’

‘கேளுங்கோ, உங்களுக்கு உடம்பு முழுக்க ஐயம்தானே’ என்றார்.

‘பெரிய ட்ரக் வந்தால் அவைக்கு முன்னுரிமை கொடுக்க வேண்டும்?’

‘ஓம்.’

‘ஒரு பாதசாரி வந்தால் அவருக்கு முன்னுரிமை கொடுக்க வேண்டும்?’

‘ஓம்.’

‘ஒரு சைக்கிள் வந்தால் அவருக்கு முழு ரோட்டையும் கொடுக்க வேண்டும்?’

‘ஓம்.’

‘ஒரு மோட்டார் சைக்கிளுக்கும் முழு ரோட்டும் கொடுக்க வேண்டும்?’

‘ஓம்.’

‘ஒரு பஸ் வந்தால் அவர் வளைத்து எடுத்துப்போக முன்னுரிமை கொடுக்க வேண்டும்?’

‘ஓம்.’

‘அதுவும் பள்ளிக்கூட பஸ் என்றால் அது நிற்கும்போதுகூட பின்னால் 20 அடிதூரம் தள்ளித்தான் காரை நிறுத்தவேண்டும்?’

‘ஓம்.’

‘அம்புலன்ஸ், பொலீஸ், இன்னும் அவசர வாகனங்கள் வந்தால் ஒதுங்கி கரையில் நிற்கவேண்டும்?’

‘ஓம்.’

‘அப்ப ஏன் மினக்கெட்டு நான் கார் பழகிறன்?’

‘அதுதான் எனக்கும் தெரியவில்லை. உங்களுக்காக 72 பஸ் ரூட்கள் இங்க வைத்திருக்கிறான்கள்.’

நான் சொண்டுகளை மடித்து வாயை மூடினேன்; புத்திசாலித்தனம் ஒழுகாமல் பார்த்துக்கொண்டேன்.

என்னுடைய பரீட்சை தினம் நெருங்கியது. நான் இப்பொழுது சிக்னல் விளக்குகளுக்கிடையில் மூச்சுவிடப் பழகிவிட்டேன். இடது பக்கத் திருப்பம், வலது பக்கத் திருப்பம், வீதி மாறுவது எல்லாம் எனக்கு தண்ணீர் பட்ட பாடு.

'நிற்பதுவே, எடுப்பதுவே, ஓடுவதுவே.' இதுவே என் சிந்தனை.

ஒரு சிறு ஒழுங்கை வழியாக குரு என்னை ஓட்டச்சொன்னார். *STOP* குறியீடு வந்தது. நிதானமாக நின்று குரு சொல்லித் தந்தபடி 'ஒன்று, இரண்டு, மூன்று' என்று எண்ணி பிறகு காரை எடுத்தேன். அடுத்த *STOP*ல் பாதை ஓவென்று வெறுமையாக இருந்தது. ஒரு குருவியும் இல்லை. ரோட்டை பார்க்க வாய் ஊறியது. அப்படியே நிற்காமல் எடுத்து விட்டேன்.

'என்ன அண்ணை, சோதனை வருகுது, நீங்கள் *STOP* சைனில் நிற்காமல் இப்படி எடுக்கிறியள்?' என்றார் எரிச்சலுடன். 'இல்லை, குருவே! ஒன்று, இரண்டு, மூன்று என்று சொல்லித்தான் எடுத்தேன். கொஞ்சம் கெதியாய் எண்ணிப் போட்டன். 'பரீட்சைக்கு இன்னும் ஒரேயொரு நாள்தான் இருந்தது. குருவுக்கு என் சாரதியத்தில் நம்பிக்கை கிடையாது. எனக்கும்தான். அன்றுவரை சொல்லித் தந்த விதிகள் எல்லாவற்றையும் குரு இன்னொரு முறை ஒத்திகை பார்த்தார்.

கார் வேகமாகப் போய்க்கொண்டிருந்தது. ஓட்டு வளையத்தை என்னுடைய கை இறுக்கிப் பிடித்தபடியிருந்தது.

குரு கத்தினார். 'ஒழுங்கையை மாத்துங்கோ, இடது பக்கம் திரும்ப வேணும். இடது பக்கம்.'

'எந்த இடது பக்கம்? எந்த இடது பக்கம்?'

'வலது பக்கத்துக்கு எதிர்ப் பக்கம்.'

ஒரு விபத்து தவிர்க்கப்பட்டது. அன்று காருக்கு சிறிய காயந்தான். கடைசியில் சோதனை தினம் வந்தது. எனக்கு வாய்த்த பரீட்சைக்காரர் ஒரு வெள்ளைக்காரர். என் பரீட்சைத்

தாளை அட்டையில் செருகிக்கொண்டு, தன் அங்கங்களை அநாவசியமாகத் தொந்திரவுபடுத்தக்கூடாது என்பதுபோல மெதுவாக நடந்துவந்தார். காரிலே ஏறியிருந்து கட்டளைகளைக் கொடுத்தார். அதே சமயம் அவருடைய கடைசி சாப்பாட்டின் மிச்சங்களை நாக்கினால் துளாவித் தேடினார்.

என் குருவுடன் போகும்போது செய்த அத்தனை தவறுகளையும் அன்று செய்தேன். போதாததற்கு ஒரு புதுவிதமான பிழையையும் நானாகவே கண்டுபிடித்து அதையும் குறைவின்றிச் செய்தேன்.

இடது பக்கம் திரும்புவதற்காக நாற்சந்தியில் நின்றேன். பச்சை விழுந்துவிட்டபடியால் முன்னுக்கு வந்து வசதியான தருணத்திற்காகக் காத்திருந்தேன். மஞ்சள் வந்துவிட்டது. மூச்சைப் பிடித்து காரை எடுத்தேன். ஆண்டவனால் அனுப்பப்பட்டதுபோல அந்த நேரம் பார்த்துப் பாதசாரி ஒருத்தர் சாவதானமாக ரோட்டை கடந்தார். அதி வேகத்தில் எதிராக ஒரு காரும் வந்துகொண்டிருந்தது. தவிர்க்க முடியாது. அம்புப் பாய்ச்சலுக்கு சற்றுக் குறைவான வேகத்தில் காரை விட்டேன். பாதசாரியின் பிருட்டத்தை மெதுவாக இறகு தடவுவதுபோல உரசிக்கொண்டு கார் போனது.

பனிக்குளிர் காலங்களில் குளியலறைப் பக்கமே போய் பழக்கமில்லாத அந்த வெள்ளையதிகாரி அப்போதுதான் குளித்தவர்போல தொப்பலாகிவிட்டார்.

எத்தனை தடவை என்னுடைய சோதனை முயற்சி தொடர்ந்தது என்பதை உங்கள் கற்பனைக்கு விட்டுவிடுகிறேன். கடைசியில், விறைக்கும் ஒரு குளிர் கால முன்மதியத்தில், ரோட்டு ஓரங்களில் பனிச்சேறு குவிந்திருக்கும் நல்ல நாளில், பாதசாரிகள் எல்லாம் விடுப்பில் போய்விட்ட ஒரு சுபநேரத்தில், எனக்கு ஓட்டுநர் உரிமம் கிடைத்தது. அதற்குப் பிறகு சில விஷயங்களை நானாகவே கற்றுக்கொண்டேன்.

மோல்களில் ஒரேயொரு 'நிறுத்தும்' இடத்தைக் கண்டு நான் அதை இலக்கு வைத்து ஓட்டிப் போகும்போது யாரோ பதினாறு வயது தேவதை படுவேகத்தில் வந்து பின்பக்கமாக காரை

நுழைத்துவிடுகிறாள். மறுபடியும் மோலை சுற்றவேண்டும். அப்படியான தருணங்களில் இப்போதெல்லாம் கண்மண் தெரியாமல் ஓட்டி இடத்தைப் பிடித்து விடுகிறேன்.

சில 'நிறுத்தும்' இடங்களில் பார்க்கிங் மீட்டர் இருக்கும். அதற்குள் நாலு டொலர் போட்டால் நாலு மணி நேரம் நிற்பாட்டலாம். சில வேளைகளில் மூன்று மணி நேரத்தில் வந்த வேலை முடிந்துவிடும். மீதி ஒரு டொலரை மெசினிலிருந்து எப்படி மீட்பது என்று எனக்குத் தெரியவில்லை. இதை குரு சொல்லித்தர மறந்துவிட்டார்.

நான் கார் ஓட்டுவதற்கு பத்து விரல்களையும் பாவிக்கிறேன். கனடாவில் ஒன்பது விரல்களில்தான் கார் ஓட்டவேண்டும். அப்படித்தான் பலர் செய்கிறார்கள். வலது கையின் நடுவிரலை எதிரே வருபவர்களையும், பின்னுக்கு இருந்து வந்து வேகமாக முன்னேறுபவர்களையும், குறுக்கே மறிப்பவர்களையும் வசை பாடுவதற்காகத் தனியே வைத்திருக்க வேண்டும். என் குரு அதையும் படிப்பிக்கவில்லை.

ஆனால் 'எல்லாம் படிப்பிச்சுத் தருவன்' என்று உத்திரவாதம் கொடுத்த குரு பெரிய பச்சை துரோகம் ஒன்றை எனக்கு செய்துவிட்டார்.

ஸ்டியரிங் வளையத்தில் இருந்து ஒரு மீட்டர் தூரம் பின்னுக்குத் தள்ளப்பட்ட இருக்கையில் சாய்ந்து இருந்துகொண்டு, ரேடியோ முழங்க, ஒரு கையால் செல் போனைப் பிடித்துக்கொண்டு, மறு கையால் நூறு பாகை சூட்டில் நுரை பொங்கித் தள்ளும் 'லாத்தே' கோப்பியை கடுதாசிக் குவளையில் உறிஞ்சியபடி, அதிவேக நெடுஞ்சாலையில் *120* கி.மீ. வேகத்தில் போகும் ரகஸ்யத்தை மட்டும் குரு எனக்குச் சொல்லித் தரவே இல்லை.

4. கனடாவில் சூப்பர் மார்க்கெட்

லூயிஸ் கரோல் என்பவர், 'அலிஸின் அதிசய உலகம்' என்று ஒரு புத்தகம் எழுதியிருக்கிறார். இதை நீங்கள் எல்லோரும் சிறுவயதில் படித்திருப்பீர்கள். அவர் எழுதிய வருடம் 1865. இப்பொழுது அவர் இருந்தால் அப்படி ஒரு புத்தகம் எழுதியிருக்கமாட்டார். ஏனென்றால் ஒரு சுப்பர் மார்க்கட்டிற்குள் நுழைந்ததும் அவருக்கு அப்படி ஓர் அதிசய உலகம் கிடைத்துவிடும்.

இந்த உலகத்தில் நான் என் முழு நாளையும் செலவழிக்கச் சம்மதிப்பேன். இது எனக்கு இரண்டாவது வீடு. எந்த நேரமும் எங்கள் வரவை எதிர்பார்க்கும் சூப்பர் மார்க்கெட்டுக்குள் சில பேர் வாரத்துக்கு ஒரு முறை மட்டுமே வருகிறார்கள் என்று படித்தேன். இதை நம்ப முடிகிறதா? நான் முதல் நாள் இங்கே வந்தபோது அதிசயித்த மாதிரியே இன்றும் அதிசயிக்கிறேன். நான் பிறக்கும்போதே இப்படிப் பிறந்தவனல்ல. அப்படி மாற்றப்பட்டவன். வேடர்கள் தானாக உருவாவதில்லை; மான்களே அவர்களை உருவாக்குகின்றன, அல்லவா?

ஒரு தாய் தள்ளுவண்டியைத் தள்ளினாள். அவளுடைய மூன்று வயதுக் குழந்தை ஒன்று வண்டியில் கால்களை மாட்டி தலைகீழாகத் தொங்கிக்கொண்டு சிரித்தது. அதன் கைகள்

தரையைத் தொட்டன. தலை ஒரு பந்துபோல கைகளுக்கு இடையில் தொங்கியது. சிறிது நேரத்தில் அதற்கு அலுப்புத் தட்டிவிட்டது. தள்ளுவண்டியில் தொங்கியபடி ஒவ்வொரு சாமானாகத் தரையில் இழுத்துப் போட்டது. வண்டியை சிரத்தையாகத் தள்ளியபடி தாய் பேசாமல் வந்தாள். சுப்பர் மார்க்கட்காரர்களும் ஒன்றுமே சொல்லவில்லை. *Free Country* என்று சொல்வதன் ஒரு நுனி அன்று எனக்குப் புரிந்தது.

இன்னொரு தள்ளுவண்டியை வேகமாகத் தள்ளியபடி ஓர் இளம் பெண் சென்றாள். மிகப் பழசாகிப்போன திருமண ஆடையில், பாதி ஒப்பனையில் எழும்பி நேராக வந்தவள்போலக் காட்சியளித்தாள். அவள் கையில் ஒரு லிஸ்ட் இருந்தது. அந்தப் பட்டியலை சூப்பர் மார்க்கெட் நடைவழி ஒழுங்கின்படி தயாரித்திருந்தாள் போலும். வேகமாகப் போகும் வழியிலேயே அவளுக்கு எந்த இடத்தில் எந்தப் பொருள் இருக்கிறது என்பது தெரிந்தது. வலது கையால் வண்டியைத் தள்ளியபடியே, இடது கையால் பூப்பறிப்பது போன்ற லாகவத்துடன் சாமான்களைப் பறித்து வண்டியை நிரப்பினாள். கடைசி நடைவழியைக் கடந்தபோது வண்டியும் நிறைந்தது. லிஸ்டும் முடிந்தது. திறமையான பெண்.

எந்த சுப்பர் மார்க்கட்டிலும் சில வசதிகள் நிச்சயம் இருக்கும். எட்டுக்கும் குறைந்த பொருள்கள் வாங்கினால் ஒரு வரிசை; 16 க்கும் குறையவென்றால் இன்னொரு வரிசை; நிறைந்தவர்களுக்கு வேறு வரிசை. வயது குறைந்தவர்களுக்கு ஒன்று. வாடிக்கையாளர்கள் வசதி கருதி இப்படிப் பல வரிசைகள் இருந்தாலும் நான் எச்சரிக்கையாகவே இருப்பேன். உதாரணமாக ஒன்பது பால் பாக்கட்டுகள் வாங்கினால் நான் எந்த வரிசையில் நிற்பது. காசாளர் ஒருமுறைதானே மெசினில் பதிவு செய்கிறார். இரண்டு ராத்தல் தக்காளி மட்டுமே வாங்கினேன், ஆனால் அதில் பத்துப் பழங்கள் இருக்கின்றன. இப்படியான குழப்பத்தில் எங்கே நிற்பது?

'வாடிக்கையாளர் சேவை' என்று ஒரு பகுதி இருக்கிறது. உங்கள் கேள்விகளை எல்லாம் இங்கே சமர்ப்பிக்கலாம். எனக்கு முன்

ஒரு சீனாக்காரர் நின்றுகொண்டிருந்தார். அவரிடம் கீழ்ப்படியும் குணம் தேவைக்கு அதிகமாக இருந்தது. அவர் முறை வந்ததும் மெல்லிய குரலில் தனக்கு நோய் கண்டிருப்பதாகவும், அதைக் குணப்படுத்த டின்னிலே அடைத்து விற்கும் வெள்ளாட்டுக் கர்ப்பப்பை கிடைக்குமா என்றும் கேட்டார். அந்தப் பெண் அதற்குப் பதிலாக இன்னும் மெல்லிய குரலில் ஏதோ கூறினாள்.

எனக்குப் பின்னால் ஒரு ஆப்பிரிக்கர் நின்றுகொண்டிருந்தார். உடல் பாரத்தை இரண்டு கால்களுக்கும் சரிசமமாகப் பிரிக்காமல் மாறி மாறி நின்று அவஸ்தைப்பட்டார். இவர் காண்டாமிருகத்தின் கொம்புக்காக நிற்கலாம் என்று பட்டது.

என் முறை வந்தது. அந்தப் பெண் தன் இடது பக்க மார்பில் ஜெனிஃபர் என்று பெயர் எழுதி வைத்திருந்தாள். (வலது பக்கத்து பேர் எங்கள் ஊகத்துக்கு விடப்பட்டிருந்தது). கோடுகள் அடித்த தலைமயிர். நீட்டிய சதுர நகங்கள். முற்றுப்புள்ளி இல்லாத வசனம்போல முடிவேயில்லாத கண்கள்.

'என் மனைவி அபூர்வமான ஒரு புடிங் செய்கிறாள். அதற்கு சஸ்கற் சுவான் இந்தியர்கள் அறுவடை செய்த காட்டு அரிசி ஒரு பாக்கட் வேண்டும். அது இல்லாமல் வீட்டுக்குப் போகமுடியாது. உதவி செய்ய முடியுமா' என்றேன். 'வீட்டுக்குப் போக உதவ முடியாது. ஆனால் சுப்பர் மார்க்கட்டை விட்டு வெளியே போக உதவமுடியும்' என்றாள். இப்பொழுது அவள் சிரிப்பு சிவப்பாக மாறிவிட்டது. நான் கேட்ட பொருள் இருக்கும் திசையைக் காற்றிலே வரைந்து காட்டினாள்.

தள்ளுவண்டியிலே சாமான்கள் நிறைந்த பிறகு எந்த வரிசையில் நிற்பது என்று பலர் குழம்புவது எனக்குத் தெரியும். இதற்குச் சில சிம்பிள் விதிகள் இருக்கின்றன. எந்த வரிசை நீளம் குறைந்தது என்று பார்த்து நிற்கக்கூடாது. அது அனுபவக் குறைவைக் காட்டும். உங்களுக்கு முன்னால் நிற்பவர் வண்டிகளிலே என்ன இருக்கிறது. பக்கட்டுகளும், டின் உணவு வகைகளும், போத்தல் சாமான்களும் என்றால் அது விரைவில் முடியக்கூடிய வண்டி. மாறாக பழங்களும், மரக்கறிகளுமாக இருந்தால் அவை நிறுக்கப்பட்டு விலை பதியப்பட வேண்டும். நேரம் பிடிக்கும்.

காசாளரிடம் ஞாபகசக்தி பற்றாக்குறை இருப்பின் ஆபத்து.

இன்னொன்று. காசாளரை ஒருமுறை பார்க்கவும். சுறுசுறுப்பான இளவயதுப் பெண்ணாக, கையிலே திறப்பு வளையம் மாட்டியபடி, தலைமுடியிலே பேனாவைக் குத்திக்கொண்டு, ஒரு சிறு விலங்கின் துரிதமான பார்வையுடன் இருந்தால் அந்த வரிசை உத்தமமானது. அதையே தேர்வு செய்யவும். ஒவ்வொரு வண்டியையும் அவள் அதிவேகமாகத் தீர்த்து வைப்பாள்.

என் முறை வந்ததும் வியாபார முறுவலுடன் ‘இன்றைக்கு நாள் எப்படி?’ என்று கரிசனையாக வினவினாள்.

‘இதுவரைக்கும் நல்ல நாளே! பில் தொகையே மீதி நாளைத் தீர்மானிக்கும்’ என்றேன். அவள் இரண்டு வழுவழுவென்ற புஜங்களையும் ஒரு இன்ச் மேலே தூக்கி அசைத்தாள்.

நான் பொருள்களைத் தூக்கி ஓடும் பெல்ட்டிலே வைத்தேன். பக்கட்டுகள் பட்டாள வீரர்கள்போல நின்ற நிலையிலே போயின; போத்தல்கள் உருண்டன, டின் உணவு வகைகள் துள்ளிக்கொண்டு நகர்ந்தன. அவளுடைய திறமையான விரல்கள் மெசினில் வேகமாக விளையாடத் தொடங்கின. லாகவமாக சாமான்களைத் தூக்கி மந்திரக் கோடுகளைக் காட்டியதும், மின் கண்கள் அவற்றை நொடியில் கிரகித்து விலைகளைப் பதிவு செய்தன. ஒவ்வொரு பொருளும் டிங் என்ற தாளகதியுடன் ஒலி எழுப்பி மறுபக்கம் போய்ச் சேர்ந்தது. அந்த அசைவுகள் பேர் போன ரஷ்ய நடனம் போல ஓர் ஒயிலுடன் நடந்தேறின.

தள்ளுவண்டியிலே சாமான்கள் முடியும் தறுவாயில் என் மனைவி ஏதோ நினைத்துக்கொண்டு மறுபடியும் உள்ளே ஓடினாள். இது வழக்கமாக நடப்பதுதான். நேரம் நகர்ந்தது; வரிசை நகரவில்லை. என் பின்னால் நின்றவர்கள் ஒரு காலால் மற்ற காலை உரசத் தொடங்கிவிட்டார்கள்.

இறுதியாக ஒலிம்பிக் ஜோதியைப்போல உப்பு பக்கட்டை தூக்கியபடி ஓடி வந்தாள். டென்னிஸ் போட்டியில் காணும் தலைகள்போல எல்லாம் ஒரே சமயத்தில் திரும்பி என் மனைவியை நோக்கின.

சாமான்களை காரில் ஏற்றுவதிலும் சில முறைகள் இருக்கின்றன. சூப்பர் மார்க்கெட்காரர்கள் தாங்களாகவே கொண்டுவந்து காரில் ஏற்றிவிடுவார்கள். மிகவும் வசதியான ஏற்பாடு. ஆனால் பொருள்கள் எல்லாம் வந்து சேர்ந்தனவா? யூனிகோ தக்காளி துண்டங்கள் மூன்று டின்கள் வாங்கினோமே, அவை எல்லாம் வந்தனவா என்று மனம் வீடு போய்ச் சேரும் வரைக்கும் அடித்துக்கொண்டிருக்கும். ஆனால் நாங்களாக ஏற்றுவதில் சில அனுகூலங்களும், ஆபத்துக்களும் உள்ளன. தள்ளுவண்டியை ரோமாபுரி மன்னர்கள் போட்ட கல்லுப்பாதை போன்ற வீதியில் தள்ளிக்கொண்டு கார் தரிப்பிடத்துக்குப் போக வேண்டும். உங்கள் கைகள் இன்னும் முறிந்து கீழே விழாமல் இருக்கும் பட்சத்தில், ‘சனிக்கிழமை ரொறொன்ரோ ஸ்டார்’ போல கனம் கனக்கும் சாமான்களை ஒவ்வொன்றாகத் தூக்கி காரிலே ஏற்ற வேண்டும். இதற்கு கெட்டியான ஆயுளும், குறைவுபடாத உடல் பலமும் அவசியம்.

பொருள்கள் தெரிவு செய்யும்போது அவற்றின் கால வரம்புகளைப் பார்க்க வேண்டும். இவை சாமான்களில் குறிப்பிடப்பட்டிருக்கும். இது சட்டம். சிலதில் முடிவு தேதி ‘30 ஜூன் 2002’ என்று துல்லியமாக எழுதியிருக்கும். அது எப்படி? ஒரு நாள் முன்பு கூட ஆரோக்கியமாக இருக்கும் உணவு ஓர் இரவு முடிவதற்கிடையில் பாவனைக்கு மீறியதாக மாறிவிடும். இன்னும் சில ‘30 ஜூன் 2002க்கு முன் உத்தமம்’ என்று எழுதியிருக்கும். அதாவது அதற்குப் பிறகும் பாவிக்கலாம். உங்கள் ரசனையையும், ஆரோக்கியத்தையும், பணபலத்தையும் பொறுத்தது. சில ‘30 ஜூன் 2002க்கு முன் பாவிக்கவும்’ என்று திட்டவட்டமாக இடித்துச் சொல்லும். வைன் வாங்கும்போது மட்டும் முடிவு தேதி தேட வேண்டாம். அவற்றுக்கு முடிவு இல்லை. இன்னும் சொல்லப்போனால் நாள் போகப் போகத்தான் அவற்றின் சுவை விசேஷம் அதிகரிக்கும் என்று சொல்கிறார்கள்.

ஊனமுற்றவர்களுக்கு என்று சக்கர நாற்காலி படம் கீறி வைத்த வரிசை ஒன்று இருக்கிறது. இது மிகவும் வேகமான பாதை.

இரண்டு நாள் சிறுநீர் கழிக்காததுபோல முழங்கால்கள் ஒட்ட, கால்களை வாத்துப்போல வைத்துக்கொண்டு, இந்த வரிசையில் மாறுவேடமாகப் புகுந்து விரைவில் வெளிவந்துவிடலாம். ஆனால் இந்தத் தந்திரத்தை ஒரு நாளைக்கு இரண்டு தடவைக்கு மேலே செய்யக்கூடாது.

என்னிடம் இருக்கும் செல்போன் மணி அடிக்காது; அதிர்வு கொடுக்கும். நான் அதை என்னுடைய இடது கால் சட்டைப் பைக்குள் வைத்திருப்பேன். ஒன்றரைப் பக்க லிஸ்டில் உள்ள சாமான்களை ஒன்றுவிடாமல் ஏற்றிக்கொண்டு வந்து வாகனத்தை வீட்டு கார் பாதையில் திருப்பும்போது ஓர் அதிர்வு வந்தது. கேட்பதற்கு உபயோகிக்கும் அங்கங்களுக்கு வெகு தூரத்திலும், இன்னும் மிகவும் வேண்டிய ஒரு அங்கத்துக்கு அண்மையிலும் இந்த அதிர்வு ஏற்பட்டது. அந்த செல்போனை அப்போது தொடக்கூடாது. மனைவியிடம் இருந்துதான் அழைப்பு வந்திருக்கும். வேறு என்ன? கொழுப்பு நீக்கிய, கடைந்து கட்டப்பட்ட, லக்ரோஸ் அகற்றிய 1% பால் பக்கட் ஒன்று வாங்கி வரச் சொல்வாள்.

இன்னும் ஒரு விதி இருக்கிறது. உங்கள் உடம்பில் இருந்து உயிர் பிரியும் ஆபத்து இருந்தாலும் 'இரண்டு சாமான்கள் மட்டும் வாங்குவதற்காக' ஒரு சூப்பர் மார்க்கெட்டுக்குள் பிரவேசிக்கக்கூடாது. அவசரமாக உள்ளே நுழைகிறீர்கள். உங்கள் கண்ணிலே முதலில் படுவது தோல் நீக்கிய வெள்ளை உருண்டைக் கிழங்கு டின்கள். இரண்டு வாங்கினால் ஒரு சுத்தியல் இலவசம். வாங்கிவிடுகிறீர்கள். அடுத்து உங்கள் கண்கள் அகலமாக விரிகின்றன. உப்புநீரில் மிதக்கவிட்ட சாம்பினோன் முழுக் காளான்கள், நாலு டின்களின் விலை ஒரு டொலர்தான். நம்பமுடிகிறதா? வாங்கிவிடுகிறீர்கள். அட , இதைப் பாருங்கள். கதவு கிறீச்சிடும் சத்தத்தை நிறுத்தும் எண்ணெய் டின். ஒன்று வாங்கினால் ஒன்று இலவசம். உங்கள் வீட்டில் ஒன்பது கதவுகள் காவல் செய்கின்றன. ஆனால் ஒரேயொரு கதவு மட்டும் கிறீச்சிடுகிறது. மற்றவையும் சீக்கிரத்தில் கிறீச்சிடும் என்ற நம்பிக்கை. வாங்கிவிடுகிறீர்கள். இனிமேல் இருபது

வருடங்களுக்கு அந்தக் கவலை இல்லை. நீங்கள் பல காலமாகத் தேடிவரும் குளிர் காலத்து மூங்கில் குருத்து. அவற்றிலே இரண்டு வாங்கிவிடுகிறீர்கள். இடதுகைக்காரர் பாவிக்கும் கத்தரிக்கோல். ஐம்பது வீதம் தள்ளுபடி. இப்படியான சந்தர்ப்பம் இனிமேல் வராது. வாங்கிவிடுகிறீர்கள். இடதுகைக்காரருக்கு பிறந்தநாள் பரிசாகக் கொடுக்கலாம். யாராவது அகப்படுவார்கள். வண்டி நிறைந்துவிடுகிறது.

வீடு வந்து சேர்ந்ததும் உங்கள் மனைவி முதலில் கேட்பது, 'துணிகள் மிருதுவாக்கும் சினகிள் பக்கட் எங்கே?' என்றுதான். அப்பொழுதுதான் உங்களுக்கு ஞாபகம் வருகிறது நீங்கள் சுப்பர் மார்க்கட் போனது அதை வாங்குவதற்குத்தான் என்று.

இன்னொரு ரகஸ்யம். நீல்சன் சந்திப்பில் உள்ள சுப்பர் மார்க்கட்டில் காலை 10 – 12 மணிவரை இலவசமான சாம்பிள்கள் உண்பதற்காகத் தருவார்கள். உங்கள் வாங்கும் திறமையை ஊக்கப்படுத்துவதுதான் நோக்கம். அன்று அறுபது நாட்கள் மூப்பாக்கிய உயர்ரக வெண்ணெய்க் கட்டிகள் கிடைத்தன. பல விதமான ருசிகளை பரீட்சித்துப் பார்க்கலாம்.

சுற்றுலா தொடர்ந்தது. தமிழ் நாட்டில் ஆற்றின் பெயர்கள் இடத்துக்கு இடம் மாறுவதுபோல இங்கே கனடாவிலும் மக்கோவன் ரோடு திடீரென்று தன் பெயரை டான் ஃபோர்த் என்று மாற்றிக்கொண்டது. கென்னடி சந்திப்பில் இருக்கும் சூப்பர் மார்க்கெட்டில் மேப்பிள் சிரப்பும், ரொட்டியும் கொடுத்தார்கள். இலவச சாம்பிள்தான்.

இதே டான்ஃபோர்த் இன்னும் சிறிது தூரம் சென்றதும் தன் பெயரை புளோர் என்று மாற்றிக்கொண்டது. பேவியூ சந்திப்பில் உள்ள சூப்பர் மார்க்கெட்டில் ஒலிவ் எண்ணெயும், வினிகரும் சேர்ந்த கலவையில் தொட்டுச் சாப்பிடுவதற்கு மிளகு ரொட்டி கொடுத்தார்கள். அதன் ருசி உலகை மறக்க வைக்கும். அதுவும் இலவசம். இவை எல்லாவற்றையும் இரண்டு மணி நேர இடைவெளியில் ஒரு கை பார்த்துவிட்டது மிகவும் திருப்தியைக் கொடுத்தது. இனி வீடு திரும்பவேண்டியதுதான் மிச்சம்.

வெளியே ஒளி சிந்தும் பனித்துகள்கள் மெதுவாகக் கொட்டின. நாலு கண்ணாடிகளையும் மேலே ஏற்றி காற்றை கதகதப்பாக வைத்தேன். என்னை மேலும் சந்தோசப்படுத்த மெல்லிய விசில் அடித்தேன்.

அப்பொழுதுதான் பார்த்தேன். எரிபொருள் இருப்பை காட்டும் முள் *E*யிலே தொட்டுத் தொட்டு மீண்டது. வயிறு பகீரென்றது. காலையில் கிளம்பும்போது அரை ராங் இருந்ததே. எதிர் வந்த எரிபொருள் நிலையத்திற்குள் காரை திருப்பப் பார்த்தேன். ஆனால் லிட்டர் விலை 72.0 என்று குறிப்பிட்டிருந்தது. அதிகம். வரும்போது எங்கோ 68.0 என்று போட்டிருந்தது ஞாபகத்துக்கு வந்தது.

சுவாசம் வேகமாக வந்தது. இருக்கும் காற்றையும் விசில் அடித்துச் செலவழித்துவிட்டேன். அடுத்து வந்த நிலையத்தில் விலை 74.5 என்று எழுதியிருந்தது. மிக மிக அதிகம். காரை திருப்பாமல் நேரே விட்டேன். எந்த நேரமும் பெற்றோல் தீர்ந்துவிடும் அபாயம் நெருங்கியது. முள் இப்போது *E* யை அணைத்துக்கொண்டு நின்றது. வேகம், வேகம். பெற்றோல் முடிவதற்கிடையில் ஒரு நிலையத்தைக் கண்டுபிடித்துவிடலாம். அப்படி ஒரு நம்பிக்கை. கண்டுபிடிப்பேன்.

தினமும் ஒவ்வொரு சுப்பர் மார்க்கட்டாகப் போகிறேன். காலை, மதியம், மாலை, இரவு என்ற வித்தியாசமே இல்லாமல். நான் வாங்கி சேகரிக்க மறந்தவற்றைத் தேடுகிறேன்.

'உன்னுடைய மேலங்கியைக் கொளுவி வைக்க ஒரு கொளுக்கி எங்கோ இருக்கிறது. அதைக் கண்டுபிடிக்கும்வரை உன் மேலங்கியைக் கழற்றாதே' என்று ஒரு சீன அறிஞர் சொன்னார். சூப்பர் மார்க்கெட்டுகளைத் தேடுவதே என் வேலை. எனக்காகவே அவைகள் 24 மணிநேரம், வாரத்தில் ஏழு நாட்களும் திறந்திருக்கின்றன.

5. கனடாவில் கால்சட்டை வாங்குவது

சமீபத்தில் ஒரு தகவலைப் படித்தேன். காலம் கடந்துபோய் இந்தத் தகவல் எனக்குக் கிடைத்திருக்கிறது. கம்யூனிஸ்ட் கட்சி தலைவர் ப.ஜீவானந்தம் பற்றியது. இந்தப் பெரியவரிடம் காக்கி கலரில் நாலு கட்டை கால்சட்டைகள் இருக்குமாம். இதையே அவர் மாறி மாறி அணிவார். பயணத்துக்கு வசதியானது. பெட்டி நிறைய உடுப்புகள் அடுக்கத் தேவையில்லை. ரயிலிலோ, பஸ்ஸிலோ தொற்றி ஏறிவிடலாம். முதல் நாள் இரவு தோய்த்தால் அடுத்த நாள் காலை காய்ந்துவிடும். பெட்டி போடும் அவசியமே இல்லை. மிகவும் சௌகரியமான இந்த ஏற்பாடுகளை வாழ்நாள் முழுக்க அவர் கடைப்பிடித்தாராம்.

ஆனால் அவருடைய சீடர்கள் இந்த அருமையான வழியைப் பின்பற்றவில்லை. எனக்கும் இது முன்பே தெரிந்திருக்கவில்லை. தெரிந்திருந்தால் இந்த உத்தியைப் பின்பற்றிப் பெரும் பணச்செலவையும், நேரச் செலவையும், உடல் செலவையும் என்னால் தவிர்த்திருக்க முடியும்.

கடைகளில் அலைந்து கால்சட்டை வாங்கும் தண்டனை எனக்கு சிறுவயதில் ஏற்பட்டது கிடையாது. எனக்கு மேலே நாலு அண்ணன்மார்கள். மூத்தவர் போட்டது அவருக்கு

அளவு குறைந்ததும் இளையவருக்குக் கிடைக்கும். அவருக்கும் இறுக்கத் தொடங்கியவுடன் அடுத்தவருக்கு வரும். இப்படியாக படிப்படியாக இறங்கி என்னிடம் வந்து சேரும். அப்பவும் அது உறுதியாகவும், பொக்கட்டுகளில் ஓட்டை விழாமலும், இடுப்பு சைஸ் கொஞ்சம் பெரிசாகவும் இருக்கும். இடது கையாலோ, வலது கையாலோ சட்டை கீழே விழாமல் இழுத்துப் பாது காத்தபடி நான் என் வேலைகளைச் செய்யப் பழகியிருந்தேன்.

அந்த நாட்களில், தீபாவளி சமீபிக்கும்போது இனிமேல் இல்லையென்ற ஓர் ஏழைத் தையல்காரன் எங்கள் வீட்டுக்கு கால்சட்டை அளவெடுக்க வருவான். நாங்கள் ஏழு பேர் வரிசையாக அளவு கொடுக்க நிற்போம். வாழ்நாளில் ஒருமுறை சரியான அளவில், நாரியில் இறுக்கிப் பிடித்து தானாகவே நிற்கும் கால்சட்டை போடலாம் என்பது ஆசை. ஆனால் ஐயாவுக்கு நாங்கள் மனதிலே நினைப்பது எப்படியோ தெரிந்துவிடும். டெய்லரிடம் 'ஒரு இரண்டு இன்ச் விட்டுத் தையப்பா. இவங்க காலம்பற ஒரு சைஸ், இரவு ஒரு சைஸ்' என்று சொல்லிவிடுவார். அதாவது நாங்கள் அவ்வளவு வேகமாக வளர்கிறோமாம். எப்படியோ பெருத்து டெய்லர் உத்தேசித்த சைஸை பிடித்துவிடுவோம் என்பதில் ஐயாவுக்கு நம்பிக்கை.

தீபாவளிக்கு முதல் நாள் இரவு என்னுடைய இருதயம் வெளியே வரத் துடிப்பதுபோல வேகமாக அடிக்கும். அன்று தையல்காரன் தைத்த உடுப்புகளைக் கொண்டுவரும் தினம். இவன் தொழில்நுட்பத்தின் உச்சத்தைத் தொட்டுவிட்டவன் என்று சொல்லமுடியாது. இவன் எடுத்துவரும் கால்சட்டையைக்கூட நாங்கள் கட்டி முடிந்துதான் போடுவோம். கடைசிவரை அதன் பருமனையோ, நீளத்தையோ எங்களால் நிரப்ப முடியாது. அந்த சைஸை குறிவைத்து நாங்கள் பெருக்கு முன்பாக கால் சட்டை கிழிந்துபோய்விடும். இப்படி கால்சட்டை அளவுகள் நெடுங்காலமாக எனக்கு பெரும் பிரச்சினையாகவே இருந்திருக்கின்றன. கனடா வந்தபோது இவை தீர்ந்துவிடும் என்று நம்பினேன். மாறாக இன்னும்

பெரிதான பிரச்சினைகள் கிளம்பின. பலர் எனக்குத் தந்த எச்சரிக்கைகளில் முதன்மையானது பால் சாப்பிடுமுன் கவனமாக இருக்கவேண்டும் என்பது. எங்கள் ஊர் மாடுகளில் கறக்கும் பால் தண்ணீராக இருக்கும். பால்காரன் வேறு எங்கள் ஆரோக்கியத்தை உத்தேசித்து பாலை இன்னும் மெல்லிசாக ஆக்கிவிடுவான். இங்கு கறவை மாடுகள் கட்டிப் பாலையே உற்பத்தி செய்யும். கொழுப்பு தளும்பும். இந்தப் பால் உடம்பில் சேர்ந்ததும் உங்கள் சிங்கார நாரி அளவு சீமைக்கிளுவை போல கொழுத்துவிடும். அதனால் மாற்றி மாற்றி கால்சட்டை வாங்குவதற்காக கடைகளுக்குச்செல்ல நேரிடும். கனடாவின் கடைகளில் உங்களுக்கு நீண்ட கால்சட்டை வாங்க வேண்டுமென்றால் அதற்குத் தனியாக அரைநாள் ஒதுக்க வேண்டும். காரணம் ஒவ்வொரு கடையாக ஏறி இறங்கி காற்சட்டைகளைப் போட்டு அளவு பார்க்க வேண்டும். அது நேரத்தை வீணாக்கும் பெரிய வேலை. நாரி சைஸ் பொருந்தினால் கால் நீளம் சரி வராது. கால் நீளம் சரி என்றால் நாரி சைஸ் சரிவராது. கனடியர்களையே மனதில் வைத்து இவை உருவாக்கப்படுவதால் உங்கள் உடம்பு அளவுகள் வேகமாக அகப்படுவதில்லை.

அபூர்வமாக இரண்டு அளவுகளும் அமைந்து வந்தால், கால் சட்டையின் நிறம் ஒத்துக்கொள்ளாது. அல்லது ஸ்டைல் சரியாக இருக்காது. முழங்காலில், கணுக்காலில், பின்னுக்கு, பக்கத்தில் என்று ஒன்பது பாக்கெட்டுகள் வைத்த கால்சட்டையாக இருக்கும். ஒன்பது பாக்கெட்டுகளுக்கும் சாமான்கள் சேகரித்த பின்னரே அப்படியான ஒரு கால்சட்டையை நீங்கள் தேர்வு செய்யலாம்.

இதில் இன்னொரு சங்கடமும் இருக்கிறது. கால் சட்டை இடுப்பு அளவு ஒற்றைப் படையாக இருக்காது. உங்கள் இடை அளவு 31 அங்குலமாகவோ, 33 அங்குலமாகவோ இருந்தால் நீங்கள் துரதிர்ஷ்டசாலி. உங்கள் நாரியளவு இரட்டைப்படையாகக் கூடவேண்டும் என்று கனடிய அரசாங்கம் எதிர்பார்க்கிறது. 30 இன்ச், 32 இன்ச், 34 இன்ச் அப்படி நீங்கள் வளரவேண்டும்

என்பது சட்டம். இது எப்படி கனடியர்களுக்கு மட்டும் சாத்தியமாகிறதோ எனக்குத் தெரியாது. இந்த நிலவரத்தில் என்னுடைய சைஸ் 33 1/2. அதாவது 33 சைஸுக்கே நான் இந்தப் பாடு படவேண்டி இருக்கிறது. இந்தக் கோலத்தில் இன்னும் அரை அங்குலத்துக்கு எங்கே போவது. அது எப்படி அனைத்து கனடியர்களும் தங்கள் நாரிகளை இரண்டு இரண்டு இன்சு களாக வளர்க்கிறார்கள். இந்த மர்மத்தை நான் எப்படியும் விடுவிக்க வேண்டும்.

இரண்டு பக்கத்திலும் நிறைய கடைகள் இருந்தன. சில கடைகள் ஆண்களுக்கு மட்டுமேயானவை. நல்ல ஒரு கடவுளுக்கு வாகனமாகும் தகுதி படைத்த மூஸ் என்னும் பெரு விலங்கு கடை வாசலில் நிறுத்தி வைக்கப்பட்டிருந்தது. அங்கு ஆடைகளை விற்பதற்கு முறையாக சிங்காரம் செய்த, தங்கள் பெயர்களை மார்பிலே அணிந்த, இளம் பெண்கள் ஆர்வமாக இருந்தனர். உலகத்தில் உள்ள அத்தனை கலர்களிலும், அத்தனை டிசைன்களிலும், அத்தனை நீளங்களிலும், அகலங்களிலும், பளபளக்கும் கால்சட்டைகள் தங்கள் தங்களுக்கு விதித்த கொளுவிகளில் தொங்கியபடி காத்துக்கிடந்தன. அவற்றில் ஒன்றுகூட என் இடைக்கோ, உயரத்துக்கோ, ரசனைக்கோ ஏற்றமாதிரி அகப்படவில்லை.

அந்த விற்பனைப் பெண்ணை எனக்குப் பிடித்துக்கொண்டது. கறுப்பு மஞ்சள் சீருடை அணிந்திருந்தாள். அநாதி காலம் தொட்டு உலகத்துக் கணிதவியலாளர்கள் வட்டத்தில் சதுரம் செய்யவோ, சதுரத்தில் வட்டம் செய்யவோ முயன்று கொண்டிருக்கிறார்கள். இந்தப் பெண் அதை எல்லாம் தூக்கி எறிந்துவிட்டு தன்னுடைய வட்டமான முகத்திலே பல சதுரங்களை அடக்கி வைத்திருந்தாள். சதுரமான நெற்றி, சதுரமான தாடை, சதுரமான கன்னங்கள். மூச்சுக் காற்று தொடும் நெருக்கத்தில், ஏதோ கூச்சப்படவைக்கும் விவகாரத்துக்கு அழைப்பதுபோன்ற குரலில் ‘உங்களுக்கு நான் உதவி செய்யலாமா?’ என்றாள். இவள் ஒரு கிழக்கு ஐரோப்பிய நாட்டில் இருந்து வந்தவளாக இருக்கலாம். வாரத்துக்கு

பத்தாயிரம் ரூபா சம்பளம் வாங்கும் தேநீர் ருசிப்பாளர்போல வார்த்தைகளை நாக்கிலே வைத்து உருட்டி அனுப்பினாள். அங்கே அடுக்கியிருந்த அத்தனை கால்சட்டைகளையும் ஒன்று மாறி ஒன்று எடுத்து எனக்கு முன்னால் விரித்துப் போட்டபடியே இருந்தாள்.

வாசனைத் திரவியம் விற்கும் பகுதியில் இவள் இதற்கு முன் வேலை செய்தவளாக இருக்கவேண்டும். என்னை நோக்கி வர முன்னரும், வந்த பின்னரும், என்னைக் கடந்து போன பிறகும் ஓர் அபூர்வமான, இதற்கு முன் அனுபவித்திராத நறுமணம் அங்கே நிறைந்தது. இவள் உண்டாக்கிய அந்த நறுமணக் கூடாரத்தில் நானும் இவளும் மட்டுமே இருந்தோம். இடது கையில் நாலு சட்டைகளும், வலது கையில் நாலு சட்டைகளும் ஏந்தியபடி ஒரு பறவை செட்டை விரித்து நடப்பதுபோல வந்தாள். ஒரு பரிவாரம் பின்னே தொடரும் அரசனைப்போல நான் நடந்து சென்று உடுப்புகள் அளவு பார்க்கும் அறைக்குள் நுழைந்துகொண்டேன். அங்கே ஏற்கனவே நிலத்தில் இன்னொருவர் சரிபார்த்து விட்டுப்போன ஆடைகளை அகற்றி அந்த இடத்தில் என்னை நிற்க வைத்தாள். பிறகு கதவை சாத்திக்கொண்டு போனாள். கால்சட்டையை ஒவ்வொன்றாக மாட்டிப் பார்த்தேன். ஒன்றுமே சரிவரவில்லை. 33 1/2 இடுப்புக்கு கனடாவில் உடுப்பு செய்ய மாட்டார்கள்.

இரண்டு கிழமையாக அந்தப் பெண்ணுடைய முகம் என்னை என்னவோ செய்தது. ஒரு மணித்தியால உழைப்பு வீணாகப் போனதில் அவளுக்குப் பெரிய வருத்தம். முகம் சுருங்கிப் போனது. இந்த துக்கத்தில் என்னுடைய நாரி இன்னும் கொஞ்சம் பெருத்துவிட்டது. கட்டாயம் 34 இன்ச் இருக்கும். இனி பிரச்சினையே கிடையாது. மறுபடியும் ஒரு முயற்சி செய்யலாம் என்று முடிவு செய்தேன்.

நான் திரும்பவும் மூஸ் காவல் நின்ற கடைக்குப் போனபோது கால்சட்டையை எப்படியும் வாங்கிவிடவேண்டும் என்ற தீர்மானத்தில் இருந்தேன். அந்தப் பெண் அதே இடத்தில் அமர்ந்திருந்தாள். என்னைக் கண்டதும் எழும்பி வந்தாள்.

கறுப்பு மஞ்சள் சீருடை. ஆனால் முகத்தைப் பார்த்ததும் அவள் வேறு பெண் என்பது தெரிந்தது. அவள் நடையின் அங்க அசைவுகளும் வித்தியாசமாக இருந்தன. அவளைச் சுற்றி ஒரு நறுமணக் கூடாரம் உண்டாகவில்லை. அவள் வார்த்தைகளை நாவிலே வைத்து ருசி பார்த்து உருட்டிவிடவும் இல்லை. தங்க நிறம் பூசிய அதரங்களை அசைத்து 'உங்களுக்கு நான் உதவி செய்யலாமா?' என்றாள். அந்த வார்த்தைகள் என்னை நோக்கி வந்துகொண்டிருந்தன.

6. கனடாவில் கிணறு

ரொறன்டோ நகரத்தில் செவ்வாய்க்கிழமை பின்னேரங்கள் விநோதமான வடிவுடன் இருக்கும். ஒவ்வொரு வீட்டு முகப்பிலும் கனமான கறுப்பு பொலிதீன் பைகளில் அந்தந்த வீட்டுக் குப்பைகள் நிரப்பப்பட்டு, சிவப்பு நாடாவினால் இறுக்கப்பட்டு காட்சியளிக்கும். ஒரு வீடாவது இந்தச் சடங்கில் இருந்து தவறாது. புதன்கிழமை அதிகாலைகளில் பெரிய குப்பை வண்டிகள் வந்து அவற்றை அப்புறப்படுத்திவிடும். மறுபடியும் வீட்டுக் குப்பைகளை அகற்ற ஒரு வாரம் காத்திருக்கவேண்டிவரும்.

இது இப்படியிருக்க, ஒரு செவ்வாய் இரவு தமிழ்ச் சிறுமி ஒருத்தி காலநேரம் தெரியாது ருதுவாகிவிட்டாள். தமிழ்ச் சம்பிரதாயப்படி பெண்ணை குப்பையின் மேலே இருத்தி உடனே தலைக்குத் தண்ணீர் வார்க்கவேண்டும். செவ்வாய் நடுநிசியில் ரொறன்டோ நகரத்தில் குப்பைக்கு எங்கே போவது? பனிக்குளிரிலே நனைந்து கிடந்த குப்பைப் பைகளைத் திரும்பவும் வீட்டினுள்ளே கொண்டுவந்து பெண்ணைக் குப்பையிலே இருத்தி சடங்கைச் செய்து முடித்தார்களாம். அப்பாடா, கலாச்சாரம் காப்பாற்றப்பட்டுவிட்டது. கனடாவின் ரொறன்டோ மாநகரத்தில் இரண்டு லட்சம் தமிழர்கள்

வாழ்வதாகச் சொல்லுகிறார்கள். இவர்களுடைய கலாச்சார வெளிப்பாடுகள் பிரமிக்க வைப்பவை. இங்கே பலவிதமான கலை மன்றங்கள் இயங்குகின்றன; இலக்கியச் சந்திப்புகளும், புத்தக வெளியீட்டு விழாக்களும் வாரத்துக்கு இரண்டாக நடக்கின்றன.

பிரம்மாண்டமான கல்யாண மண்டபங்களும், முத்து, தங்க, கண்ணாடி, பூ மணவறைகளும் கிடைக்கின்றன. பிளாஸ்டிக் வாழை மரம், நிஜ வாழை மரம், மாவிலைத் தோரணம், உண்மையான தேங்காய், அலுமினியத் தேங்காய், நிறைகுடம், மெழுகுவர்த்தி, குத்துவிளக்கு எல்லாமே தகுந்த சமயத்தில் வாடகைக்கு விடப்படுகின்றன. நாதஸ்வர வித்துவான்களும், தவில் சக்கரவர்த்திகளும் வெளுத்துக்கட்டுகிறார்கள். வீடியோ படக்காரர்களும், புகைப்படக்காரர்களும் நாலு காலங்களிலும் அயராமல் 'ஒளிவிட்டுக்கொண்டு' உழைக்கிறார்கள்.

மூன்று ரேடியோக்கள் தமிழ் ஒலிபரப்புகளை வழங்குகின்றன. தொலைக்காட்சியும் வாரத்துக்கு சில மணி நேரங்களைத் தமிழ் நிகழ்ச்சிகளுக்காக ஒதுக்கியிருக்கிறது. சினிமா, வீடியோ, சிடி படங்களுக்கும் குறைவில்லை. புத்தகங்களைப் பற்றியோ சொல்லவேண்டாம். சென்னையில் காணப்படும் அவ்வளவு மலிவு குப்பைப் புத்தகங்கள் இங்கேயும் டொலர் காசுக்குக் கிடைக்கும். வாஸ்து சாஸ்திரம், சோதிடம், கல்யாண தரகுவேலை, கம்புயூட்டரில் சோடி சேர்த்தல், எண் சோதிடம் எல்லாம் செழித்து வளர்ந்திருக்கின்றன.

இளைய தலைமுறையினர் டாக்டராகவோ, எஞ்சினியராகவோ, சட்டத்தரணியாகவோ, பேராசிரியராகவோ, கம்புயூட்டர் விற்பன்னராகவோ பெயர் நிலைநாட்ட, பழைய தலைமுறையினரும் சோர்ந்து விடாமல் தொழிற்சாலைகளிலும், வியாபாரங்களிலும் பதினாலு மணி நேரம் உழைக்கிறார்கள். பெண்கள் பங்கு சமமாகவிருக்கிறது. சமீபத்தில், இங்கே இரண்டு தமிழ் மாணவிகளுக்கு பொதுச்சேவைக்கு பரிசு கிடைத்திருப்பது பெருமைக்குரிய விஷயம்.

ஐக்கிய நாடுகள் சபையினரால் கனடா மீண்டும் ஒரு முறை

உலகத்தின் தலைசிறந்த நாடாக பிரகடனப்படுத்தப்பட்டிருக்கிறது. உலகத்து பல்வேறு கலாச்சாரங்களின் மேன்மைகளையும் இங்கே அறியும் வாய்ப்புக் கிட்டியிருக்கிறது. அவற்றை எல்லாம் உதறிவிட்டு, தாம் வாழ்ந்துகொண்டிருக்கிற நாட்டின் கலாச்சாரத்தால் எவ்வித பாதிப்பும் அடையாமல், மூடத்தனமான வழக்கங்களைத் தொடர்ந்து கடைப்பிடிப்பதனால் தமிழ்ப் பண்பாட்டை கடல் கடந்தும் காப்பாற்றி விட்டதாக சிலர் நினைப்பது பரிதாபமானது.

இங்கே எத்தனை விதமான மக்கள் வாழ்கிறார்கள்; எத்தனை வகையான கலாச்சாரங்கள் வரவேற்கத்தக்க அம்சங்களுடன் விரவியிருக்கின்றன. அவற்றிலே காணப்படும் மேன்மையான தன்மையையும், எங்கள் கலாச்சாரத்தில் உள்ள உயர்ந்த அங்கத்தையும் கலந்து ஓர் உன்னதமான புது கலாச்சாரத்தை உண்டுபண்ணலாமே. எப்படிப்பட்ட மகத்தான சந்தர்ப்பம்! அவற்றை எல்லாம் விட்டுவிட்டு பத்தாயிரம் மைல்களுக்கு அப்பாலிருந்து மூடத்தனமான பழைய சம்பிரதாயங்களை இங்கேயும் இறக்குமதி செய்யவேண்டுமா?

சனிக்கிழமை தோறும் இங்கே சிறுவர்களுக்கான தமிழ் வகுப்புகள் நடக்கின்றன. பெற்றோர்களின் வற்புறுத்தலினால் இந்தக் குழந்தைகள் பாடங்களுக்குப் போகிறார்கள். அருமையான அந்தக் காலை வேளைகளில் இவர்கள் விளையாட்டுக்களை உதறிவிட்டு தமிழ் படித்து விற்பன்னராவதற்குத் தயாராகிறார்கள். கனடாவிலேயே பிறந்து வளர்ந்த சிறுவன் ஒருவன் ஆற்றாமல் தகப்பனாரிடம் சொன்னான். ‘டாடி, எனக்கு இரண்டு நாடுகளுக்கு பிரஜையாக இருப்பது கஷ்டமாக இருக்கு. என்னை விட்டுருங்க, பிளீஸ்.’

நாடகங்களை நல்ல தரத்தில் நடத்தி அசத்துகிறார்கள். நடன நிகழ்ச்சிகளில் ‘தாயே யசோதா’, ‘தீராத விளையாட்டுப்பிள்ளை’ போன்ற தீராத நடன அம்சங்கள் நீக்கப்பட்டு சமகாலப் பிரச்சனைகள் மேடையேறுகின்றன. சங்கீதத்திலும் புதிய பரிசோதனைகள் - *fusion* போன்றவை முயற்சிக்கப்படுகின்றன.

கலை விழாக்களில் சிறார்கள் பேச்சுப்போட்டி நடக்கும். பெரிய

வார்த்தைகளில், பெரியவர்களால், பெரியவர்களுக்காகவே எழுதப்பட்ட பெரிய பேச்சு. ஆங்கிலத்தில் எழுதிவைத்து, மனப்பாடம் செய்து ஆங்கில உச்சரிப்பில் பேசும் தமிழ்ப் பேச்சு. ஆயிரக்கணக்கானோர் அந்தப் பேச்சுக்களை கேட்டு கைதட்டுவர். அந்தக் குழந்தைகளின் அபார ஞாபக சக்தியை இன்னும் வேறு பிரயோசனமான விதத்தில் பயன் படுத்தியிருக்கலாம் என்பது ஒருவருக்கும் தோன்றுவதில்லை.

இங்கே அலகு குத்தி காவடி எடுப்பதையும், தீமிதித்தலையும் கூடபக்தியின் வெளிப்பாடென்று ஏற்றுக்கொள்ளலாம். ஆனால் வருடம் தவறாமல் நடக்கும் சூரன்போரின்போது சூரனின் வயிறு பிளந்த சமயத்தில் நிஜமான சேவலையும், மயில் குஞ்சையும் பறக்கவிட வேண்டுமா? இந்தக் குளிர் பிரதேசத்தில், வெப்பமான சுவாத்தியத்தில் வாழ்ந்து பழக்கப்பட்ட மயில் தத்தளித்துத் தடுமாறுவது போன்ற கொடுமையை முருகப்பெருமான்கூட மன்னிக்கமாட்டார். நண்பர் ஒருவர், மிகத் திறமையாக கம்ப்யூட்டர் நிரல் எழுதும் தன்னுடைய 29 வயது மகளுக்குக் கல்யாணம் தள்ளிக்கொண்டே போகிறது என்றும் காரணம் ஜாதகம் பொருந்தாததுதான் என்றும் குறைபட்டுக்கொண்டார். பளிங்கு போல மினுக்கப்பட்ட ரொயோட்டா காரை ஓட்டி வந்த அந்தப் பெண் தொடைவரை கிழித்துவிட்ட நீண்ட கவுனை அணிந்தபடி விரைந்து போனாள். பன்னிரண்டு பொருத்தத்தில் எல்லாம் பொருந்தியும், யோனிப்பொருத்தம் சரிவராமல் இழுபறிபடும் பெண் அவள்தான் என்று பிற்பாடு எனக்குத் தெரியவந்தது.

ஒரு பக்கத்தில் சிறந்த கலாச்சாரப் பதிவுகள் நடக்கின்றன. மறு பக்கத்தில் அர்த்தமற்ற சம்பிரதாயங்களும், மூடநம்பிக்கைகளும் சிலர் வாழ்வில் பரவிக்கிடக்கின்றன. கிணற்றுத் தவளைகள் எங்கேயும் உண்டு. ஆனால் கனடாவுக்கு வந்த தவளைகள் இங்கே கிணற்றையே வெட்டிவிட்டதுதான் ஆச்சரியம்.

7. கனடாவில் கார் ரேஸ்

எனக்கு ரொறொன்ரோவில் ஒரு நண்பர் இருக்கிறார். சகலகலா ரசிகர் என்றால் இவர்தான். இசை, நாடகம், நடனம், இலக்கியச் சந்திப்புகள், உலகத் திரைப்படங்கள், கொல்ஃப் பந்தயங்கள், டென்னிஸ் போட்டிகள், யோகாசன வகுப்புகள், சர்வதேச விழாக்கள் என்று ஒன்றையும் தவறவிடமாட்டார். இவ்வளவிற்கும் இவர் ஒரு பிரபல கம்பனியில் பொறுப்பான அதிகாரியாக வேலை பார்த்தார். எப்படியோ நேரத்தை உண்டாக்கி இவ்வளவு காரியங்களையும் செய்துவிடுவார். புத்தகங்களில் கொள்ளைப் பிரியம். உடனேயே வாங்கிவிடுவார். *Yaan Martel* என்ற கனடியக்காரர் எழுதிய *Life of Pi* வந்தபோது வாங்கிய முதல் ஆள் இவர்தான். உண்மையில் இவர் வாங்கும் புத்தகங்களைப் படிக்கிறாரா என்பது எனக்கு நீண்டகால சந்தேகம். ஆனால் புத்தகம் பற்றிய விமர்சனத்திலும், தர்க்கத்திலும் அவர் இறங்கும்போது அவருடைய படிப்பின் ஆழம் விளங்கும். உங்களுக்கு எப்படி ஒரு நாளில் 26 மணித்தியாலங்கள் கிடைக்கின்றன என்று ஆச்சரியமாகக் கேட்பேன். சிரிப்பார்.

நான் அடிக்கடி அவரிடம் சொல்வேன், அடுத்த பிறவி என்று ஒன்றிருந்து, நான் மறுபிறவி எடுத்தால் உங்களைப் போலவே

இருக்கப் பிரியப்படுகிறேன் என்று. அதற்கு அவர் என்ன பிரயோசனம், உருளும் கல்லில் பாசி பிடிப்பதில்லை என்பார். பாசியை வைத்து என்ன செய்வது. கல் உருண்டால்தானே பல இடங்களுக்கும் போகமுடியும்.

அவருக்கு நிறைய நண்பர்கள். அவர்களில் எல்லாம் நானே பிராண சிநேகிதன் என்று நினைக்கிறேன். என் ஆலோசனைகளுக்கு அவர் மதிப்பு கொடுப்பார். எனக்கு எது பிரியம் என்பது அவருக்குத் தெரியும். அனுமதியின்றி என் தேவைகளையும் அவரே தீர்மானித்துவிடுவார். இப்படி அருமையான நண்பரின் நட்பை நான் இழக்கவேண்டி நேரிட்டது. அதற்குக் காரணம் ஷூமேக்கர்தான். மடோனா, முகமது அலி, பின் லேடன் போல இவரும் உலகப் பிரபலமானவர். உங்களுக்கு இவர் யார் என்பது ஏற்கனவே தெரிந்திருக்கும். தெரியாவிட்டால் மீதியைப் படிக்கும்போது தெரிந்துகொள்வீர்கள்.

என்னுடைய வீட்டிலிருந்து சரியாக தெற்குப் பக்கம் 9 கி.மீட்டர் போனால் ஒன்ராறியோ வாவி வரும். இனிக்கும் தண்ணீர்க் கடல் என்று இதை அழைப்பார்கள். இந்த வாவியைப் பார்க்கும் தூரத்தில் நண்பருடைய வீடு இருந்தது. இவ்வளவு இனிப்புத் தண்ணீர் பக்கத்தில் இருந்தாலும் இவர் குடிப்பது 12 வருடம் வயதாக்கப்பட்ட சிவாஸ் ரீகல்தான். ஒரு நாள் மாலை அவரைப் பார்க்கச் சென்ற இடத்தில் அவர் திடீரென்று சொன்னார், அடுத்து வரும் 2001 ஆண்டு ஜூன் மாதம் மொன்றியலில் நடக்கப்போகும் *Grand Prix* ரேஸுக்கு எனக்கும் சேர்த்து டிக்கட் எடுத்துவிட்டதாக. இதை நான் பார்த்தே தீரவேண்டும் என்று வற்புறுத்தினார். ஆறுமாதம் முன்பாகவே பதிவு செய்து எக்கச்சக்கமான விலையில் நுழைவுச் சீட்டு வாங்கியிருந்தார்.

எங்கள் வாழ்நாள் மிகவும் சுருங்கியது. இதில் நாங்கள் பார்த்து, கற்று, அனுபவிக்க வேண்டிய எத்தனையோ விஷயங்கள் இருக்கின்றன. அவ்வளவையும் கற்றுத் தேர்வதற்கு ஆயிரம் பிறவிகளும் காணாது. ஆனாலும் எங்களால் இயன்றவற்றை அனுபவிக்க வேண்டுமல்லவா? அங்கே சொர்க்க வாசலில் சென்ற் பீட்டர் நிற்பார். நீ பூமியில் இருந்து வருகிறாய். இது

பார்த்தாயா, அது பார்த்தாயா என்று அவர் கேட்கும் போது திருதிருவென்று விழிக்கக்கூடாது என்பார். நான் மைக்கெல் ஷூமேக்கரைப் பற்றித் தெரிந்து வைத்திருந்தேன். இந்த 32 வயது ஜெர்மன்காரருக்கு ரேஸிங் கார் ஓட்டுவதுதான் தொழில். மனித உடம்பில் இருக்கும் 206 எலும்புகளில் பாதிக்கு மேல் உடைத்து வைத்திருந்தார். மீதியையும் விரைவிலேயே உடைத்துவிடுவார். இவர் ஓட்டுவது *Ferrari* கார். மூன்று வருடங்கள் *Grand Prix* ரேஸின் உலக சாம்பியன். இந்தச் சிறு தெய்வத்தைப் பார்ப்பதற்கல்லவா என் நண்பர் அபூர்வமான ஒரு சந்தர்ப்பம் கொடுத்திருக்கிறார்.

அளப்பரிய உத்தமமான குணங்கள் கொண்ட என் நண்பரிடம் கார் ஓட்டும் வல்லமை சுரண்டி எடுக்கக்கூடிய அளவு கூட இல்லை. ஒருவழிப் பாதைகளை அறவே வெறுத்தார். உயிர் போகும் தருணத்திலும் மாப்பை விரித்துப் பார்க்கமாட்டார். ஏனெனில் அதை இருந்தமாதிரி திரும்ப மடித்து வைப்பதற்கு சில வித்தைகள் தெரியவேண்டும். கொட்டை எழுத்துகளில் காணப்படும் வீதி வாசகங்களையும் வாசிக்க மாட்டார். அப்படி ஒரு பிடிவாதம். ஆனால் எப்படியும் இலக்கில் கொண்டுபோய்ச் சேர்த்து விடுவார். ரொறொன்ரோவில் இருந்து மொன்றியல் 540 கி.மீட்டர் தூரம். அதை எப்படியோ ஐந்து மணி நேரத்தில் கடந்து விட்டார். மைதானம் மூன்று லட்சம் பேர்களால் நிரம்பி வழிந்தது. ஒன்றரை மணி நேரத்தில் முடிந்துவிடும் இந்த ரேஸில் எனக்கு பல ஆச்சரியங்கள் கிடைக்கும். அதற்கு நான் தயாராகவே வந்திருந்தேன். ஆனால் முதலாவது ஆச்சரியம் கார்கள் சம்பந்தப்பட்டது அல்ல; காதுகள் சம்பந்தப்பட்டது. ஆண்டவன் படைத்த காதுகளால் இந்த கார்கள் எழுப்பும் ஒலிப் பயங்கரத்தை இரண்டு மணி நேரம் தொடர்ந்து தாங்க முடியாது. ஆகவே முதல் வேலையாக காது அடைப்பான்களை வாங்கி எங்கள் காதுகளை மூடிக்கொண்டோம். இதிலே ஒரு சவால் இருந்தது. இந்த அடைப்பான்கள் கார்களில் இருந்து புறப்படும் மோசமான ஒலிகளை மட்டுமே விலக்கும். ஒலிபெருக்கியில் வரும் அறிவித்தல்களையோ, அல்லது நண்பருடைய விளக்கங்களையோ தடுக்காது. அவ்வளவு நுட்பமாக அவற்றைத் தயாரித்திருந்தார்கள்.

ரேஸிங் கார் கட்டும் எஞ்சினியர்களுக்கும் ஒரு சவால் இருந்தது. காரின் வேகம் அதிகரிக்க அதன் சில்லுகள் தரையில் தரிக்காமல் எம்பத் தொடங்கிவிடும். இதற்கு *(aerodynamics)*ஆகாயவிமானத் தொழில் நுட்பத்தின் எதிர்மறை விதிகளைப் பாவித்து சில்லுகளைத் தரையில் பாவச் செய்வார்கள். சில்லு தரையில் தொடும் வரைக்கும்தான் சாரதி அதைக் கட்டுப்படுத்த முடியும். பிரச்சனை என்னவென்றால் வேகத்தைக் கூட்டும் அதே சமயம் சில்லுகளும் தரையிலிருந்து எம்பாமல் தடுக்க வேண்டும். நம்பர் போட்ட எங்கள் இருக்கைகளை நாங்கள் தேடிப் பிடித்து விட்டோம். இன்னும் சில நிமிடங்களே இருக்கும்போது ஒரு கொழுத்த மனிதர் அரக்கப்பரக்க ஆட்களை இடித்தபடி வந்தார். நோவாவின் படகைத் தவறவிட்ட காண்டாமிருகம்போல அங்கும் இங்கும் பார்த்து எங்கள் பக்கத்தில் எண்ணைச் சரிபார்த்து பொத்தென்று உட்கார்ந்தார். அவருக்குப் பின்னால் பிரமாதமான அசிரத்தையுடன் ஓர் இளம் பெண் நடந்து வந்தாள். கைகள் நீக்கிய அரை சேர்ட்; அரைத் தொப்பி; அரை ஸ்கர்ட். அதையும் ஏதோ தண்ணீரில் நனைந்துவிடும் என்பதுபோல இரண்டு கைகளாலும் முழங்கால்களுக்கு மேலால் தூக்கிப் பிடித்திருந்தாள். அவள் வயதுகூட இவர் வயதில் அரைவாசியாகவே தெரிந்தது. பந்தயம் முடியும் வரை இவர்களுக்குள்ளான உறவை அறியும் ஆவலானவதை எங்களுக்குள் இருந்தது. காதலியா, மகளா அல்லது மனைவியா? கடைசிவரை நாங்கள் அதைக் கண்டுபிடிக்க முடியவில்லை.

தொக்கையான மனிதர் முதல் வேலையாக தலையின் மேலால் டிசேர்ட்டை கழற்றி மடியின்மேல் வைத்தார். பச்சை குத்திய இரண்டு புஜங்கள் உருட்டிக்கொண்டு தெரிந்தன. உடனேயே 'கமான், வில்லனூவா' என்று கத்தத்தொடங்கினார். வில்லனூவா மொன்றியல் மைந்தன். அவருடைய தீவிர ஆதரவாளர் இந்த மனிதர். வில்லனூவா அல்லாத எல்லோரையும் அவர் வில்லனாகவே கண்டார். மேலும் கீழும் இடையிலே தொடுத்த உடைகளையே சாரதிகள் அணிந்திருந்தனர். எல்லோருக்கும் ஒன்றோ, ஒன்றுக்கு மேற்பட்ட காதலிகளோ இருந்தார்கள். இந்தக் காதலிகளுக்கும் தனியான ரசிகர் கூட்டம். அவர்களுக்கு

ஒன்றரை மணி நேரம் தாக்குப்பிடிக்கக்கூடியதாக நீண்ட முத்தங்கள் கொடுத்தபிறகு தங்கள் தங்கள் வாகனங்களுக்குள் இவர்கள் ஏறிக்கொண்டனர்.

Grand Prix என்று அழைக்கப்படும் உலகப் போட்டி தெரிவு செய்யப்பட்ட 17 நகரங்களில் வருடாவருடம் நடைபெறும். இந்த 17 ரேஸ்களிலும் கூடிய புள்ளி எடுத்தவரே சாம்பியன். ரொறொன்ரோவில் நடப்பது 17 போட்டிகளில் ஒன்று. அதில் ஷூமேக்கரின் ஓட்டத்தைப் பார்ப்பதற்கென்று உலகத்தின் பல பாகங்களிலிருந்தும் பார்வையாளர்கள் வந்திருந்தார்கள்.

போட்டி சரியாகப் பன்னிரெண்டு மணிக்குத் தொடங்கி ஒன்றரை மணியளவில் முடிந்துவிடும். முதல் சுற்று மரியாதைச் சுற்று. இருபத்திரண்டு பந்தயக் கார்களும் ஒரு சுற்று வந்து தொடக்க கோட்டில் நின்றன. கிட்டத்தட்ட 305 கி.மீட்டர் தூரத்தை 69 சுற்றுகளில் கடக்கவேண்டும். சிவப்பு விளக்கு மாறியதும் கார்கள் அம்புபோல சீறிப்பாய்ந்தன. பென்ஹர் படத்தில் ஒவ்வொரு சுற்றிலும் ஒவ்வொரு ரதம் உடைந்து நொறுங்குவதுபோல முதலாவது சுற்றில் ஒரு கார் மடிந்தது. இரண்டாவது சுற்றில் இரண்டு கார்கள் ஒன்றோடு ஒன்று மோதி புல்தரையில் போய் உருண்டு முடிவுக்கு வந்தன. மூன்றாவதில் ஒரு கார் சறுக்கியபடி வந்த காரியத்தை மறந்து வேறு திசையில், ஓட்டுநரின் விருப்பத்திற்கு எதிராக ஓடி, காரியத்தைக் கெடுத்தது.

ஒவ்வொரு முறையும் கார் உருண்டு பாதையிலிருந்து விலகிய போது 'ஆ, ஆ' என்று சத்தம் எழும். சாரதி பொந்துக்குள் இருந்து வருவதுபோல வெளிப்படும்போது அல்லது இழுத்தெடுக்கப்படும் போது எல்லோரும் ஆசுவாசமாக மூச்சுவிடுவார்கள். ஆனால் தீப் பிடித்து எரியும் காட்சியைக் காணவில்லையே என்ற ஏக்கம் அவர்களுடைய அடிமனதுகளிலும் இருந்தது அப்பட்டமாகத் தெரிந்தது.

மைக்கெல் ஷூமேக்கர் ஆரம்பச் சுற்றிலேயே தன் சிவப்பு *Ferrari* காருக்கு முதல் இடத்தை ஸ்தாபித்துவிட்டார். காற்று அழுத்தி சில்லுகள் நிலத்திலே தரித்து உருள்வதற்கு முதல்

இடம் முக்கியம். பின்னால் வருபவர்களுக்கு இந்த அனுகூலம் இல்லை. ஷுமேக்கர் ஒவ்வொரு சுற்றுப் போனபோது என்னுடைய பிரார்த்தனையும் அவருடன் சென்றது. காது அடைப்பான்களையும் தாண்டி சில வேளைகளில் கூரிய ஒலிகள் நெஞ்சுக்குள் புகுந்து கிடுகிடுக்க வைத்தன.

கனடியர்கள் வில்லனூவாவுக்கே உரத்துக் கோஷம் போட்டார்கள். இவர் ஒரு ஹொண்டாவை திறமையாக ஓட்டினார். ஆனால் 34வது சுற்றில், அரைவாசி தூரம்கூட கடக்காமல், இந்த ஹொண்டா உருண்டு மடிந்தது.

முதலாவது இடத்தில் இருந்த ஷுமேக்கரைத் தொடர்ந்து இரண்டாவது இடத்தில் அவருடைய 25 வயது தம்பி ரால்ஃப் இருந்தார். மற்றவர்கள் பின்னால் வந்தார்கள். 46வது சுற்று மட்டும் இது தொடர்ந்தது. என் நண்பரும், பார்வையாளர்களும் சீட்டிலே நெளிந்தார்கள். வழக்கமான விதிகளை மீறி இங்கே என்னவோ நடந்துகொண்டிருந்தது.

இந்த நீண்ட ரேஸ்களில் அரை தூரத்திலோ, முன்பாகவோ டயர்களை மாற்றி, பெற்றோலும் போட்டுவிடவேண்டும். இதை *Pit Stop* என்று சொல்வார்கள். ரால்ஃப் இதைச் செய்யவில்லை. ஷுமேக்கரும் கடத்துகிறார். ஒரு யுக்தி இங்கே உருவாகிறது. விட்டுக்கொடுக்காமல் இருவரும் அபாயத்தை நோக்கி ஓடிக்கொண்டிருந்தார்கள்.

இறுதியில் ஷுமேக்கர் டயர் மாற்ற நிறுத்தினார். கிடங்கில் நிற்கும் நேரம் முழு ரேஸ் நேரத்தில் இருந்து கழிக்கப்பட்டுவிடும். இந்தச் சந்தர்ப்பத்தைப் பயன்படுத்தி ரால்ஃப் முன்னால் வந்து அதிவேகமாக ஓட்டத் தொடங்கினார். 50 வது சுற்றில் அவர் டயர் மாற்ற நிறுத்தியபோது அரங்கம் மூச்சைப் பிடித்து நின்றது. இவருடைய டயர் மாற்றும் நேரம் குறைந்ததாக இருந்தால் வெற்றி கை மாறிவிடும். பக்கத்து சீட் பெண் எழுந்து நின்று ஆடத் தொடங்கினாள். நான் என் பங்குக்கு கடவுளிடம் ஒரு பிரார்த்தனையை அனுப்பி வைத்தேன். அது கடவுளிடம் உடனுக்குடன் சென்றடையாமல் அவருடைய *answering machine* ல் மாட்டிவிட்டது போலும். ரால்ஃப் சில

செக்கண்டுகள் குறைவான நேரத்தில் டயர் மாற்றி முதல் இடத்தைப் பிடித்தார். கடைசி இரண்டு சுற்று மட்டுமே. என் உடம்பில் ஓடிய ஐந்து லிட்டர் ரத்தமும் வேகமாகச் சுற்றியது. ஷுமேக்கர் தோற்றுவிட்டார். *Aerodynamics* விதிகளில் இயக்கியதுபோல பக்கத்து பெண்ணின் கால்கள் அந்தரத்தில் துள்ளின. ஐம்பதாவது சுற்றில் டயர் மாற்றி, பெற்றோல் போடவேண்டும் என்ற ரால்ஃபின் முடிவின் பின்னால் ஒரு யோசனை இருந்தது. இது வீட்டுக்குப் போய் சிந்தித்த பிறகுதான் எனக்குப் புலப்பட்டது. ரால்ஃப் பெரிய ஓட்டுநர் இல்லை. ஆகவே தோற்றாலும் பெரிய நட்டமில்லை. ரிஸ்க் எடுக்கலாம். ஷுமேக்கர் அப்படியல்ல. முதலாவதாக வருவது அவருக்கு முக்கியம். தோற்றால் இழப்பு பெரியது என்றபடியால் ரிஸ்க் எடுக்க முடியாது.

ஷுமேக்கர் கிடங்கில் நின்றவுடன் ரால்ஃப் பெற்றோல் கனம் குறைந்த காரில் முன்னிடத்தில் அதிவேகமாக நாலு சுற்று போயிருக்கிறார். ஐம்பதாவது சுற்றில் நின்று டயர் மாற்றி மீதி *19* சுற்றுக்கு மட்டுமே தேவையான பெற்றோலைப் போட்டு சுருக்கென வந்துவிட்டார். தான் எடுத்த முன்னிடத்தை *69* வது சுற்றுமட்டும் அவர் விட்டுக்கொடுக்கவில்லை.

என்னால் நம்பமுடியவில்லை. இது வாழ்நாளில் ஒரே ஒரு முறை ரேஸ் பார்க்கும் எனக்கு அவலமான ஏமாற்றத்தைத் தந்தது. உலக சாம்பியன் ஓட்டக்காரர் ஷுமேக்கர் தன் தம்பியின் தந்திரத்தில் விழுந்தார். கறுப்பு வெள்ளைக் கட்டம் போட்ட கொடி கீழே இறங்கி ரால்ஃபுடைய வெற்றியை உறுதி செய்தது.

ஷுமேக்கர் தோற்றது எனக்குப் பெரிய இழப்பல்ல. இதிலும் பெரிய இழப்பு ஒன்று என்னை நோக்கி வந்துகொண்டிருந்தது. என்ன ஏமாற்று வித்தை. ரேஸ் ஓடுவது வேறு. டயர் மாற்றுவது வேறு. டயரை சீக்கிரமாக மாற்றுவதால் ஒருவர் ரேஸில் வெல்வதை எப்படி ஏற்கமுடியும். வேண்டுமென்றால் டயர் மாற்றுவதற்கு வேறு ஒரு பந்தயம் வைத்து அதற்குப் பரிசு கொடுக்கலாமே. திரும்பும்போது வழியெல்லாம் இப்படி புலம்பிக்கொண்டே வந்தேன். டயரை மாற்றுவது ஒரு

வீரமா? ஒற்றைக்கு ஒற்றை கார் ஓட்டிப் பார்க்கட்டும். நண்பர் பிழையான திருப்பங்களை எடுத்தபோதெல்லாம் அதைப் பற்றி அலுத்துக்கொள்ளாமல் பந்தயத்தின் அநீதியான விதிகளைப் பற்றியே பேசினேன்.

நண்பரின் வாய் இறுக்கமாகப் பூட்டியிருந்தது. சென்ற் பீட்டரிடம் திறக்கவேண்டிய வாயை என்னிடம் வீணாக ஏன் திறக்கவேண்டும் என்று அவர் நினைத்திருப்பாரோ தெரியாது. இறுதியில் நாங்கள் ரொறொன்ரோவின் லோரன்ஸ் சாலையில் ஏறிய பின்னர் அவர் பேசினார். இப்படியான பந்தயங்களில் பிரதானம் மனிதனுக்கும், மெசினுக்குமான உறவு. இது உடல் சார்ந்தது அல்ல; உள்ளம் சார்ந்ததும் அல்ல. மனித யத்தனத்தின் அதி உன்னதமான அம்சம் ஒன்று இயற்பியல் நியதிகளுக்கு அப்பால் இயங்குகிறது. இதை அடைவதுதான் முக்கியம். யார் முதல் என்பதெல்லாம் இரண்டாம் பட்சம்தான்.

ஐந்து மணி நேரப் பயணத்தில் இதுவே நண்பரின் முதல் கூற்று. இதுவே கடைசிக் கூற்றுமாகும். இது நடந்து மூன்று வருடங்கள் கடந்துவிட்டன. ரொறொன்ரோவில் எத்தனையோ நிகழ்ச்சிகள் நடந்தன. செரீனா சகோதரிகளின் டென்னிஸ் போட்டி. சுதா ரகுநாதனின் பாட்டுக் கச்சேரி. மார்கிரட் அட்வுட்டின் புத்தக வெளியீடு. தமிழ் புத்தகக் கண்காட்சிகள். ஆப்பிரிக்க நாடக நிகழ்வு. ஷாக்கீர் ஹுஸைன் தபேலா. மைக்கேல் ஜோர்டானின் கடைசி ரொறொன்ரோ கூடைப்பந்து ஆட்டம். இது ஒன்றுக்கும் நண்பர் என்னை அழைத்துப் போகவில்லை. சென்ற் பீட்டருக்கு சொர்க்க வாசலில் நான் ஒப்புவிக்க வேண்டிய விஷயங்கள் குறைந்தபடி வந்தன. ஷுமேக்கர் இழைத்த துரோகம். நான் இப்பொழுது இரண்டாம் பட்சம் ஆகிவிட்டேன்.

8. ஐந்து பணத்துக்கு ஒரு குதிரை

என்னைப் பார்த்து ஒரு பெண் கண்ணடித்தாள். இது நடந்தது கனடாவில். ஒரு பலசரக்குக் கடையில் நான் ஒரு உணவுப் பக்கற்றை தூக்கி வைத்து 'இது பழசா? இதை வாங்கலாமா?' என்று விசாரித்தேன். அவள் கீழ்ப்படிவதற்கு பழக்கப்பட்ட ஒரு விற்பனைப் பெண். ஒரு மயிலின் தலைபோல தானாக ஆடுகிற சிறிய தலை அவளுக்கு. என்னை உற்றுப் பார்த்தாள். என்னிடம் அவளுக்கு இரக்கம் உண்டாகியிருக்கலாம். உடம்பின் சகல அங்கங்களையும் ஒடுக்கி, விறைப்பாக வைத்துக் கொண்டு கண்ணை மட்டும் சிமிட்டினாள். கடை முதலாளி பின்னால் நின்றார். அவள் கொடுத்த சைகையில் நான் பொருளை வாங்கவில்லை. வாரம் $250 சம்பளம் வாங்கும் இந்தப் பெண் செய்த துரோகச் செயலுக்காக வேலையை இழந்துவிட்டாள் என்று எனக்கு பின்னால் தெரியவந்தது.

ஒருமுறை நான் நயாகரா நீர்வீழ்ச்சியைப் பார்க்கப் போனபோதும் இப்படியான அனுபவம் ஒன்று ஏற்பட்டது. கார் சிடியில் அப்பொழுது பிரபலமான 'ஓ போடு' பாடல் போய்க்கொண்டிருந்தது. கனடாவின் தேசியகீதமும் 'ஓ கனடா' என்றே ஆரம்பமாகிறது. ஒன்பதே வரிகள் கொண்ட இந்தக் கீதத்தில் ஐந்து தடவை 'ஓ கனடா' பிரயோகம் வரும். பல

கனடியர்களுக்கு இந்தப் பாட்டின் வரிகள் பிடிக்கவில்லை; மெட்டும் பிடிக்கவில்லை. இதைத் திருத்தி அமைப்பதற்கு முயற்சிகள் நடைபெறுகின்றன. என் நண்பர் ஒருவர் 'ஓ போடு' மெட்டையும், அதன் வரிகளையும் தான் பரிந்துரை செய்யப்போவதாக பயமுறுத்துகிறார். யார் கண்டது, அவருக்கு வெற்றி கிடைத்தாலும் கிடைக்கும்.

இந்த நயாகரா பயணத்தில் கடையில் வாங்கிய உணவுப் பக்கெற் சிலதை எடுத்துப் போயிருந்தேன். இந்த உணவு வகைகள் யாரோ ஒரு மூதாட்டியாரால் இரவிரவாக ஒரு தொடர் மாடிக்கட்டிட சமையலறையில் தயாரிக்கப்பட்டவை. அவை செயற்கைக் காற்று அடித்து ஊதிப் போய் பருத்து அழகாக இருந்தன. உள்ளே இருப்பதைப் பெரிதாக வேறு காட்டின. ஒரு இடத்தில் 'இங்கே கிழிக்கவும்' என்று கறுப்புக் கோடு போட்டிருந்தது. இந்தக் கறுப்புக் கோடுகளை உலகத்தில் யாரும் நம்பக் கூடாது. கார் 120 கிமீ வேகத்தில் போய்க்கொண்டிருந்தது. விரல்களினால் எவ்வளவு முயன்றும் அந்த பக்கெற்றை அசைக்க முடிய வில்லை. பல்லின் உதவியை நாடியும் பிரயோசனமில்லை. யாராவது உள்ளே இருக்கும் உணவை அபகரித்துவிடுவார்கள் என்பது போல பலத்த பாதுகாப்பு போடப்பட்டிருந்தது. பதினைந்து நிமிட நேரம் இந்தச் சண்டை தொடர்ந்தது. நான் உணவைச் சாப்பிட விரும்பிய இடத்தில் இருந்து 30 கி.மீட்டர் தள்ளி பக்கெற் விட்டுக்கொடுத்தது. அளவுக்கு மீறிய பலத்தை பிரயோகித்ததால் பக்கெற் உடைந்து உணவுப் பொருள்கள் காலடியில் சிதறி விழுந்தன.

ஒரு சமயம் இப்படியான தொழிலில் ஈடுபட்டிருந்த என் நண்பர் ஒருவரிடம் இந்தச் சம்பவத்தை விவரித்தேன். இவ்வளவு கடுமையான உழைப்பில் ஒரு பொருளை சந்தைக்குக் கொண்டு வரும்போது கொஞ்சம் வாடிக்கையாளரின் வசதியையும் யோசித்திருக்கலாமே என்று சொன்னேன். அவர் 'இந்தத் தயாரிப்புகளில் 50 வீதம் உற்பத்தி விலை; மீதி 50 வீதம் விளம்பரத்துக்கும், பக்கெற் செலவுக்கும் போய்விடுகிறது. எங்கள் லாபம் சிறுதொகைதான்' என்றார். நான் சொன்னேன்

'தரமான பொருளை, பயனர் எப்படியும் கண்டுபிடித்துவிடுவார். நீங்கள் தரத்தைக் கூட்டுங்கள். சேவையை மேம்படுத்துங்கள். விளம்பரத்தைக் குறையுங்கள், அது விரயம்'. அவருக்குப் பிடிக்கவில்லை. உங்களுக்கு மேல்நாட்டு விளம்பர உத்திகள் பற்றிய அறிவு போதாது என்றார். அதற்குப் பிறகு என்னை எங்கே கண்டாலும் எங்கள் இடைவெளியை அவர் அகலப் படுத்தத் தொடங்கிவிட்டார்.

உதாரணத்துக்கு ஒன்று சொல்லலாம். ரொறொன்ரோவில் இளைஞர் ஒருவர் புகைப்பட கம்பனி ஒன்று ஆரம்பித்தார். 8X8 அடி அறையில் ஒரு சிறிய மேசை போட்டு, அதற்குமேல் பாதி கடித்த ஆப்பிள் படம் போட்ட ஒரு கம்ப்யூட்டர். ஒரு பச்சை கலர் டெலிபோன். விலை உயர்ந்த காமிரா. அவ்வளவுதான். அவரே முதலாளி, விற்பனையாளர், படம் பிடிப்பாளர், பொதுசனத் தொடர்பு அதிகாரி எல்லாம். இவரை ஊக்குவிக்கவேண்டும் என்பது என் கொள்கை. ஒரு படம் பிடிக்கும் விசயமாக ஒரு நாள் அவரைத் தொலைபேசியில் அழைத்தேன். யந்திரக் குரல் ஒன்று பேசியது. 'எங்களுடைய எல்லா பிரதிநிதிகளும் அழைப்பில் இருக்கிறார்கள். அவகாசம் கிடைக்கும் முதல் பிரதிநிதி உங்களுடன் தொடர்பு கொள்வார். தயவுசெய்து அழைப்பில் இருங்கள். உங்கள் வாடிக்கை எங்களுக்கு மிகவும் முக்கியம்' என்று திருப்பித் திருப்பிச் சொன்னது. இதைவிட அப்பட்டமான பொய்யோ, படாடோபமான தோரணையோ உலகத்தைப் புரட்டிப் போட்டாலும் கிடைக்காது. எந்தக் காரணம் கொண்டும் வாடிக்கையாளர் தன் தொடக்க நிலையைக் கண்டுபிடித்து விடக்கூடாது என்பதிலேயே இந்த இளைஞர் குறியாக இருந்தார். வாடிக்கை பிடிப்பது இரண்டாம் பட்சம்தான். நான் பத்து நிமிடம் காத்திருந்த பிறகு ஒரு மெசின் வந்து தகவலை விடச் சொன்னது. விட்டேன். அந்த இளைஞர் அந்தக் கணமே என்னை மறந்துவிட்டார் என்றே நினைக்கிறேன்.

என் வீட்டுக்கு *flyers* வந்தபடியே இருக்கும். அவற்றை எடுத்து மேலோட்டமாகப் பார்த்துவிட்டு குப்பையில் போடுவேன்.

சமையல் அடுப்புகள், நுண்ணலை அடுப்புகள் உடனுக்குடன் திருத்தித் தரப்படும் என்று ஒரு விளம்பரத் துண்டு வந்தது. என்னுடைய மின் அடுப்பு இரு பாதிகள் கொண்டது. அதில் ஒரு பாதி வேலை செய்வதை நிறுத்தி, சில மாதங்கள் கடந்துவிட்டன. உடனேயே விளம்பரக்காரரைத் தொலைபேசியில் அழைத்து, பீப் என்ற சத்தம் வந்த பிறகு தகவலை விட்டேன். பதில் இல்லை. இன்னொருமுறை கூப்பிட்டேன். அப்போதும் மௌனம். எப்படியோ கடைசியில் ஒருவர் வீட்டுக்கு வந்து சோதனை செய்து, ஒரு உதிரிப்பாகம் மாற்றவேண்டும் என்று சொல்லி அதைக் கழற்றிப் போனார். அதற்குப் பிறகு அவர் வரவே இல்லை. எத்தனை தகவல் விட்டாலும் பதில் இல்லை. ஆனால் வாரத்துக்கு ஒரு முறை அவருடைய நிறுவனத்தில் இருந்து விளம்பரத் துண்டுகள் வருவது மட்டும் நிற்கவில்லை. கையில் இருக்கும் வேலையை முடிக்க முடியாதவர் எதற்காக திருப்பித் திருப்பி விளம்பரம் செய்கிறார். அவரிடமே கேட்டேன். 'மூச்சு விடுவது உயிரினத்தின் அறிகுறி என்பது போல விளம்பரம் செய்வதும் ஒரு நிறுவனம் உயிரோடு இருக்கிறது என்பதின் அடையாளம்' என்கிறார். ஓர் உணவகத்தின் உரிமையாளரை எனக்குத் தெரியும். கலை நிகழ்ச்சிகள், விழாக்கள் எது நடந்தாலும் அங்கே உணவு சப்ளை இவர்தான். இதுவரையில் ஒரு புத்தகமும் எழுதி தான் வெளியிடவில்லை என்றார். இது என்னை ஆச்சரியத்தின் உச்சிக்கே தூக்கிச் சென்று, அங்கேயிருந்து சட்டென்று கையை விரித்துக் கீழே போட்டது. கனடாவில் இப்படி ஒருவரைக் காண்பது அபூர்வம்.

இவர் நாளுக்கு பன்னிரண்டு மணி நேரம் நின்ற நிலையிலேயே வேலை செய்வார். அவருடைய வலதுகை மெசினில் விலைப் பட்டியலைப் பதியும் அதே நேரத்தில் அவருடைய சொண்டுகளும் வேகமாக அசைந்து அந்தக் கணக்கை போடும். எப்பொழுதும் இவருடைய கடை வாசலில் 'எடுத்துப்போகும்' உணவு பார்சலுக்காக சனங்கள் வரிசையில் நிற்பார்கள். அப்பொழுது யாராவது வெள்ளைக்காரர் வந்தால் இந்த உரிமையாளர் அவரை லைனுக்கு வெளியே வைத்து கவனித்து முதலில் அனுப்பிவிடுவார். இப்படியான வாடிக்கைகளை

எப்படியும் நிரந்தரமாக்கி விடவேண்டும் என்பது அவருடைய கொள்கை. ஒருமுறை ஒரு புது வாடிக்கையாளர் இந்த வரிசையில் வெகுநேரம் நின்றார். அப்போது பார்த்து ஒரு வெள்ளைக்காரி, ஆட்டுத்தோல் முழு அங்கியைக் கழற்றாமல், விடுமுறையில் வந்த ராசகுமாரிபோல பொன்முடி பிரகாசிக்க உள்ளே நுழைந்தாள். அவள் முகத்தில் சிநேகம் விரும்பும் தன்மை இருந்தது. இந்த முதலாளி எல்லோரையும் உதறிவிட்டு அந்தப் பெண்ணை கவனிக்க விரைந்தார். அவள் வரிசையில் நிற்கும் தன் கணவரைச் சுட்டிக்காட்டி அவரைத் தேடி வந்ததாகச் சொன்னாள். கடைக்காரருக்கு முகம் சுருங்கிவிட்டது. ஒரு இலங்கைக்காரர் வெள்ளைக்காரப் பெண்மணியை மணமுடித்திருப்பது அவருக்கு சங்கடத்தைக் கொடுத்தது. இந்தச் சம்பவத்திற்குப் பிறகாவது அவர் தன்னுடைய ரூல்ஸை மாற்றிவிட்டாரா என்பதும் இன்றுவரை தெரியவில்லை.

இன்று நான் வீட்டுக்கு வந்து சல்லடைக் கதவைத் திறந்தபோது ஏழு விளம்பரத் துண்டு பிரசுரங்கள் அகப்பட்டன. பிரதான கதவைத் தள்ளியதும் அவை எழுந்து எழுந்து பறந்தன. அதிக பணச் செலவில் என் வீடு தேடி வந்த அத்தனை விளம்பரத் தாள்களையும் பார்வையிட்டுவிட்டு நான் குப்பையில் போடுவேன். இவர்கள் விளம்பரத்தின்மீது எவ்வளவு நம்பிக்கை வைத்திருக்கிறார்களோ அவ்வளவு பயனர்களின் அறியாமையிலும் வைத்திருக்கிறார்கள். ஆனால் நான் ஏமாளி அல்ல; முட்டாளும் இல்லை. என்னுடைய குதிரையின் விலை ஐந்து பணம்தான். அது ஆறு கடக்கவும் பாயும். முக்கியமாக என்னை ஏமாற்ற நினைக்கும் நிறுவனங்களின் முன்னே நிற்காது; தாண்டிப் பாய்ந்து போகும்.

சந்திப்பு

1. எதிர்பாராத அடி

நடிகை பத்மினியுடன் ஒரு சந்திப்பு

நான் எங்கு போவதானாலும் குறித்த நேரத்துக்குப் போய் விடுவேன். எனக்கு ஒருவரையும் காக்க வைத்துப் பழக்கமில்லை. ஆனபடியால் கனடா விமான நிலையத்துக்கு நான் ஐந்து நிமிடம் முன்பாகவே சென்றுவிட்டேன். ஆனால் அன்று பார்த்து விமானம் 25 நிமிடங்கள் முன்னதாக வந்து என்னை லேட்டாக்கிவிட்டது. பார்த்தால் அங்கே ஏற்கனவே பெரும்கூட்டம் திரண்டிருந்தது.

நான் நடிகை பத்மினியை நேரே கண்டவன் அல்ல; சினிமாவில் பார்த்ததுதான். ஆகையால் அடையாளம் கண்டுபிடிக்க முடியுமா என்ற ஐயம் இருந்தது. மிகச் சாதாரண உடையில் மேக்கப் கூட இல்லாமல் இருந்தார். வரவேற்க வந்தவர்களும், இன்னும் ஏர்போர்ட்டில் கண்டவர்களுமாக அவரைச் சூழ்ந்துவிட்டார்கள். அவருக்கு எழுபது பிராயம் என்று நம்பமுடிகிறதா. ஆனாலும் அவரைச் சுற்றி ஓர் ஒளி வீசியது. அவருக்குக் கிடைத்த ‘உலக நாட்டியப் பேரொளி’ பட்டம் சரியானதுதான் என்று அந்தக் கணத்தில் எனக்கு உறுதியானது.

என் நண்பர் ஒருவர் பத்மினிக்கு மிகவும் வேண்டப்பட்டவர். அவருடைய தயவில் கனடாவில் ஏற்பாடு செய்யப்பட்ட ஒரு நாட்டிய நிகழ்ச்சிக்கு தலைமை தாங்க பத்மினி வருகிறார். இந்தச் சமயம் மூன்று நாட்கள் பத்மினி என் வீட்டில் தங்குவதாக ஏற்பாடு.

பத்மினி வந்து கனடா மண்ணில் இறங்கி சரியாக அரை மணி நேரத்துக்குள் அவரிடம் ஒரு கேள்வி கேட்கப்படுகிறது. உலகத்திலேயே அகலமான 401 அதிவேக சாலையில், ஏர்போர்ட்டில் இருந்து இருபது மைல் தூரத்திலும், என் வீட்டில் இருந்து ஐம்பது மைல் தூரத்திலும் கார் பயணிக்கும்போது அந்தக் கேள்வி கேட்கப்படுகிறது. வெளியே பனி கொட்டுகிறது. அந்தப் பனிப் புதையலில் கார் சறுக்கியபடி அப்பவும் வேகம் குறையாமல் நகர்கிறது.

பத்மினியைச் சந்திக்க வந்த பெண்மணியின் மனதில் இந்தக் கேள்வி முப்பத்தைந்து வருடங்களாக இருந்ததாம். இப்பொழுது வட்டியும் குட்டியும் போட்டு மிகவும் கனத்தோடு அது வெளியே வருகிறது. 'நீங்கள் ஏன் சிவாஜியைக் கல்யாணம் செய்துகொள்ளவில்லை?'

இதுதான் கேள்வி. மூடத்தனத்துக்கு சமமான பிடிவாதத்துடனும், பிடிவாதத்துக்குச் சற்றுக் கூடிய வெகுளித்தனத்துடனும் ஓர் ஐம்பது வயது அம்மையார் இந்தக் கேள்வியைக் கேட்டார். பத்மினி என்னைப் பார்க்கிறார். பிறகு கேள்வி கேட்டவரைப் பார்க்கிறார். பதில் பேசவில்லை. அந்தக் கேள்வியும் நாலு பக்கமும் கண்ணாடி ஏற்றிய காருக்குள் ஒரு வட்டம் சுற்றிவிட்டுக் கீழே விழுந்துவிடுகிறது. பத்மினி தங்கியிருந்த மூன்று தினங்களிலும் இதே கேள்வியை அவரிடம் வெவ்வேறு நபர்கள் இருபது தடவைகளாவது கேட்கிறார்கள்.

இவர்களுக்கு வேறு கேள்விகளே இல்லையா? ஆனால் நான் அதிசயப்பட்ட அளவுக்கு பத்மினி ஆச்சரியம் காட்டவில்லை. இந்தக் கேள்விக்கு மிகவும் பழகிப்போனவர்போல காணப்பட்டார்.

சிவாஜியைப் பற்றிப் பேச்சு வரும்போதெல்லாம் அவர் கண்களில் ஒரு சிறு மின்னல் புகுந்துவிடுவதை நான் கவனித்திருந்தேன். நீங்கள் சிவாஜியை முதன்முதல் சந்தித்தது ஞாபகத்தில் இருக்கிறதா என்றார் ஒருவர்.

சிவாஜி இன்னும் சினிமாவுக்கு வரவில்லை. நான் ஏற்கனவே சினிமாவில் நடித்துப் புகழ் பெற்றிருந்தேன். அப்போது ரத்தக்கண்ணீர் நாடகம் பார்க்கப் போயிருந்தேன். எம். ஆர்.ராதாவின் நாடகம். அதில் சிவாஜிக்கு பார்ட்டே இல்லை. ஆனால் மேடையில் பின்னால் நின்று உதவி செய்துகொண்டிருந்தார். என்னைக் கண்டதும் தன் வாழ்க்கையில் ஒருமுறையாவது என்னுடன் நடிக்கவேண்டும் என்ற தன் ஆசையை ஓப்பனாகச் சொன்னார். அப்பொழுது எனக்குத் தெரியாது, அவருக்கும் தெரியாது, நாங்கள் 60 படங்கள் தொடர்ந்து செய்யப்போகிறோம் என்பது.

அவருடன் நடித்த நாட்கள் மறக்க முடியாதவை. எட்டு மணிக்கு ஷூட்டிங் என்றால் 7.55க்கே வந்து உட்கார்ந்துவிடுவார். நாங்கள் வழக்கம்போல மேக்கப் எல்லாம் போட்டு வரும்போது நேரம் எப்படியும் ஒன்பது ஆகிவிடும். பொறுமையாக 'என்ன பாப்ஸ், லன்ச் எல்லாம் ஆச்சா?' என்பார்.

ஏதாவது பேசிச் சிரிப்பு மூட்டுவதுதான் அவர் வேலை. சேலைத் தலைப்பைத் தூக்கிப் பிடித்துக்கொண்டு அந்தக் காலத்து கதாநாயகி லட்சணமாக நான் ஒயிலாக அசைந்துவரும்போது 'என்னம்மா, துணி காயவைக்கிறாயா?' என்று கிண்டலடித்து அந்த *shot* ஐ திருப்பித் திருப்பி எடுக்க வைத்துவிடுவார். காதல் பாடல் வேளையின்போது இரண்டு பக்கமும் குரூப் நடனக்காரர்களைத் திரும்பித் திரும்பித் தேடுவார். 'என்ன பாப்ஸ், ஆரவாரப் பேய்களைக் காணவில்லை' என்பார். இன்னும் போரடிக்கும் நேரங்களில் 'யாரப்பா, ரொம்ப நாழியாச்சு இருமி. ஒரு சிகரட் இருந்தாக் குடு' என்பார். இப்படி சிரிக்க வைத்தபடியே இருப்பார். அடுத்ததாக அழுகை சீன் இருந்தால் வெகு கஷ்டம்தான்.

பத்மினியுடைய முதல் படம் மணமகள். என்.எஸ்.கிருஷ்ணன் எடுத்தது. அதில் மூன்று சகோதரிகளும் நடித்திருந்தார்கள். நான் அப்பொழுது போர்டிங்கில் இருந்து படித்துக் கொண்டிருந்தேன். என்னுடன் படித்தவர்கள் எல்லாம் இந்தப் படத்தைப் பார்த்துவிட்டு புகழ்ந்து தள்ளினார்கள். எப்படியும் பத்மினியைப் பார்த்துவிடவேண்டும் என்ற வெறி பிறந்தது. என்னுடன் படித்த 'சண்' என்ற சண்முகரத்தினம் இந்தச் சதிக்கு உடன்படுவதாகக் கூறினான்.

சண் மெலிந்துபோய், முதுகு தோள் எலும்புகள் பின்னுக்குத் தள்ள, நெடுப்பாக இருப்பான். திங்கள் காலை போட்ட உடுப்பை வெள்ளி இரவுதான் கழற்றுவான். ஒருநாள் இரவு களவாக செக்கண்ட் ஷோ பார்க்கும் ஆர்வத்தில் கேட் ஏறிப் பாய்ந்து அவனுடன் புறப்பட்டேன். அந்தப் படத்தில் பத்மினியின் அழகும், ஆட்டமும் நெருக்கமானது. ஓர் இடத்தில் கூந்தல் வழியாக என்னை மாத்திரம் பார்த்துச் சிரிப்பார். அதற்குப் பின்னர் எங்களுக்கு தமிழ் படிப்பித்த ஆசிரியர் 'செறி எயிற்று அரிவை' என்று சொல்லும் போதெல்லாம் பத்மினியின் நெருங்கிய பற்கள் என் கண் முன்னே தோன்றி இடர் செய்யும்.

திரும்பும்போது பஸ் தவறிவிட்டது. 12 மைல் தூரத்தையும் நடந்தே கடந்தோம். மரவள்ளிக் கிழங்கு தோட்டங்களைக் குறுக்கறுத்து, நட்சத்திரங்கள் வழிகாட்ட சண் முன்னே நடந்தான். அங்குசக்காரன்போல நான் பின்னே தொடர்ந்தேன். வானத்திலே நட்சத்திரங்கள் இவ்வளவு கூட்டமாக இருக்கும்போது உற்சாகத்துக்குக் குறைவேது. 'தெருவில் வாரானோ, என்னைச் சற்றே திரும்பிப் பாரானோ' என்று சண் பெருங்குரல் எடுத்துப் பாடினான். சில தெரு நாய்கள் எங்களைத் திரும்பிப் பார்த்ததுமல்லாமல் எங்கள் பயணத்தை இன்னும் துரிதப்படுத்தின.

திரும்பி வந்தபோதும் கேட் பூட்டியபடியே கிடந்தது. அதை வார்டனோ, காவல்காரனோ, வேறு யாரோ ஞாபகமறதியாக எங்களுக்காகத் திறந்து வைத்திருக்கவில்லை. கேரளாவில்

இருந்து வந்து எங்களுக்கு பௌதிகம் படிப்பித்த ஜோஸப் மாஸ்டர்தான் வார்டன். பெருவிரல்கள் மாத்திரம் தெரியும் பாதி சப்பாத்து அணிந்திருப்பார். மிகவும் கண்டிப்பானவர். கேட் ஏறி இருவரும் 'தொம் தொம்' என்று குதித்தோம். அன்று வார்டனிடம் பிடிபட்டிருந்தால் இன்று இந்தக் கட்டுரையை எழுதிக்கொண்டிருந்திருக்க மாட்டேன். சண்ணும் ஆழநீர் பாதைகள் பற்றி விரிவுரைகள் செய்துகொண்டிருக்க மாட்டான்.

இந்தக் கதையைக் கேட்டுவிட்டு பத்மினி கலகலவென்று சிரித்தார். இதுபோல இன்னும் எத்தனை கதைகளை அவர் கேட்டிருப்பாரோ!

முன்னூறு வருடங்களுக்கு முன் மாரிமுத்தாப்பிள்ளை யாழ்ப் பாணத்தில் 'காலைத் தூக்கியவர்' அதற்குப் பிறகு அதைக் கீழே இறக்கவே இல்லை. அங்கே பரதநாட்டியம் படித்த பெண்களின் எல்லை 'காலைத் தூக்கி' ஆடும் நடனம்தான். அது 1959ம் ஆண்டு பத்மினி 'ராணி எலிஸபெத்' கப்பலில் சிலோனுக்கு வந்து ஒரு நாட்டியக் கச்சேரி செய்தபோது மாறியது என்று சொல்லலாம். பரதநாட்டியம் கற்பதில் ஓர் ஆசையும், புது உத்வேகமும் அப்போது எங்கள் பெண்களிடம் பிறந்தது. மற்றவர்கள் விஷயம் எப்படியோ என்னுடைய தங்கை நடனம் கற்பதற்குக் காரணமான குற்றவாளி அவர்தான் என்று சொன்னேன். நாற்பது வருடம் லேட்டாக அவர் மன்னிப்பு கேட்டுக்கொண்டார்.

பத்மினியின் காலத்துக்கு முன்பெல்லாம் தமிழ் சினிமாவில் கதாநாயகன், காதலியைக் கட்டிப்பிடிக்கும்போது, காதலி தன் இரண்டு கைகளையும் முன்னே மடித்து கேடயமாக்கி தன் மார்புகளை ஒரு கோட்டையைப்போல காப்பாற்றிவிடுவாள். பத்மினி நடிக்க வந்த சமயம் இந்தச் சம்பிரதாயம் உடைந்து போனது. வஞ்சிக்கோட்டை வாலிபனில் 'கோட்டை கொத்தளத்தோடு' பத்மினியைக் கட்டிப்பிடித்து ஜெமினி தன் ஆசையையும், ரசிகர்களின் ஆவலையும் தீர்த்து வைப்பார்.

பத்மினியை அழ வைத்த சம்பவம் ஒன்றும் இந்தப் படப்பிடிப்பில்தான் நேர்ந்தது. இத்தனை வருடமாகியும்

அதைச் சொல்லும்போது பத்மினியின் கண்கள் கலங்குகின்றன. வழக்கம்போல வாசன் இந்தப் படத்தை பிரம்மாண்டமாக எடுக்கத் தீர்மானித்தார். அப்போது பத்மினி தமிழ் சினிமாவில் முன்னணி நட்சத்திரம். அதே சமயம் இந்தி சினிமாவில் கொடிகட்டிப் பறந்தவர் வைஜயந்திமாலா.

தேவதாஸ் படத்தில் ஐஸ்வர்யாராயுக்கும், மாதுரி தீட்சித்துக்கும் இடையில் ஒரு போட்டி நடனம் இருக்கிறது அல்லவா? அதுபோல வஞ்சிக்கோட்டை வாலிபனிலும் மிகவும் பிரபலமான ஒரு போட்டி நடனம் வரும். ஹீராலால் என்ற டான்ஸ் மாஸ்டர் இரு நாட்டிய தாரகைகளுக்கும் நடன அசைவுகள் சொல்லித்தந்தார். இதிலே ஒரு பிரச்சினை. வாசனிடம் ஒரு கொள்கை இருந்தது. அவரிடம் வேலை செய்தவர்கள் எல்லாம் எழுபது வயதைத் தாண்டி இருக்கவேண்டும். மேக்கப், லைட்பாய், காமிராக்காரர், வசனகர்த்தா இப்படி எல்லாரும் வாசனுடைய வயதுக்காரர்களாக இருந்தார்கள். ஒரு லைட்டை தள்ளி வைப்பது என்றால்கூட அரை மணி நேரம் எடுக்கும். அதனால் படப்பிடிப்பு ஆமை வேகத்தில் நகர்ந்தது. பத்மினிக்கு மற்ற படப்பிடிப்புகள் இருந்தன. வைஜயந்திமாலா வடக்கில் இருந்து இதற்காகவே வந்திருந்தார். பத்மினி இல்லாத சமயங்களில் வைஜயந்தி மாலா ஹீராலாலிடம் ரகஸ்யமாகச் சில அசைவுகளை ஒத்திகை பார்த்து வைத்துக்கொள்வார்.

படப்பிடிப்பு சமயம் பத்மினியின் நடனம் அமோகமாக அமைந்தது. வைஜயந்திமாலா புளகாங்கிதம் அடையவில்லை. அவர் ‘சாதுர்யம் பேசாதேடி, என் சலங்கைக்கு பதில் சொல்லடி’ என்று தோளிலே சடை துவழ, காலிலே தீப்பொறி பறக்க புயல்போலச் சுழன்றபடி மேடையிலே தோன்றுவார். ஒருமுறை இருவரும் ஆடும்போது பத்மினியின் நிழல் வைஜயந்திமாலாவில் விழுந்தது. பத்மினி மன்னிப்பாக நடனத்தை நிறுத்தி ‘என்னுடைய நிழல் உங்கள்மேலே விழுகிறது’ என்றார். உடனேயே வைஜயந்திமாலா ஆங்கிலத்தில் இரண்டு அர்த்தம் தொனிக்க ‘*It's only a passing shadow*’ என்றார். தமிழ் நாட்டு முதல் நடிகையைப் பார்த்து ‘நகரும் நிழல்’ என்று

சொன்னது பத்மினியைப் புண்படுத்திவிட்டது. அந்த இரண்டு வார்த்தைகளுக்காக தான் இரண்டு இரவுகள் தொடர்ந்து அழுததாக பத்மினி கூறினார். படம் வெளிவந்தபோது நாட்டிய தாரகை யார் என்பதில் ஒருவருக்கும் சந்தேகம் இருக்கவில்லை.

'எதிர்பாராதது' படத்தில் சிவாஜி வழக்கம்போல பத்மினியின் காதலனாக வருகிறார். சந்தர்ப்பவசத்தால் சிவாஜியின் தகப்பன் நாகய்யாவுக்கு பத்மினி மனைவியாகி விடுகிறார். காதலன் இப்போது மகன் முறை. சிவாஜி ஒரு சமயம் பத்மினியைப் பழைய நினைவில் அணுகியபோது பத்மினி கன்னத்தில் ஒரு அறை கொடுக்கிறார். படம் எடுத்தபோது அந்த நேர உணர்ச்சி வேகத்தில் பத்மினி நிஜமாகவே அறைந்து விடுகிறார். சிவாஜியுடைய கன்னம் வீங்கிப்போய் மூன்று நாட்களாக அவர் படப்பிடிப்புக்கு வரவில்லை. மூன்றாவது நாள் சிவாஜியைப் பார்க்க அவர் வீட்டுக்கு பத்மினி வருகிறார். அப்பொழுது ஒரு பியட் கார் சிவாஜிக்குப் பரிசு கொடுத்தார். அதுதான் சிவாஜியுடைய முதலாவது கார்.

பத்மினியின் ஞாபகசக்தி அசரவைக்கிறது. எந்த ஒரு சம்பவத்தையும் கூறமுன்பு அது நடந்த வருடத்தைக் கூறியபடிதான் ஆரம்பிக்கிறார். '1944ல் உதயசங்கருடைய கல்பனா படத்தில் டான்ஸ் ஆடினேனா' என்று தொடங்கி அந்த விவரங்கள் எல்லாவற்றையும் தருவார். சினிமா என்றால் தயாரிப்பாளர் பெயர், டைரக்டர் பெயர், நடிகர்கள் பட்டியல் எல்லாமே நினைவில் வைத்திருக்கிறார். அவர் மூளையில் பெரிய தரவுத்தளம் *(database)* ஒன்று ஒருவித வைரஸ் பாதிப்பும் இல்லாமல் இயங்குகிறது.

விழாவுக்கு பத்மினியின் அலங்காரம் பிரமாதமாக இருந்தது. இருட்டில் போத்தல் தேனை கவிழ்த்துக் குடித்ததுபோல இதழ்களில் உருகி வழியும் லிப்ஸ்டிக். அவருடைய எடைக்கு சரிசமமான எடையோடு இருக்கும் சரிகை நிறைந்த சேலை. இரண்டு கைகளிலும் எண்ணிக்கை சரிபார்த்துத் திருப்பித் திருப்பி எண்ணி அணிந்த வளையல்கள். முகத்திலே விழுந்த சிறு சுருக்கத்தைத் தவிர, ஒரு சிறகு மட்டுமே உதிர்த்த

தேவதை போல, அந்தக் காலத்து ஏ.பி. நாகராஜனுடைய 'விளையாட்டுப்பிள்ளை' சினிமாவில் வந்த பத்மினியாக காட்சியளித்தார்.

நீண்ட வசனங்களை எல்லாம் பத்மினி மேக்கப் போடும்போதே பாடமாக்கி விடுவார் என்று கேள்விப்பட்டிருக்கிறேன். இந்த நாட்கள் போல இல்லாமல் அந்தக் காலத்தில் நடிகைகள்தான் (கொடுமை) தங்கள் வசனங்களையும் பேசவேண்டும். ஆனால் விழாவில் மேடை ஏறியதும் அவர் புதிய பத்மினியாகிவிட்டார். கைதேர்ந்த பேச்சுக்காரி மாதிரி விழா சம்பந்தப்பட்டவர்கள் பேர்கள் எல்லாவற்றையும் ஞாபகத்தில் வைத்து சுருக்கமாகப் பேசிமுடித்தார். அந்தச் சில நிமிடங்கள் சபையோர்கள் அவருடைய பிரசன்னத்தில் மயங்கி 'நலம்தானா? நலம்தானா?' என்று கூக்குரலிட்டபடியே இருந்தார்கள்.

சிவாஜியை எப்போது கடைசியாகச் சந்தித்தீர்கள்?

அவர் இறப்பதற்கு இரண்டு வருடங்கள் முன்பு அவரைப் பார்க்கப் போயிருந்தேன். சிவாஜி மெலிந்து ஆள் மாறிப் போயிருந்தார். தண்ணீர் கூட அவர் விருப்பத்திற்குக் குடிக்க முடியாது. ஒரு நாளைக்கு ஒரு கிளாஸ் தண்ணீர்தான். கொஞ்சம் கூடக் குடித்தாலும் உடம்பில் தண்ணீர் கட்டி உப்பிவிடும். மிக ஜாக்கிரதையாக இருக்க வேண்டும்.

சிவாஜி மாடியிலேயே தங்கியிருந்தார். கீழேயே வருவதில்லை. அவரைப் பார்ப்பவர்கள் மேலே போய்ப் பார்த்துவிட்டு அப்படியே போய்விடுவார்கள். சிவாஜி சாப்பாட்டுப் பிரியர்; என்னைப் போலவே. அவருக்கு விருப்பமான அத்தனை அயிட்டமும் எனக்கும் பிடிக்கும். அன்று மேசை நிறைய சாப்பாட்டு வகைகள். காடை, கௌதாரி, கோழி, ஆடு, மீன், இறால் என்று எனக்குப் பிடித்தமான அத்தனை கறி வகைகளும் சமைத்திருந்தார்கள்.

அதில் ஒன்றைக்கூட சிவாஜி உண்ண முடியாது. அப்படியும் என் ஒருத்திக்காக அவ்வளவு சமைத்திருந்தார்கள். சிவாஜியை ஒரு நாற்காலியில் உட்காரவைத்து நாலு பேர் அவரை மாடியில்

இருந்து தூக்கி வந்தார்கள். அவர் எனக்குப் பக்கத்தில் உட்கார்ந்துகொண்டு சாப்பிடம்மா, சாப்பிடு. நல்லா சாப்பிடு' என்றார். உணவின் சுவை அறிந்தவர் அதை ருசிக்க முடியாத கொடுமை. அவருக்குப் பிடித்தமான அத்தனை உணவையும், வெறுமனே பார்த்தபடி இருந்தார்.

அதுதான் கடைசி நினைவு. வேறு ஏதாவது நினைவாக இருந்திருக்கலாம் என்று இப்போது தோன்றுகிறது.

சாதி வெறி பற்றி நான் படிக்காத கட்டுரைகள் இல்லை. டானியலின் 'பஞ்சமர்' நாவலில் தொடங்கி, மாதவய்யாவின் 'கண்ணன் பெரும் தூது' சிறுகதையில் இருந்து, சமீபத்தில் ஜெயமோகனின் 'கடைசிவரை' சிறுகதை வரை படித்தவன்தான். ஆனாலும் சில விஷயங்கள் கேட்கும்போது மனதை திடுக்கிட வைத்துவிடுகின்றன.

மாலை ஆறுமணி இருக்கும். பத்மினி மஞ்சள் கரை வைத்த வெள்ளை சுரிதார் அணிந்து காலுக்கு மேல் கால் போட்டு சோபாவில் சாய்ந்து அமைதியாக உட்கார்ந்திருக்கிறார். அவர் தேநீர், கோப்பி போன்ற பானம் ஒன்றும் அருந்துவதில்லை. ஒரு கிளாஸில் பழ ரசம் மெல்லிய மிடறுகளில் சுவைத்தபடி இருந்தார். உடம்பும் மனமும் ஒருமித்து மிதக்கும் ஒரு தருணம் அது. அவருடைய சம்பாஷணை எங்கோ தொடங்கி எங்கோ தொட்டுத் தொட்டுச் செல்கிறது. திடீரென்று சொன்னார். 'நான் நாயர் பொண்ணு. அவர் கள்ளர் ஜாதி. நடக்கிற காரியமா?'

நான் திடுக்கிட்டுவிட்டேன். கடந்த இரண்டு தினங்களாக இருபது தடவைகளுக்கு மேலாகக் கேட்கப்பட்ட ஒரு கேள்விக்கு அவர் பதில் கூறுகிறார் என்று எனக்கு அப்போதுதான் புரிந்தது. அவர் கண்கள் பளபளவென்று மின்னிக் காட்டிக்கொடுத்தன.

பத்மினி திரும்பிப் போன அன்று டெலிபோன் மணி ஓசை நின்றது. கதவு மணி ஓய்ந்தது. பத்திரிகை நிருபர்களின் தொல்லை விட்டது. சொல்லியும் சொல்லாமலும் வந்த விருந்தாளிகளின் ஆரவாரம் முடிந்தது. மாடிப்படிகளில் குடுகுடுவென்று ஓடிவரும் ஒலியும், கலகலவென்ற பத்மினியின் ஓயாத பேச்சும்

மறைந்துபோனது. திடீரென்று வீட்டில் மறுபடியும் இருள் சூழ்ந்தது போன்ற ஓர் உணர்வு.

ஆனாலும் ஒரு லாபம் இருந்தது. நாட்டியப் பேரொளி போனபோது ஒரு சிறு ஒளியை எனக்காக விட்டுப் போய்விட்டார். ரோட்டிலே நடை செல்லும்போதும், உணவகத்தில் சாப்பிடப் போனபோதும், வீடியோ நிலையத்திலும், சாமான் வாங்கும் கடைகளிலும் என்னைப் பார்த்து இப்போது 'ஹாய்' என்று சொல்கிறார்கள்.

2. சந்தா குருஸில் சு. ரா

அந்த கேட் இரண்டு ஆள் உயரத்துக்கு இருந்தது. கறுப்பு பெயிண்ட் அடித்து உருக்கிய உலோகத்தில் செய்து குறுக்காக இரும்புத் தண்டுகள் அடித்து பெரிதாக, உறுதியாக பயமுறுத்தியது. நான் அதற்கு முன் நின்று பார்த்தேன். ஆள் அரவம் இல்லை; அதைத் திறக்கும் வழியும் தெரியவில்லை. கடைசியில் இவ்வளவு முயற்சிகளும், ஏற்பாடுகளும் வீணாகிவிட்டனவே என்று ஏக்கப்பட்டேன். திரும்பிப் போக வேண்டியதுதான்.

காரணம் இருந்தது. அந்தக் காலத்து அரச சேவகர்களுக்கு இலச்சினை மோதிரம் பல கதவுகளைத் திறந்திருக்கிறதாம். இங்கே என்றால் கடவு எண் வேண்டும். அது பல கதவுகளைத் திறக்கும். நான் திரு சுந்தர ராமசாமி அவர்களிடம் கடவு எண்ணைக் கேட்க மறந்துவிட்டேன். அவரும் சொல்லவில்லை. என்னுடைய கற்பனைத் திறத்தில் அவருக்கு அவ்வளவு நம்பிக்கை இருந்தது போலும். என்ன செய்யலாம் என்று யோசித்தேன்.

நான் கனடாவில் இருந்து புறப்படும்போதே சு.ரா கலிபோர்னியாவுக்கு வந்துவிட்டார் என்ற செய்தி என்னை எட்டிவிட்டது. முதலில் பொஸ்டன் போய் அங்கு ஒரு மாதம் தங்கியபின் கலிபோர்னியா போவதென்று நான் ஏற்பாடு செய்திருந்தேன். டிசம்பர் மாதக் கடைசியில் இந்தப் பிரயாணம் திட்டமிடப்பட்டது. உறைபனிக் குளிரைத் தவிர்ப்பதும் ஒரு முக்கிய நோக்கம். சு.ரா மூன்று, நாலு மாதங்கள் கலிபோர்னியாவில் இருப்பார் என்று கிடைத்த உறுதியான செய்தியின்படி என் விமானச் சீட்டை வாங்கியிருந்தேன். முன்பே பதிவு செய்யப்பட்ட, இரும்பிலே அடித்து வைத்ததுபோல, மாற்றமுடியாத டிக்கட் அது. பொஸ்டனில் இருந்து மூன்றாம் தேதி புறப்பட்டு, அடுத்து வரும் மாதம் அதே மூன்றாம் தேதி திரும்புவதாக ஏற்பாடு. இந்த முப்பது நாளில் ஒரு நாள் அவரைப் பார்த்துவிடலாம் என்ற நம்பிக்கையில் இருந்தேன்.

இந்த முடிவு புத்திசாலித்தனமானது அல்ல என்பது எனக்கு பின்னர் தெரியவரும். சரியாக மூன்றாம் தேதி அவர் கலிபோர்னியாவை விட்டுக் கிளம்பி அடுத்த மாதம் மூன்றாம் தேதிதான் திரும்பி வருவாராம். அதாவது நான் கலிபோர்னியாவில் தங்கும் அந்த முப்பது நாட்களும் அவர் அங்கே இருக்கமாட்டார்.

வேறு என்ன செய்வது? அபராதப் பணம் கட்டி என்னுடைய பயணச்சீட்டை இன்னும் ஒரு வாரத்துக்கு நீட்டினேன். அப்படிச் செய்துவிட்டு ஒரு புதன்கிழமை அவரிடம் வருவதாக போன் செய்தேன். அவர் சொன்னார், 'நீங்கள் எப்ப வேண்டுமென்றாலும் வாருங்கள். புதன்கிழமை மட்டும் வேண்டாம். ஒரு முக்கிய வேலை இருக்கிறது.' என்னால் நம்ப முடியவில்லை. மறுபடியும் தாழி உடைந்துவிட்டது. கடைசியில் ஒரு வழியாக சு.ரா வேறு ஒழுங்கு செய்துவிட்டு புதன்கிழமையை எனக்காக ஒதுக்கினார்.

இவ்வளவு ஏற்பாடுகள் செய்து, பல கண்டங்களைத் தாண்டி நான் வந்திருந்தேன். அதிகாலையில் எழும்பி இரண்டு மணி நேரப் பயணம். இப்பொழுது இந்த வாயிலோன் இல்லாத

வாயிற்கதவு கண்ணுக்குத் தெரியாத மின் கண்களால் பூட்டப்பட்டு, என்னுடைய பெரும் துக்கத்துக்குக் காரணமாக நின்றது.

கேட்டைப் பிடித்து ஏறிப் பாய்ந்து உள்ளே நுழையலாம். அல்லது திருநாவுக்கரசர் திருமறைக் காட்டிலே செய்ததுபோல பதிகம் பாடலாம். அந்த நேரம் பார்த்து எனக்கு ஆண்டவனால் அனுப்பப்பட்டதுபோல கடவு எண் உள்ள ஒரு கார் எனக்குப் பின்னால் மெதுவாக வந்ததும் அந்த கேட் ஆரவாரமில்லாமல் திறந்துகொண்டது. மின் கண்கள் அவதானிக்கும் வேகத்தைத் தோற்கடிக்கக்கூடிய ஒரு வேகத்தில் நானும் அந்தக் காரின் பின்னால் மின்னலாக உள்ளே புகுந்துவிட்டேன்.

கேட்டைத் தாண்டி ஒரு அரை மைல் தூரம் வளைந்து வளைந்து சென்ற பிறகுதான் வீடு. அந்த வளாகத்தில் இருபது வீடுகள் இருக்கலாம். சுகமான காற்று வீசும் மரங்களால் சூழப்பெற்று இயற்கையின் மடியில் மிதக்கும் அற்புதமான பள்ளத்தாக்கில் அந்த வீடு தனியாக இருந்தது. இன்முகத்துடன் சு.ரா வாசலிலே நின்று வரவேற்றார்.

நீண்ட கால்சட்டையும், ஸ்வெட்டரும் அணிந்து ஆரோக்கியமாகவும், உற்சாகமாகவும் அவர் காணப்பட்டார். போன தடவை பார்த்ததிலும் பார்க்க இன்னும் இளமையான தோற்றத்துடன் இருந்தார். நீண்ட கண்ணாடிகள் வழியே வெளிச்சம் பாயும் அகலமான வரவேற்பறை. மெத்தென்ற கம்பளங்கள். ஒரு சோபாவில் அவர் அமர்ந்தபடி என்னையும் இருக்கச் சொன்னார்.

வழக்கம்போல கால நிலை பற்றியே பேச்சு ஆரம்பித்தது. பொஸ்டன் நகரில் பனிப்புதைவு அப்பொழுது பத்து அங்குலத்துக்கும் உயரமாகவே இருந்தது. உஷ்ண நிலை -15 பாகையைத் தொட்டது. நான் புறப்பட்ட ரொறன்ரோ நகரில் இன்னும் மோசம், -25 பாகையாகவும் பனிமேடு 18 அங்குலத்திற்கு மேலாகவும் இருந்தது. இங்கே, சந்தாகுரூஸ் நகரத்தில் சூரியன் சுவாலை வீசிக்கொண்டு மற்ற மாநிலங்களில் கஞ்சத்தனமாக சேமித்த கிரணங்களை எல்லாம் தாராளமாக

விநியோகம் செய்தான்.

'என்ன புத்தகங்கள் படிக்கிறீர்கள்?' என்று கேட்டேன். அவர் நிறையப் புத்தகங்கள் படித்தார். புத்தகங்களைப் பார்த்தால் ஆசையில் வாங்கிவிட்டு பிறகு அவ்வளவையும் படித்து முடிக்கவேண்டுமே என்று குற்ற உணர்வு கொள்வார். அப்பொழுது அவர் படிக்க வேண்டிய புத்தகங்களின் பட்டியல் 200க்கு மேலாக உயர்ந்திருந்தது.

Michio Kaku எழுதிய Vision என்ற புத்தகம்தான் அவர் கடைசியாகப் படித்தது. உலகை விஞ்ஞானம் எவ்வளவு தீவிரமாக மாற்றி வருகிறது என்பதைச் சொல்லும் புத்தகம். கடந்த 2000 வருடங்கள் உலகம் அடைந்த மாற்றத்திலும் பார்க்க இனி வரப்போகும் இருபது வருடங்களில் கூடுதலான மாற்றம் ஏற்படுமாம். என்ன அற்புதமான நேரச் சந்தியில் நாங்கள் வாழ்ந்துகொண்டிருக்கிறோம் என்று வியந்தார்.

சு.ரா எந்த நாட்டுக்கு, எந்த நகருக்கு, எந்த ஊருக்குப் போனாலும் முதலிலே எங்கே புத்தகக் கடை இருக்கிறது என்பதைக் கண்டுபிடித்து விடுவார். Detroitல் தான் கண்டுபிடித்த ஒரு புத்தக நிலையத்தில் பதினைந்து லட்சங்களுக்கும் கூடிய புத்தகங்கள் இருப்பதைச் சொல்லி வியந்தார். எல்லாமே பழைய புத்தகங்கள். இந்தியாவில் வாழ்நாள் பூராவும் தேடினாலும் அகப்படாத அபூர்வமான புத்தகங்கள் இங்கே இந்திய விலைப்படி மலிவாகக் கிடைப்பதாகக் கூறினார்.

இதிலே அவருக்கு ஆச்சரியம் அளித்தது அவை அடுக்கப் பட்டிருக்கும் ஒழுங்குதான். எந்தத் துறையில் என்ன புத்தகம் இருக்கிறது என்பதை இரண்டு நிமிடத்தில் ஒருவர் உதவியும் இல்லாமல் கண்டுபிடித்துவிடலாம். இளம் வயதில் படித்திருக்க வேண்டிய எத்தனையோ புத்தகங்கள் இங்கே கிடைத்தன. இனிமேல் அவற்றைப் படிக்கவும் முடியாது. புத்தகங்களை ஆசைக்கு வாங்கித்தான் என்ன செய்வது? படிப்பதற்கு நேரம் வேண்டுமே!

Isaac Asimov என்பவர் உலகத்தின் புகழ் பெற்ற விஞ்ஞானி.

ஐம்பது வருடங்களில் இவர் நானூறுக்கு மேற்பட்ட புத்தகங்களை எழுதிக் குவித்திருக்கிறார். இவற்றில் ஆராய்ச்சிக் கட்டுரைகள், விஞ்ஞானக் கதைகள், நாவல்கள் எல்லாம் அடங்கும். லட்சக்கணக்கான வாசகர்கள் இவருக்கு. கிடைக்காத விருதுகள் இல்லை. 1992ல் இவர் வேலை செய்து கொண்டிருக்கும்போதே இறந்தபோது இவரைப் போன்று விஞ்ஞானப் படைப்புகளுக்கு புதுமுகம் கொடுத்தவர் இவருக்கு முன்னுமில்லை, பின்னுமில்லை என்று எல்லோரும் ஒப்புக்கொண்டார்கள்.

சு.ராவுக்கு அஸிமோவைப் பிடித்துக்கொண்டது. 'மிகவும் சிக்கலான விஞ்ஞான விஷயங்களை எல்லாம் சர்வ சாதாரணமானதாக, எளிமையானதாக, ஆக்கிவிடுகிறார். வேதியியல் பற்றி ஒரு புத்தகம் படித்தேன். *Chemistry* என்றால் என்னவென்றே எனக்குத் தெரியாது. ஆனாலும் இந்த மனிதர் என்ன மாதிரி நுட்பமான சங்கதிகளைச் சுவையாகச் சொல்லி சுலபமாகப் புரியவைத்துவிடுகிறார்.'

தமிழில் இப்படி எழுதுபவர்கள் குறைவு. எழுதினாலும் நுனிப்புல் மேய்வது மாதிரி மேலோட்டமாக ஏதோ சொல்லிக்கொண்டு போகிறார்கள். அது வாசகனுக்கு எந்த அளவுக்குப் போய்ச் சேருகிறது என்பது சந்தேகமே. வேற்று வார்த்தைகளை நல்ல தமிழில் சொல்ல வேண்டும் என்ற ஆர்வம் இல்லை; முயற்சிகூட இல்லை. அரைவாசி விஷயங்களை ஆங்கிலத்திலேயே எழுதிவிடுகிறார்கள்.

அவருக்கு ஒரு விஞ்ஞானப் பத்திரிகை தொடங்கவேண்டும் என்ற ஆசை இருந்தது. வெளிநாடுகளில் இப்பொழுதெல்லாம் நல்ல தமிழ் பத்திரிகைகள் விஞ்ஞான விஷயங்களைப் புரியும்படியாக எழுதிவருகின்றன என்று சொன்னேன். 'அப்படியா' என்று ஆச்சரியப்பட்டார்.

சு.ரா வசித்த இடத்திற்கு வெகு சமீபத்தில் உலகத்தின் இயற்கை பேரதிசயம் நடக்கும் ஓர் இடம் இருந்தது. இதைப் பார்ப்பதற்கு வருடம் பூராவும் பல நாடுகளில் இருந்தெல்லாம் இயற்கை ஆர்வலர்கள் வருவார்கள். இந்த இடத்தின் பெயர் *Ano Nuevo* அதாவது புதுவருட முனை. சீல் என்று சொல்லப்படும்

கடல் நாய் வகையில், இந்தக் கடற்கரைக்கு மாத்திரம் தும்பிக்கை வைத்த கடல் நாய்கள் (elephant seals) வரும். நூறு வருடங்களுக்கு முன்புவரை இவற்றை வேட்டையாடிக் குவித்துக் கொண்டிருந்தார்களாம். அரசாங்கம் சட்டம் இயற்றிக் காப் பாற்றியதில் அவற்றின் எண்ணிக்கை 200ல் இருந்து தற்போது 150,000 ஆக உயர்ந்துவிட்டது.

இதிலே ஒரு விசேஷம் இருந்தது. ஆண் நாய்கள் அலாஸ்காவிலிருந்து, அதாவது 4000 மைல் தொலைவிலிருந்து, நீந்தியபடி டிசம்பர் தொடக்கத்தில் சரியாக இந்த முனைக்கு வந்து தங்கள் பிரதேச எல்லைகளைப் பிடித்து பெண் சீல்களின் வரவுக்காகக் காத்திருக்கும். பெண் சீல்கள் எதிர்த்திசையில், அதாவது ஹவாய் தீவுகளிலிருந்து 3000 மைல் தூரம் நீந்திவரும். அவர்களுடைய காதல் விளையாட்டு ஆரம்பித்து பிப்ரவரி 14ம் திகதி உச்சக்கட்டத்தை அடையும். (அதில் இருந்துதான் காதலர் தினம் தொடங்கியதாகச் சொல்கிறார்கள்.) எது எப்படியோ பெண் சீல்கள் குட்டி போட்டவுடன் அவற்றை விட்டுவிட்டு பழையபடி ஹவாய் தீவுகளுக்கும், ஆண்கள் சீல்கள் அலாஸ்காவுக்கும் போய்விடும். மறுபடி ஒரு வருடம் கழித்து அதே இடத்தில் சந்திப்பு நடக்கும். அதே ஆணிடம் அதே பெண் போகும் என்று சொல்லமுடியாது. அது அந்த வருடத்து பலசாலியான ஆண் சீலில் தங்கியிருக்கும்.

இதைப் பற்றி நாங்கள் சிறிது நேரம் பேசினோம். இதிலே அதிசயம் இந்த ஆண் சீல்களும், பெண் சீல்களும் வெவ்வேறு திசையில் பல ஆயிரம் மைல்கள் நீந்திப் போவதல்ல. எப்படி சரியாக, அடுத்த வருடம் அந்தக் கடற்கரையில் அதே முனைக்கு அவை வந்து சேருகின்றன என்பதுதான்.

சு.ரா இருந்த இடத்தில் இருந்து சிலிக்கன் பள்ளத்தாக்கு 45 நிமிடத் தூரமே. தமிழ்நாட்டில் இருந்து இங்கே வந்து வேலை பார்க்கும் சிலரை சு.ரா அறிவார். ஆயிரக்கணக்கான இளம் தலைமுறையினர் இங்கே பணி செய்தார்கள். இதற்குக் காரணம் என்ன என்பதை விவாதித்தபோது சு.ரா ஒரு கதை சொன்னார்.

அவர் இள வயதாக இருந்தபோது ரயில்வே ஸ்டேசன்

ஓரத்துக் கடையொன்றில் ஒரு பெரியவர் ஒரு புத்தகத்தை வைத்து ஆராய்ந்தபடி ஏதோ எழுதிக்கொண்டிருப்பதை தினம் பார்ப்பாராம். இந்த மனிதர் ஆடமாட்டார், அசையமாட்டார். காலையிலே அந்த மூலையில் வந்து குந்தினாரென்றால் மாலையாகி வெகு நேரம் கழித்துதான் வீடு திரும்புவார். அவருடைய மனக்குவிப்பும், உழைப்பும் ஆச்சரியமிக்கதாயிருக்கும். அவருடைய கவனத்தைத் திருப்ப எவ்வளவு முயன்றாலும் அவர் கண்ணை வாங்கமாட்டார்.

இது கனகாலமாகத் தொடர்ந்தது. ஒரு நாள் சு.ரா இந்த மர்மத்தை எப்படியும் உடைத்து விடவேண்டும் என்று தீர்மானித்து உள்ளே புகுந்து அவர் கவனத்தைக் கலைத்து விட்டார். அந்தப் பெரியவருக்கு பேச்சில் ருசியில்லை. மறுபடியும் தன்னுடைய கணக்குக்குத் திரும்பிவிட துடித்தார்.

'என்ன செய்கிறீர்கள்?'

'சோதிட சாஸ்திரத்தில் ஒரு தவறு. அதைச் சரிசெய்வதற்காக இந்தக் கணக்கை போட்டுக்கொண்டிருக்கிறேன். முக்கால் பங்கு தீர்ந்துவிட்டது. இன்னும் கால் பங்குதான்,' என்றார்.

'எத்தனை காலமாக இந்தக் கணக்கைப் போடுகிறீர்கள்?'

'நாப்பது வருடங்கள்,' என்றார் அவர்.

'ஒரு தவம் போல நாற்பது வருடங்களாக அந்தப் பெரியவர் ஒரே கணக்கைப் போட்டுக்கொண்டிருந்தார். இதற்கு எவ்வளவு பொறுமையும், உழைப்பும் தேவை. ஒரு துறையிலே மேலுக்கு வரவேண்டும் என்றால் இந்தக் குணங்கள் முக்கியம். எங்கள் இளைய தலைமுறையினரிடம் இது நிறையவே இருக்கிறது,' என்றார்.

அப்படிப் பேசிக்கொண்டிருக்கும்போதே திருமதி வந்து 'சாப்பாடு ரெடி' என்றார்கள். இங்கே தமிழ்நாட்டுக் காய்கறிகள் கிடைப்பது அரிது. இந்தியக் கடைகள் இருக்கின்றன, ஆனால் வெகு தூரத்தில். அமெரிக்கக் காய்கறிகளை வைத்து தமிழ்நாட்டுச் சமையல்; பீன்ஸ், கீரை, சாம்பார், பொரியல், அப்பளம், ஊறுகாய், தயிர் என்று குறைவே இல்லாமல் சுவையுடன்

தயாரிக்கப்பட்டிருந்தன.

ஆனால் ஒரு ரகஸ்யமான உணவுப் பதார்த்தம் மட்டும் கடைசியில் வெளிப்பட்டது. உருண்டையான பலாச்சுளைகளை உருக்கிய வெல்லப்பாகில் முக்கித் தயாரித்தது. நான் இதற்கு முன்பு அதைச் சுவைத்ததே இல்லை. நாகர்கோவிலில் எங்கோ ஒரு கொம்பில் கனிந்த பலாப்பழம் வெல்லப்பாகில் பாதுகாக்கப்பட்டு 10000 மைல் பிரயாணம் செய்து அமெரிக்கன் சுங்க அதிகாரியை ஏமாற்றி, என்னால் ருசி பார்ப்பதற்காகக் கிடந்தது. அந்தப் பழத்தின் ருசி என் பால்ய நாட்களையும், 'அட்டாளை' என்று நாங்கள் அப்போது செல்லமாக அழைத்து இப்பொழுது போரில் அழிந்துபோன ஒரு பலாமரத்தையும், என் அம்மாவையும் ஞாபகத்துக்குக் கொண்டு வந்தது.

சு.ரா நடப்பதில் ஆர்வமானவர். தினம் அவர் உலாத்தப் போவதாகச் சொன்னார். நாங்களும் அந்த வளாகத்திலேயே உலாத்துவதற்கு வெளிக்கிட்டோம். நீண்டு வளர்ந்த ஓக் மரங்கள் இரு பக்கமும் அலங்கரிக்கும் மேட்டுப் பாதைகளில் அனாயாசமாக ஏறி இறங்கினார். அவருக்குக் களைப்பு தெரியவில்லை.

மறுபடியும் பேச்சு எங்களை அறியாமல் இலக்கியத்துக்குள் புகுந்தது. ஒரு நாவல் எழுதுவதில் உள்ள சிரமங்களைச் சொன்னார். ஒரு முன்னூறு பக்க நாவல் என்றால் தான் கிட்டத்தட்ட 3000 பக்கங்கள் வரையிலும் எழுதுவதாகக் கூறினார். அவ்வளவுக்கு அதைத் திருத்தித் திருத்திச் செப்பனிட வேண்டியிருக்கிறதாம். ஐந்து பேர்கள் தனித்தனியாக (proof) மெய்ப்பு பார்க்கவேண்டும். அப்படியும் மூன்று நாலு பிழைகள் புகுந்துவிடும். தவிர்க்கவே முடியாது. அச்சிலிருக்கும் பத்து மாதம் வரையில் கடினமான உழைப்புத்தான்.

நாகர்கோவிலில் சொல்லச்சொல்ல சுருக்கெழுத்தில் எடுத்து தமிழில் டைப் செய்து தருவதற்கு அதிபுத்திக்கூர்மையான பெண்கள் இருக்கிறார்கள். இவர்கள் கடுமையான உழைப்பாளிகள். சு.ராவின் 'குழந்தைகள் பெண்கள் ஆண்கள்' நாவல் இந்த முறையில் எழுதப்பட்டதுதான்.

ஒருமுறை இலக்கியவாதி ஒருத்தர் சு.ராவிடம் வந்து சிக்கலான கட்டுரை ஒன்றை அன்றே பத்திரிகைக்கு எழுதி அனுப்ப வேண்டியிருக்கிறதென்றும், சுருக்கெழுத்தாளர் ஒருத்தர் தேவையென்றும் கேட்டிருக்கிறார். சு.ரா தன்னுடைய வழக்கமான பெண் காரியதரிசியைக் கடன் கொடுத்தார். இலக்கியக்காரர் சொல்லச் சொல்ல அந்தப்பெண் எழுதி டைப் செய்து கொடுத்தாள். எழுத்தாளர் அதில் திருத்தங்கள் செய்வதற்காக பேனையை எடுத்துக்கொண்டு பார்த்தால், ஓர் இலக்கணப் பிழையோ, சொற்பிழையோ கிடையாது; நிறுத்தக்குறியீடுகள் கூட பொருத்தமான இடங்களில் விழுந்திருந்தன. அவருக்கு ஆச்சரியம் தாங்க முடியவில்லை. கட்டுரையை அப்படியே அனுப்பி வைத்தாராம்.

'இந்தக் கதையை ஏன் சொல்கிறேன் என்றால் எங்கள் நாட்டில் போதிய திறமை இருக்கிறது. முன்னேறுவதற்கான வாய்ப்புகள்தான் இல்லை. அதுதான் எல்லோரும் பிறந்த நாட்டை விட்டு வேலை தேடி திறமையை விற்க ஓடுகிறார்கள்' என்றார்.

'நீங்கள் ஒரு பேட்டியில் தமிழ்நாட்டில் புத்தகம் வாங்கும் பழக்கம் இல்லை. ஒரு நாவலோ, கட்டுரைத் தொகுதியோ 1000 பிரதிகள் விற்பதே கஷ்டம் என்று சொல்லியிருக்கிறீர்கள். அது இப்பவும் உண்மையா?' என்று கேட்டேன்.

'அதில் சிறிது மாற்றம் இருக்கிறது. சமீபத்தில் போட்ட 'குழந்தைகள் பெண்கள் ஆண்கள்' முற்றிலும் விற்றுத் தீர்ந்துவிட்டது. உலகம் முழுவதும் ஆறு கோடி தமிழ் மக்கள் இருக்கிறார்கள். அதோடு ஒப்பிடும்போது இது மிகவும் குறைந்த தொகைதான்' என்றார்.

சமீபத்தில், புகழ்பெற்ற அமெரிக்க நாவலாசிரியர் *Angela's Ashes* என்ற புத்தகத்தை எழுதிய *Frank McCourt* ரொறொன்ரோ நகருக்கு வந்த போது அவருடைய புத்தக வாசிப்புக்குப் போயிருந்தேன். அங்கே ஆயிரக் கணக்கானோர் இருபது டொலர் டிக்கட் வாங்கி அந்த வாசிப்பைக் கேட்க வந்திருந்தார்கள். கூட்டம் முடிந்தபிறகு நீண்ட நேரம் வரிசையில் நின்று புத்தகங்களில்

கையொப்பம் பெற்றுக்கொண்டார்கள். இப்படியான காலம் தமிழ்நாட்டில் வருமா என்று கேட்டேன்.

‘தமிழ்நாட்டில் எப்படி வரும். அங்கே வருமானம் குறைவு; புத்தகம் வாங்குவது என்பது பெரிய விஷயம். அதுவும் தீவிரமான இலக்கியப் புத்தகத்தைக் காசு கொடுத்து வாங்கமாட்டார்கள். மற்ற மாநிலங்களில் எப்படியோ, தமிழ்நாடு இதில் பின்தங்கித்தான் இருக்கிறது.’

‘உதாரணத்திற்கு ஒன்று சொல்கிறேன். நான் பாரிஸுக்குப் போனதைப் பற்றி ஒரு கட்டுரை எழுதியிருந்தேன். நீங்களும் அதைப் பாராட்டிச் சொன்னது ஞாபகம். அந்தக் கட்டுரை தமிழ்நாட்டில் வெளியானபோது எனக்கு மூன்று கடிதங்கள் வந்தன. இதே கட்டுரையை மலையாளத்தில் ஒரு பத்திரிகை மொழிபெயர்த்து வெளியிட்டது. நம்பமாட்டீர்கள். அதற்கு வாசகர்களிடமிருந்து நிறையப் பாராட்டுகள் கிடைத்தன.’

அடுத்ததாக மொழிபெயர்ப்புப் பற்றிப் பேசினோம். தமிழில் சமீபத்தில் நான் படித்து ரசித்த சில அற்புதமான மொழிபெயர்ப்புகள் பற்றிச் சொன்னேன். இப்படியான மொழிபெயர்ப்புகளை ஊக்குவிப்பது எங்கள் கடமை என்றார். சகல கலைச்செல்வங்களையும் தேடித்தேடி தமிழில் தரவேண்டும். அது மாத்திரமல்ல, எங்கள் படைப்புகளை வேற்று மொழிகளில் மறு ஆக்கம் செய்யும் வழிகளையும் நாங்கள் யோசிக்க வேண்டும், குறிப்பாக புலம் பெயர்ந்தவர்கள் இதில் ஊக்கமெடுக்கலாம் என்றார்.

இணையதளங்களில் வரும் தமிழ் ஆக்கங்களைப் படிப்பதுண்டா என்று கேட்டேன். எல்லாவற்றிற்குமே நேரம்தான் எதிரி. முன்புபோல படிப்பதற்கும் எழுதுவதற்கும் நேரம் ஒதுக்க முடியவில்லை. படிக்க வேண்டியவை குவிந்துபோய்க் கிடக்கின்றன. எழுதவேண்டியவையோ இன்னும் அதிகம். எதை முன்னுக்குச் செய்வது; எதைப் பின்னுக்குச் செய்வது என்பதுதான் பிரச்சினை. அப்பொழுதே கம்ப்யூட்டரில் தமிழ் இணையதளங்களுக்கு ஒரு சுற்றுப்போய் என்ன நடக்கிறது என்று பார்த்தோம். எடுத்த எடுப்பில் நாலு வெவ்வேறு தளங்களில்

சு.ரா பற்றிய கட்டுரைகள், விமர்சனங்கள், கதைகள் என்று கொடிகட்டிப் பறந்தன. அவருக்கே ஆச்சரியமாயிருந்தது. 'அட, இத்தனை விஷயங்கள் நடக்கின்றனவா! விரல்களை எல்லாத் தளங்களிலும் வைத்திருப்பது எவ்வளவு கடினம்,' என்றார்.

இறுதியில் அவர் சுயசரிதை எழுதவேண்டும் என்ற என் ஆசையை வெளியிட்டேன். அவருடைய 'ஜே.ஜே. சில குறிப்புகள்', 'குழந்தைகள், பெண்கள், ஆண்கள்' இன்னும் சில சிறுகதைகள் கூட அவருடைய இளவயது வாழ்க்கையின் பிரதிபலிப்புகளாகவே தெரிகின்றன. அவை மிகவும் நேர்த்தியாக வந்திருக்கின்றன. *Asimov* கூட சில வருடங்களுக்கு முன்பு தன்னுடைய '*I, Asimov*' என்ற சுயசரிதையை (கால ஒழுங்குப்படி இல்லாமல்) சிந்தனைச் சிதறல்களாக வெளியிட்டிருந்தார். இது படிப்பதற்கு சுவாரஸ்யமாகவும், பயனுள்ளதாகவும் இருக்கிறது. அப்படிச் செய்யலாமே என்றேன். நீண்ட நேரம் யோசித்தார். ஆம் என்று பதில் சொல்லவில்லை; இல்லையென்றும் சொல்லவில்லை.

நேரம் ஓடிக்கொண்டே இருந்தது. விடைபெற வேண்டிய சமயம் நெருங்கிவிட்டது. சு.ராவிடமும், திருமதியிடமும், அப்பொழுதுதான் அலுவலகத்தில் இருந்து திரும்பிய அவருடைய மகளிடமும் சொல்லிக்கொண்டேன்.

இரண்டு மணி நேரப் பிரயாணத்தை எதிர்கொள்ளத் தயாரானேன். ஸ்பானிஷ் மாலுமிகளால் நானூறு வருடங்களுக்கு முன்பு கண்டுபிடிக்கப்பட்ட புதுவருட முனை கண்களில் பட்டது. ஆண் சீல்கள் அலாஸ்காவுக்கும், பெண் சீல்கள் ஹவாய் தீவுகளுக்கும் போய்விட்டன. மறுபடியும் அவை அடுத்த வருடம் இதே முனையில் சந்திக்கும். நாலாயிரம் மைல் தூரத்தில் இருந்து வந்த நானும், பத்தாயிரம் மைல் பயணித்து வந்த சு.ராவும்கூட இந்த அதிசயமான முனையில் சந்தித்துக்கொண்டோம். ஆனால் ஒரு வித்தியாசம். எங்கள் சந்திப்பு இந்த முனையில் அடுத்த வருடம் நடக்கும் என்பது நிச்சயமில்லை.

பல நாள் திட்டமிட்டது கைகூடியதில் மனம் அமைதிப்பட்டாலும்,

கடைசிப் பதினைந்து நிமிடங்களில் சு.ரா சொன்னது என்னைக் குலைத்துவிட்டது. ‘புத்தகங்கள் வாசித்தோம்; எழுதினோம்; விவாதித்தோம். கூட்டங்கள் போட்டோம். எழுதினதையே திருப்பித் திருப்பி எழுதினோம்; பேசினதையே திருப்பித் திருப்பிப் பேசினோம். கடைசியில் என்ன சாதித்து விட்டோம்?’

‘ஆப்பிரிக்க இலக்கியங்களுக்கோ, லத்தீன் அமெரிக்க இலக்கியங்களுக்கோ எங்கள் சமகாலத்து இலக்கியங்கள் குறைந்துபோய்விடவில்லை. ஆனால் அவை உலக அளவுக்கு அறியப்படவில்லை; அங்கீகாரம் பெறவும் இல்லை. எங்கள் கண்களுக்குத் தெரியாத ஏதோ சூட்சுமமான விதிகளின் பிரகாரம் இலக்கியத் தரங்கள் நிர்ணயிக்கப்படுகின்றன. நிச்சயம் ஒரு நாள் எங்கள் படைப்புகள் அறியப்படும்.’

சு.ராவின் சிறுகதைத் தொகுப்பில் மிகச் சிறந்தது ‘பள்ளம்’ என்ற சிறுகதை. ஒன்பது பக்கக் கதை. ஆறு பக்கத்துக்குப் பிறகுதான் கதையின் கதாநாயகன் அறிமுகம். கடைசிப் பக்கத்தில்தான் கதையே ஆரம்பமாகிறது; பிறகு அதே பக்கத்தில் முடிந்தும் விடுகிறது.

சினிமா பைத்தியமான ஓர் ஏழைப் பெண் ஆற்று மணலிலே கைக்குழந்தையை மடியில் போட்டுக்கொண்டு சினிமா பார்க்கிறாள். குழந்தை அடிக்கடி கூழாங்கல்லை எடுத்து வாயிலே போட்டுக்கொள்ளும். இவள் வாய்க்குள் விரலைவிட்டு நோண்டி எடுத்தபடியே இருக்கிறாள்.

ஒரு முறை பட சுவாரஸ்யத்தில் பிள்ளையின் கண்ணை நோண்டி எடுத்துவிட்டாள். அவளும் பின்னர் இறந்து போக டாக்டர் அவளுடைய கண்ணை எடுத்து குழந்தைக்குப் பொருத்திவிடுகிறார். அந்தக் குழந்தை பெரியவனான பிறகு அவனிடம் கதைசொல்லிக் கேட்கிறார்,’ உனக்கு ஏதாவது கஷ்டமிருக்கா, அதனாலே.’

‘ஒண்ணுமில்லே. ஆனா பார்வை இல்லே. பள்ளம்தான் ரொம்பிச்சு’ என்கிறான் அவன்.

கதை இப்படி முடிகிறது.

மலைப்பாதை முடிவில்லாமல் வளைந்து வளைந்து செல்கிறது. சூரியன் மறைவதற்கு பெரும் எதிர்ப்புத் தெரிவித்து, கடற்காற்று அள்ளி அள்ளி அடிக்கிறது. எனக்கு மனது நிரம்பியிருந்தது. ஆனால் எங்கோ பள்ளம் விழுந்துவிட்டது.

3. இருட்டறையில் வெளிச்சம் வரவேண்டும்

என் அண்ணன் ஒளிந்துகொள்வதற்கு அவசரமாக இடம் தேடினான். எனக்கு நாலு வயது மூத்தவன். அவனை அடிப்பதற்கென்று மாமா துடித்துக்கொண்டு தேடியலைந்தார். அவர் கையில் அகப்பட்டால் தொலைந்தான். நான் ஒரு குற்றமும் அறியாதவன் என்றாலும் அண்ணாவின் பின்னால் இழுபட்டேன். என்னுடைய அண்ணனின் காலின் வேகத்துக்கு ஈடுகட்டும் விதத்தில் அவனுடைய மூளையும் வேலைசெய்யும். கனவிலும் மாமா கண்டுபிடிக்க முடியாத ஓர் இடத்தை அவன் மூளை தெரிவு செய்தது. அந்த இடம் எங்கள் கிராமத்து நூலகம். அவன் உள்ளே நுழைந்தான்; நானும் அவன் பின்னால் முதன் முதலாக அந்த நூலகத்துக்குள் காலடி எடுத்து வைத்தேன்.

அப்படியே பிரமித்துப்போனேன். இவ்வளவு புத்தகங்களா! சிறுவர் பகுதியில் வண்ணப்படம் போட்ட அழகழகான புத்தகங்கள் அடுக்கிவைக்கப்பட்டிருந்தன. நான் உருவி எடுத்த புத்தகத்தின் பெயர் 'டாம் மாமாவின் இருட்டறை.' அது ஒரு 40, 50 பக்கங்கள் இருக்கும். ஒரே அமர்வில் படித்து முடித்தேன். அந்த நாவலின் கதை அமெரிக்காவில் நடந்தது. எலைசா என்ற நீக்கிரோ பெண் அடிமை தன் எசமானிடம்

இருந்து தப்பி ஓடுகிறாள். அவளுடைய துயரத்தையும், அவளுக்கு இழைக்கப்படும் அநீதிகளையும், கொடூரங்களையும் சொல்வதுதான் கதை. சில கட்டங்களில் என் மனம் நடுங்கியது. இளவயதில் அப்படியே மனதில் பதிந்துவிட்டது.

அதைப் படித்தபோது அது *'Uncle Tom's Cabin'* என்ற பிரபல அமெரிக்க நாவலின் மொழிபெயர்ப்பு என்பதோ, அந்த நாவலை எழுதிய பெண்மணியான *Harriet Beecher Stowe* என்பவர் உலகப் புகழ் பெற்றவர் என்பதோ, அமெரிக்கப் போர் மூள்வதற்கும், அடிமை ஒழிப்புக்கும் அது காரணமாக அமைந்தது என்பதோ, உலகத்திலே பைபிளுக்கு அடுத்தபடி அப்போது அதிகமாக வாசிக்கப்பட்ட புத்தகம் என்பதோ எனக்குத் தெரியாது. சிறு வயதில் நடந்த ஓர் அற்புதமான விபத்து என்று இதை எடுத்துக் கொள்ளவேண்டும்.

இப்படிச் சொன்னவர் மனோன்மணியம் சுந்தரனார் பல்கலைக் கழகம் தமிழ்த்துறைத் தலைவரும், பேராசிரியருமான டொக்டர் தொ.பரமசிவன். இவர் கடந்த ஜூன் மாதம் கனடாவின் *Academy of Tamil Arts and Technology* பி.ஏ இறுதி ஆண்டு மாணவர்களுடைய ஆய்வேடுகளைப் பரிசீலனை செய்வதற்காக வந்திருந்தார். கனடாவில் இரண்டு வாரம் இருப்பார்.

இவர் தங்கியிருந்த வீட்டின் அழைப்பு மணியை அடித்தேன். கதவைத் திறந்தது இவர்தான். கறுப்பு உருவம். மெலிந்த தோற்றம். வாரிவிட்ட கறுப்பு முடி. இடைக்கிடை வெள்ளை தலைகாட்டும் மீசை. சதுரமான கண்ணாடி. கொலர்கள் மொடமொடவென்று தூக்கி நிற்க, அப்போது தான் பிரித்த வெள்ளை நிற நீளக்கைச் சட்டையை அணிந்தபடி வணக்கம் என்றார். பளீர் சிரிப்பு; இனிமையான சுபாவம்; சிநேகமான உடல் மொழி.

இந்தச் சட்டை அழகாயிருக்கிறது என்றேன். ஒரு பேராசிரியரிடம் பேசவேண்டிய முதல் வசனம் அல்ல. என்றாலும் மனதில் பட்டதைச் சொன்னேன். அவர் வெட்கமாகச் சிரித்தார். நான் எளிமையாக உடுப்பவன். கனடா பயணம் முற்றானதும் கடையிலே போய் இரண்டு சேர்ட் வாங்கினேன். ஒரே தரத்தில்

இரண்டு சேர்ட் வாங்கி ஊதாரித்தனம் செய்தது இதுவே முதல் தடவை. அவர் என்னிடம் மன்னிப்பு கேட்பது போலப் பேசிக்கொண்டே காரின் முன் இருக்கையில் ஏறி உட்கார்ந்தார். பெல்ட்டை பூட்டச் சொன்னேன். தன்னுடைய வலதுகை நீளச் சட்டையின் பட்டனை இடது கையால் பூட்டியபடியே காரின் பெல்ட்டை இழுத்துக் கொளுவினார். அமைதியாக இருந்து பேசுவதற்காக பேர்ச் மவுண்ட் சாலையில் இருந்த *Country Style* உணவகத்தை நோக்கி நான் காரைச் செலுத்தினேன்.

பேராசிரியரிடம் இருந்தது நாலு மணி நேரமே. எனக்கோ கேட்க வேண்டிய கேள்விகள் நிறைய இருந்தன. கிளைக்குக் கிளை, கொப்புக்குக் கொப்பு, மரத்துக்கு மரம் தாவும் அணிலைப்போல என் கேள்விகள் இருந்தன. ஆயிரம் ஒட்டுப்போட்ட ஒரு பிச்சைக்காரனுடைய உடையை நினைவூட்டும் வகையில் இந்த உரையாடல் அமைந்தது என்றும் சொல்லலாம்.

பேராசிரியர் குடிப்பது தேநீர்தான். நான் ஒரு கப்புசீனோவுக்கு ஓடர் கொடுத்தேன். தன் மஞ்சள் தலைமுடியைப் பந்துபோல உருட்டி அதற்கு மேல் தொப்பி அணிந்திருந்த பரிசாரகி, காதிலே மாட்டியிருந்த ஒலி வாங்கியில் ஏதோ பேசியபடி எங்கள் பானங்களைத் தயாரித்தாள். வசதியான ஒரு மூலையில் அமர்ந்து அவற்றைச் சுவைத்தபடி பேச்சைத் தொடங்கினோம்.

அவர் பிறந்தது யாதவ சமூகத்தில். தகப்பன் சொந்தமாக லொறி வைத்து ஓட்டி உழைத்தவர். இவருக்கு நாலு வயதாக இருக்கும்போது ஒரு நாள் இரவு படுக்கப்போனவர் காலையில் எழும்பவில்லை. தூக்கத்திலேயே இறந்துபோனார். மிஞ்சியது நாலு மாடுகளும், ஒரு தொழுவமும். தாயார் பெற்றது பதினொரு பிள்ளைகள், மிஞ்சியது நாலு. இப்படி மிஞ்சியதை வைத்து அவர் சம்பாதித்து பிள்ளைகளைப் படிக்க வைத்தார்.

பாளையங்கோட்டையில் எல்லா குடும்பத்தினருக்கும் படிப்பு முக்கியம். சினிமா பாட்டுப் புத்தகம் காலிலே பட்டாலும் அவருடைய அம்மா தொட்டுக் கும்பிடச் சொல்லும். அவ்வளவு பக்தி. எந்த ஏழை வீடு என்றாலும் பிள்ளைகளை எப்படியும் படிக்க வைத்துவிடுவார்கள். இவர் படித்தது

கிறிஸ்தவ பள்ளிக்கூடம். பள்ளிக்கூடம் என்றால் பெரிதாக நினைக்கக்கூடாது. ஒழுகாத கூரை; குடிப்பதற்குத் தண்ணீர். இது முக்கியம். இந்தப் பள்ளியில் படிக்கும்போதுதான் மேற்படி நூலகச் சம்பவம் நடந்தது.

அமெரிக்கா என்றால் அது ஒரு பெரிய முன்னேறிய தேசம். அங்கே கறுப்பர்களை இப்படியா கொடுமை செய்வார்கள் என்பதில் அவருக்கு அந்தச் சிறுவயதிலேயே ஆச்சரியம். ஆனால் அதைவிட ஆச்சரியம் அவரைச் சுற்றிப் பல அநீதிகள் அப்போதே நடந்துகொண்டிருந்ததுதான். அவை அவர் கண்களுக்குத் தெரியவில்லை. சூழல் அப்படி.

'என்னோட படித்த ஒரு பிராமணப் பையன், என் வயதுதான் இருக்கும், வீட்டுக்கு விளையாட வருவான். என் அம்மா அவனை சாமி என்று அழைக்கும். மரியாதையாக நடத்தும். ஒன்றும் புரியாத வயது. எனக்கு வித்தியாசமாகப் படவே இல்லை.

'எங்கள் வீட்டில் உரக்குழி ஒன்று இருந்தது. மாட்டுச்சாணம், வைக்கோல் என்று வேண்டாத சாமான் எல்லாம் இதற்குள்தான் போட்டு வைப்போம். பந்து விழுந்தால் நாங்கள் இறங்கி எடுக்க முடியாது. தீட்டாகிவிடும் என்று அம்மா சொல்லும். ஜூன் மாதத்தில், கோவணம் மட்டும் கட்டிய பள்ளன் அதற்குள் இறங்கி, பதப்பட்ட உரத்தை அள்ளி எடுத்துக்கொண்டு வயலுக்குப் போவான். அம்மா அவனுக்குச் சோறு போடுவதற்கு புறம்பான மண்சட்டி, சிரட்டை என்று வைத்திருக்கும். அது ஒன்றும் எனக்குத் தவறாகத் தெரியாது.

வகுப்பிலே நான் எப்பவும் முதல்தான், ஆனால் சோதனையில் முதல் இல்லை. நூற்றுக்கு நூறு எடுத்ததே கிடையாது. ஒரு கேள்வி வந்தால் அதற்கு எனக்குத் தெரிந்த அத்தனை பதில்களையும் எழுதிக்கொண்டே இருப்பேன். எல்லாம் எழுதி இனிமேல் இல்லை என்ற பிறகுதான் அடுத்த கேள்விக்குப் போவேன். ஒரு பரீட்சையிலாவது எல்லாக் கேள்விகளுக்கும் பதில் எழுதியது கிடையாது. எஸ் எஸ் எல் சி எடுத்தபோது எனக்கு பதினைந்து வயது முடியவில்லை. ஒன்றரை மாதம்

குறைச்சலாக இருந்தது. தலைமை ஆசிரியருடைய சிறப்பு அனுமதி பெற்று பரீட்சை எழுதினேன். அங்கேயும் ஒரு பாடத்திலாவது நான் கடைசிக் கேள்விகளைத் தொடவில்லை.

நான் படித்தது கிறிஸ்துவ பள்ளிக்கூடமாயிருந்தாலும் எங்கள் கிராமத்தில் சமயப் பிரச்சினை கிடையாது. அம்மா நேர்த்திக்கடன் என்று என்னை அடிக்கடி கோயிலுக்குக் கூட்டிப் போகும். டிசெம்பர் 25ல் இருந்து ஜனவரி முதலாம் தேதி வரைக்கும் எங்கள் கிராமம் விழாக்கோலம் பூணும். அம்மா எங்களை வெளிக்கிடுத்தி 'பாலன் பிறப்பு' பார்க்க மாதா கோயிலுக்கு அழைத்துப்போகும். நான் சோர்ந்துபோய் மந்தமாக இருந்தால் பள்ளிவாசலுக்குக் கூட்டிப்போகும், தண்ணீர் ஓதி என்மீது தெளிப்பதற்கு. இப்படி எங்களுக்கு எல்லாமே ஒன்றுதான்.

'வாசிப்புப் பழக்கம் அப்போது தொடங்கியதுதான். 'நற்கருணை வீரன்' என்று ஒரு புத்தகம். படம் போட்டிருக்கும். காலணா காசு கொடுத்து வாங்குவோம். அந்த வயதில் அது பெரிய காசு. எங்கள் கிராமத்தில் திராவிட இயக்கப் படிப்பகங்கள் நிறைய இருக்கும். எல்லா பத்திரிகைகளையும் ஆர்வமாக வாசிப்போம். அரசியல் கூட்டங்களையும் தவறவிடுவதில்லை.

'மாணவனாயிருக்கும்போது அரசியலில் ஈடுபட பெற்றோரோ, ஆசிரியரோ எப்படி அனுமதித்தார்கள்? படிப்பு கவனம் சிதறிவிடும் என்பதில் தமிழ்நாட்டுப் பெற்றோருக்கு பயம் கிடையாதா?'

'அப்படியல்ல. நிலைமையே வேறு. அரசியலில் ஈடுபட்டவர்களுக்கு நிறைய வாசிக்கும் பழக்கம் இருந்தது. வாசிப்பு பொது அறிவையும், உலக ஞானத்தையும், பிரச்சனைகளை அலசும் கூர்மையையும் கொடுத்தது. ஆகவே அரசியலில் ஈடுபட்டவர்கள் அந்தக் காலத்தில் பரீட்சைகளில் உன்னதமான வெற்றிகளை அடைந்தார்கள்.'

'உங்கள் ஈடுபாடு எப்படித் தீவிரமடைந்தது?'

'64, 65 ம் ஆண்டுகள் என் வாழ்க்கையில் முக்கியமானவை.

அண்ணாவின் பேச்சை முதன்முதலில் திருநெல்வேலியில் கேட்டேன். காசு கொடுத்துக் கேட்ட பேச்சு. அந்தக் காலத்தில் பெருந்தலைவர்கள் பேச்சைக் கேட்க காசு கொடுக்கவேண்டும். இப்பொழுதுபோல அல்ல. பல நாட்களாக நான் பணம் சேகரித்து அவர் பேச்சைக் காதால் கேட்டேன். வாழ்க்கையில் மறக்க முடியாதது. 65ல் எஸ் எஸ் எல் சி தேர்வு எழுதினேன். அது முக்கியமல்ல. முக்கியம் பக்தவத்ஸலம் காலத்தில் தி.மு.க. நடத்திய இந்தி எதிர்ப்புப் போராட்டம். கறுப்புக் கொடி பிடித்து ஆர்ப்பாட்டம் செய்தோம். தமிழ்நாடு முன்பு எப்பொழுதும் காணாத பெரும் போராட்டமாக அது உருமாறியது. ராணுவம் வெளிவந்து 150 இடங்களில் துப்பாக்கி வெடித்தது. பள்ளிக்கூடங்கள் இரண்டு மாத காலம் பூட்டப்பட்டன. கடைசியில் நேருவின் உறுதிமொழியுடன் போராட்டம் முடிவுக்கு வந்தது.

'இந்த போராட்டத்தின் முக்கிய விளைவு. முதல் முதலாக சனங்களுக்கு பொலீஸ் பயம் உடைந்தது. இதற்குப் பிறகு நாலு பேர் ஒன்றாகப் போனால் பொலீஸ் மற்ற பக்கம் போய்விடும். இரண்டாவது, தி.மு.க. முதல் முதலாக ஒரு மாபெரும் சக்தியாக அறியப்பட்டது. இதைத் தொடர்ந்து வந்த தேர்தலில் தி.மு.க. ஆட்சியைக் கைப்பற்றி அண்ணா முதலமைச்சரானார்.'

'எஸ்.எஸ்.எல்.சி., எடுத்த பிறகு உங்கள் படிப்பு எப்படித் தொடர்ந்தது?' இந்தக் கேள்விக்கு ஒரு வரியில் பதில் வருகிறது. 'மதுரைப் பல்கலைக்கழகம் - பி.ஏ பொருளாதாரம். இது என் அண்ணாவுக்காகச் செய்தது. காரைக்குடி அழகப்பன் கல்லூரி - எம்.ஏ தமிழ். இது என் விருப்பத்திற்காகச் செய்தது. மதுரைப் பல்கலைக்கழகம் - முனைவர் பட்டம். மூன்று வருட லீவும், பணமும் கொடுத்தார்கள். அதற்காகச் செய்தது.' அவர் வெள்ளையாகச் சிரித்தார்.

எங்கள் பக்கத்து மேசையில் ஒரு பெண். விளக்குச் சுடர் நீலத்தில் உடை; அதே கலரில் கண்கள். அவள் முன்னால் நாலு குடித்து முடித்த கடுதாசிக் குவளைகள் நேர்கோட்டில் நின்றன. கணுக்கால்களைக் கோத்துக்கொண்டு, அன்று முழுவதும்

இருக்கத் தயாராக வந்தவள்போல சாவதானமாக யாருக்காகவோ காத்திருந்தாள். அடிக்கடி கைபேசியில் பேசினாள். வேறு ஒரு நாட்டில் புழங்கும் அந்த மொழி சங்கீதம்போல ஒலித்தது.

பேராசிரியருக்கு அடிக்கடி சிகரட் பிடிக்கவேண்டும். ஒரு நாளைக்கு இருபது சிகரட். இந்தியாவில் பிடித்தது வேறு. ஆனால் கனடாவுக்கு வந்து *du maurier* க்கு மாறிவிட்டார். சிகரட் பிடிப்பவர்களுக்கு கனடா சிநேகமான நாடு அல்ல. ஆகவே அடிக்கடி வெளியே போகவேண்டி வந்தது. இரண்டு நாளைக்கு முன்பு கனடாவின் *smog* நிலை உச்சக் கட்டத்தை அடைந்திருந்தது.

அவருடன் நானும் வெளியே வந்து தரையிலே பொருத்தியிருந்த மேசையைச் சுற்றி அடுக்கியிருந்த நாற்காலிகளில் உட்கார்ந்தோம். எங்களைப் பார்த்தவுடன் சாண்டில்யனுடைய கடல் புறாக்கள் சில எங்களுக்கு அருகாமையில் வந்து அமர்ந்தன. அதிலே ஒன்று பேராசிரியருடைய குரலையும் தாண்டி தன் உயர்ந்த சத்தத்தால் எதையோ திருப்பித் திருப்பிச் சொன்னது. சங்கீதக்காரியே மேல் என்று எனக்குப் பட்டது. தன்னை அறியாமலே பேராசிரியரும் குரலை உயர்த்தினார். வலது கை நீளச்சட்டை பட்டனை இடது கையால் பிடித்திருந்தார். ஓட்டை சிறிதாகவும் பட்டன் பெரிதாகவும் இருந்தது. அவர் விடாமல் அதை இறுக்கிப் போட்டார்; விலை உயர்ந்த *du maurier* புகையை வெளியே விட்டபடி தன் மீதிப் பேச்சைத் தொடர்ந்தார்.

கனடா போன்ற நாடுகளில் தமிழ் வளர்ச்சிக்கு உதவி செய்யும் நிறுவனங்கள் உள்ளன. திடீரென்று உங்களிடம் ஒரு லட்சம் ரூபாயைத் தந்து தமிழ் இலக்கியத்தை முன்னெடுக்கும் முக்கியமான பணி ஒன்றைச் செய்யச் சொன்னால் அந்தப் பணி என்னவாயிருக்கும்?

'அச்சு ஊடகங்கள் தமிழ் மொழியை நவீனப்படுத்திய காலப் பகுதியில் (1840 - 1940) நடந்த அறிவு முயற்சிகளை அளவீடு (survey) செய்ய முயற்சிப்பேன். தமிழ்ச் சமூகத்தினுடைய அடித்தளம் தாக்குதலுக்கு ஆளான காலகட்டம் இதுதான்.

பெண் கல்வியும், விதவை மறுமணமும், குழந்தை மண ஒழிப்பும் மூளையில் உறைத்த காலம். அதைவிட, காலம் காலமாக பேச்சுரிமை இல்லாத பிற்படுத்தப்பட்ட, ஒடுக்கப்பட்ட மக்கள் தங்கள் உணர்வுகளை எழுத்திலே சொல்ல உரிமை கிடைத்த காலம். இன்னும் அரசியல் அதிகாரம் கோமாமிசம் சாப்பிடுபவன் கையிலே இருந்தது, அதை மேல்சாதி மக்கள் ஏற்றுக்கொண்ட காலம். ஆகவேதான் இந்தக் காலகட்டத்தில் ஏற்பட்ட அறிவு முயற்சிகளை அளவீடு செய்ய வேண்டியது முக்கிய கடமை என்று கருதுகிறேன்.'

வேகமாக மாறிவரும் உலகில் தமிழ் அழிந்துவிடும் என்று ஒரு கருத்து இருக்கிறது. இந்த இணைய யுகத்தில் தமிழின் எதிர்காலம் எப்படி?

'உலகில் பல்வேறு கண்டங்களில் சிதறிக் கிடக்கும் பத்துக் கோடி மக்களால் பேசப்படும் மொழியின் அழிவு அவ்வளவு எளிதான நிகழ்வு அல்ல. இன்றைக்கும் தமிழ்மொழியின் முன்னாலே நிற்கிற பெரிய முரண்பாடு என்னவென்றால் 'கணிப்பொறிக்குள் நுழைந்துவிட்ட தமிழ், கோயில் கருவறைக்குள் நுழைய முடியவில்லையே' என்று குன்றக்குடி அடிகளார் வருத்தப்படுவது போலத்தான். கணிப்பொறியோடு கலந்துவிட்ட ஒரு மொழி அவ்வளவு விரைவில் அழிந்துவிடும் என்றா கருதுகிறீர்கள்?'

அப்படி இல்லை. ஆனால் நீங்கள் கண்ணால் பார்த்த சாட்சி. ஜூன் 21ம் தேதி கனடாவில் மறக்க முடியாத தினம். ஹரி பொட்டரின் ஐந்தாவது நாவல் வெளியான நாள். 32 மில்லியன் சனத்தொகை கொண்ட இந்த நாட்டில் ஓர் இரவில் மட்டும் 70,000 புத்தகங்கள் அஞ்சலில் விநியோகிக்கப்பட்டன. இது தவிர, புத்தகக் கடைகளிலும் நடுநிசியிலிருந்து அமோகமான விற்பனை. ஆனால் நீங்கள் சொல்லும் பத்துக் கோடி தமிழ் பேசும் உலகத்தில் 1000 பிரதிகள் விற்பதே பிரச்சினையாக இருக்கிறது. நவீன தமிழ் இலக்கியப் படைப்பு ஏதாவது உலகத் தரத்தை எட்டியிருக்கிறதா? இன்னும் 50 ஆண்டுகளுக்குத் தாக்குப் பிடிக்கும் படைப்புகள் ஒன்றிரண்டு பற்றிக் கூறமுடியுமா?

'இலக்கியப் படைப்பில் உலகத்தரம் என்பது பற்றி எனக்கு

ஏதும் தெரியாது. சிலப்பதிகாரமும், கம்பராமாயணமும், திருக்குறளும் உலகத் தரமுடையன என்பதுதான் எனக்குத் தெரியும். ஐம்பது ஆண்டுக் காலம் என்பது நீங்கள் நினைக்கிற புனைகதை உலகத்தில் மிக நீண்டது. கவிதை உலகத்தில் மிகக் குறுகியது. பாரதியின் கண்ணன் பாட்டு, பாரதிதாசனின் சில கவிதைகள், ஈழத்துக் கவிதைகளில் சில கட்டாயம் நிற்கும். இயற்கையோடு உறவாடும் எழுத்துகள் எப்பொழுதும் நிற்கும்.'

மரபுக்கவிதை புதுக்கவிதைக்கு வழிவிட்டது. மறுபடியும் மரபுக் கவிதை தலைதூக்கும் காலம் வருமா? இக்காலக் கவிகளுக்கு மரபுக் கவிதை பரிச்சயம் அவசியமா?

'கவிதை என்பது மனித உடலோடும், மனத்தோடும் பிசையப் பட்டது. மரபு, புதுமை என்பதெல்லாம் ஒரு குறிப்பிட்ட காலத்திற்கான எழுத்துலக ஏற்பாடுகள், அவ்வளவுதான். நெஞ்சில் கனல் மணக்கும் பூக்களாக விரிகின்ற ஒப்பாரிப் பாடல்களின் கவித்துவத்தின் முன்னர் பெரியாழ்வாரும், கம்பனும் கூடத் தோற்றுப் போவார்கள். நினைவறியாக் காலம் தொட்டு வருகிற கவிதை என்னும் பேராற்றில் காலப் பங்கீடு செய்ய முடியாது. உலகின் கடைசி மனிதன் இருக்கும் வரை கவிதை இருக்கும். மரபுக் கவிதையினை ஒழுங்காகப் படிக்காத காரணத்தினால்தான் தமிழ்ப் புதுக் கவிஞர்களின் சொல்வறுமை கொடுமையானதாகக் காட்சியளிக்கிறது.'

உங்கள் மாணவர்கள் யாராவது தமிழில் ஒப்பாரி, தாலாட்டுப் பற்றி ஆய்வு செய்திருக்கிறார்களா?

'ஒப்பாரியும், தாலாட்டும் பெண்கள் படைத்தளித்த இலக்கியப் பேருலகமாகும். இன்னமும் 'ஒப்புக்கூட்டி' (ஆசுகவி) பாடும் எழுத்தறிவில்லாப் பெண்கள் தமிழ்நாட்டில் நிறையவே இருக்கிறார்கள். தமிழ் மொழியில் பிறந்த தாலாட்டுகள் திராவிட மண உறவு முறையினை (உடன்பிறந்த ஆணும், பெண்ணும் தங்கள் பிள்ளைகளின் வழி அடுத்த தலைமுறையில் மண உறவு கொள்வதனை *cross cousin marriage*) விளக்கிக் காட்டும் இலக்கிய வடிவமாகும். தாலாட்டின் சொற்கள் அனைத்தும் அள்ளி மடியில் கட்டிக்கொள்ளும் அழகான கூழாங்கற்களாகும்.

அவை கால ஓட்டத்தினைக் காட்டக் கூடியன. என்னுடைய மாணவர்கள் தாலாட்டு, ஒப்பாரி குறித்து ஆராயவில்லை. ஆனால் தமிழ்நாட்டில் இவை குறித்து நூற்றுக்கணக்கான ஆய்வுகள் வட்டார வாரியாக நடந்தேறியுள்ளன.'

சிலப்பதிகாரத்தை நீங்கள் வேறு கோணத்தில் பார்க்கிறீர்கள். அரச பயங்கரவாதத்தை முதல் முதலாக எதிர்த்த காவியம் என்று குறிப்பிட்டிருக்கிறீர்கள். இது புதுமையான பார்வை. கொஞ்சம் விளக்கமுடியுமா?

'சிலப்பதிகாரம் போன்ற செவ்விலக்கியங்கள் கால வெள்ளத்தை எதிர்த்து நின்று பல்வேறு வகையான வாசிப்புகளுக்கு இடம் தருவன. எனவேதான் அவை உயிர் வாழ்கின்றன. பாரதியின் சிலப்பதிகார வாசிப்பு வேறு; ம.பொ.சியின் சிலப்பதிகார வாசிப்பு வேறு. என்னுடைய மாணவர் 'சூழலியல் நோக்கில் சிலப்பதிகாரத்தை' வாசித்துக் கட்டுரை எழுதியுள்ளார். இன்று தஞ்சை மாவட்டத்தில் வறண்டு கிடக்கும் காவிரியை நினைத்துக்கொண்டு சிலப்பதிகாரத்தின் கானல் வரியைப் படித்தால் எந்தத் தமிழனுக்கும் நெஞ்சடைத்துப் போகும். அதற்கான காரணம் சிலப்பதிகாரம் ஒரு செவ்விலக்கியம் என்பதுதான்.

'என்னுடைய வாசிப்பும் வித்தியாசமானது. நிகழ்காலத் தமிழ்நாட்டு தமிழன் இப்படித்தான் சிலப்பதிகாரத்தை வாசிக்க முடியும். வெளியூர்க்காரனான கோவலன்மேல் குற்றம் சுமத்தப்படுகிறது. அவன் கையில் குற்றப் பத்திரிகை தரவில்லை. நீதி மன்றம் அழைக்கப்படவும் இல்லை. குற்றச்சாட்டிற்கு என்ன பதில் என்று அறியும் முயற்சியும் இல்லை. விசாரணை இல்லாமலே அரசன் 'கொன்று அச்சிலம்பு கொணர்க' என்று தீர்ப்புச் சொல்லிவிடுகிறான்.

'கிறிஸ்தவ மதத்தில் இறுதித் தீர்ப்பு நாளில்கூட மனித உயிருக்கு தன் கட்சியைச் சொல்ல ஒரு வாய்ப்புத் தரப்படுகிறது. இஸ்லாமிய மதத்தில் கியாமத் நாள் என்று சொல்வார்கள். ஆனால் இங்கே அரசவையில் கோவலனுடைய கட்சியைக் கேட்க மன்னன் தவறிவிடுகிறான்.

'இளங்கோவடிகள் தன் காவியத்தில் 'கொலைக்களக் காதை' என்று தலைப்பு கொடுத்திருந்தாலும் கோவலன் கொலைக்களத்துக்கு இட்டுச் செல்லப்படவில்லை. அங்கு அழைத்துச் சென்றிருந்தாலாவது அவனுக்குத் தன் கட்சியைச் சொல்ல ஒரு வாய்ப்புக் கிடைத்திருக்கும். அவன் வீதியிலே கொல்லப்பட்டான். குறுக்காக வெட்டப்பட்ட அவன் சடலத்தை கண்ணகி வீதியிலேதான் கண்டெடுத்தாள். எல்லா மனித உரிமைகளும் மீறப்பட்டன. இதைவிடத் துல்லியமாக அரச பயங்கரவாதத்தை வேறு எந்தக் காவியமும் கூறவில்லை.'

மதங்கள் பற்றி நீங்கள் பேசினாலும் அடிப்படையில் நாஸ்திகர். தமிழ்நாட்டில் அம்மன் விழாக்கள் பற்றி ஆராய்ச்சி செய்திருக்கிறீர்கள். பக்தி இலக்கியங்களை, குறிப்பாக நாலாயிர திவ்ய பிரபந்தத்தை ஊன்றிப் படித்திருக்கிறீர்கள். காரணம் என்ன? பக்தியா அல்லது இலக்கிய ஆர்வமா?

'பக்தி தனி மனித மீட்சிக்குரியது என்பது எழுத்து மரபு சார்ந்த மேலோர் பார்வையாகும். 'நான் யார் என் உள்ளமார்' என்று கேட்ட மணிவாசகர் கூட மக்களை மறந்தவரல்லர். பக்தி இலக்கிய பக்தியும் பயம் கலந்த பக்தியல்ல. பக்தி இலக்கியங்கள் அனைத்தும் மறுபுறமாக சமூக ஆவணங்களாகும். தமிழ்நாட்டு அம்மன் தெய்வம் எளிய மக்களின் உலகியல் சார்ந்த ஆன்மிக வெளிப்பாடு. சக மனித வாழ்வின் இன்பதுன்பங்களை மறந்து கண்ணை மூடிக்கொள்ளும் போக்கு அங்கு கிடையாது. எனவேதான் பக்தி இலக்கிய வாசிப்பும், அம்மன் கோயில் விழாக்களும் எனக்கு மகிழ்ச்சியளிக்கின்றன.'

நேரம் ஓடிக்கொண்டிருந்தது. நண்பர்களுக்கு சில பரிசுகள் வாங்க கடைக்குப் போகவேண்டும் என்றார் பேராசிரியர். கார் ரேடியோ, சார்ஸ் வியாதியால் மரணமடைந்த ஒரு மருத்துவமனை தாதியின் மரணச் சடங்கு விபரங்களைச் சொல்லிக்கொண்டிருந்தது. நான் ரேடியோவைப் பட்டென்று அணைத்தேன். கோடு போட்டு அடைத்த இரண்டு தரிப்பிடங்களுக்குச் சொந்தமான இடத்தில் அவசரமாக காரை குறுக்காக நிறுத்திவிட்டு அவரைக் கடைக்குள்ளே அழைத்துச்

சென்றேன்.

அவர் பல பேனாக்களை ஆராய்ந்தார். சிலதை எழுதிப்பார்த்து; சிலதை பெட்டியோடு திறக்காமல் தேர்வு செய்தார். எத்தனை விதமான பேனாக்கள். திருகித் திறக்கும் பேனா, மைக்கட்டி அடைத்த பேனா, உருளும் பேனா இப்படி, பல வகை. அச்சு அசல் சேக்ஸ்பியர்போலத் தோற்றம்கொண்ட காசாளரிடம் பேராசிரியர் கனடிய டொலர் தாள்களை ஒவ்வொன்றாக இரண்டுமுறை எண்ணிக் கொடுத்தார். அவர் 'நன்றி, மீண்டும் வருக' என்றார். பாளையங்கோட்டையில் இருந்து திரும்பி வருவதற்கு மூன்று நாட்கள் எடுக்கும் என்பது காசாளருக்குத் தெரிந்திருக்க நியாயமில்லை.

இவ்வளவுக்கும் நாங்கள் ஒரு கணமும் நிறுத்தாமல் எங்கள் உரையாடலைத் தொடர்ந்தோம்.

இப்பொழுது தமிழ்நாட்டில் உள்ள கல்வி முறையில் எல்லா சாதியினருக்கும் படித்து முன்னேறும் வசதியிருக்கிறது. ஏற்கனவே பொருளாதார வித்தியாசங்கள் ஓரளவுக்கு சமனடைந்திருக்கின்றன. இந்த நிலையில் இன்னும் இருபது வருட காலத்தில் தமிழ்நாட்டில் சாதியே அழிந்துவிடும் என்று சொல்லமுடியுமா?

'இன்னும் ஒரு நூற்றாண்டுக் காலம் தமிழ்நாட்டில் சாதி அழிவதற்கான வாய்ப்புகள் இல்லை. காலம், வெளி, மொழி, உணவு, உணவாக்கும் முறை, அணிகலன், ஆன்மிகம், ஒப்பனை என்று சமூக அசைவின் எல்லாத் திசைகளிலும் சாதி தொழிற்-பட்டிருக்கின்றது. அவை அனைத்தும் மறைந்து ஒரு பொதுத்தன்மையினை எட்டுவதற்கு இன்னும் ஒரு நூற்றாண்டுக் காலம் போதாது என்பதே என்னைப் போன்றோரின் கணிப்பாகும். சாதி ஒழிப்புப் பற்றிய நம்முடைய பார்வைகள் எல்லாம் அடிப்படையில்லாத ஆர்வக் கோளாறுகளே.'

உலகமயமாக்கலின் தாக்கத்திலிருந்து நாடுகள் தப்பமுடியாது. இந்த நிலையில் தமிழ்க் கலாச்சாரம், பண்பு, அடையாளங்கள் எல்லாம் அடிபட்டுப்போகும் சாத்தியக்கூறுகள் இருக்கின்றன.

இதைத் தமிழ் மக்கள் எப்படி எதிர்கொள்ளலாம்?

'உலகமயமாக்கல் என்பது தமிழ்க் கலாச்சாரத்துக்கு மட்டுமல்ல, மூன்றாம் உலக நாடுகளின் பல்வகைப்பட்ட கலாச்சார வேர்களை அழித்து ஒழிக்கும் முயற்சியாகும். கலாச்சாரம் என்பது ஏதேனும் ஒரு வகையில் உற்பத்தி சார்ந்தது. உலகமயமாக்கம் மூன்றாம் உலக மனிதனை உற்பத்தி இழந்த உயிராக மாற்றுகின்றது. புல்லும், புழுவும், மரமும்கூட உற்பத்தி சார்ந்தவை. எனவே அவை கலாச்சாரமுடையவை. இலையும், கொம்பும், அடிமரமும் அழிந்தால்கூட மண்ணுக்குக் கீழே இருக்கும் வேர்களைக் காப்பாற்றிக்கொண்டால் எந்தத் தாவரமும் தன்னை மறு உயிர்ப்பு செய்துகொள்ளலாம். இந்த உண்மையை உணர்ந்துகொண்டால் தமிழ்க் கலாச்சாரம் பிழைக்க வழியுண்டு. கவனிக்கப்படவேண்டிய மற்றுமொரு செய்தி தாவரங்களிடையே துரோகம் கிடையாது. போராடிக் கொண்டிருக்கும் எந்த உயிரினமும் தன்னை அழிவிலிருந்து மீட்டுக்கொள்ளும்.'

இரவு எட்டு மணி. சூரியனின் சாய்ந்த கிரணங்கள் இன்னும் பலம் குறையாமல் அடித்தன. கனடாவில் இது கோடை காலம் என்றபடியால் முழு இருள் சூழ்வதற்கு இன்னும் சரியாக ஒரு மணி நேரம் இருந்தது. அவரைக் கூட்டிப்போக நண்பர் வரன் வந்திருந்தார். அவர்களை ஒரு கடை வாசலில் இறக்கிவிட்டேன்.

விடைபெறும்போது விருந்தினர்களிடம் வழக்கமாகக் கேட்கும் ஒரு கேள்வியைக் கேட்டேன். மாணவப் பருவத்தில் பேராசிரியர் பரீட்சைகளில் கடைசிக் கேள்விக்கு பதில் அளித்ததே கிடையாது. என்றாலும் என்னுடைய கேள்விக்கு அவரிடம் பதில் இருந்தது.

நீங்கள் இரண்டு வாரம் தங்கியிருக்கிறீர்கள். கனடா தமிழருக்கு என்ன சொல்ல விரும்புகிறீர்கள்?

இந்தக் கேள்விக்கு அவர் யோசிக்கவில்லை. இது ஏற்கனவே சிந்தித்து முடிந்த காரியம் என்பதுபோல பேசினார். 'கனடாவில்

தமிழ் வாசிக்கும் பழக்கமுள்ள தமிழர்கள் ஒன்றரை லட்சம் பேராவது இருக்கிறீர்கள். ஒருவருக்கு ஒரு தமிழ் புத்தகம் என்று பார்த்தாலும்கூட உங்கள் நூலகத்தில் 150,000 புத்தகங்கள் இருக்கவேண்டும். இல்லையே! பண வசதி இருக்கிறது. ஆர்வம் அதைவிட மேலாக இருக்கிறது. நீங்கள் எப்படியும் அடுத்த பட்டமளிப்பு விழாவுக்கு முன்பாக 150,000 புத்தகங்களை சேகரித்துவிடவேண்டும்.'

தமிழ் நாட்டின் ஒரு கிராமத்து நூலகத்தில், தூண்களின் மறைவில் இருந்துகொண்டு தன் பதினொராவது வயதில் 'டாம் மாமாவின் இருட்டறை' என்ற புத்தகத்தை ஒரே மூச்சில் வாசித்து தன் இலக்கியப் பயணத்தைத் தொடங்கிய பேராசிரியர் என்னிடம் விடைபெறும்போது இப்படி மதியுரை வழங்கினார்.

அவரைத் திரும்பிப் பார்த்தேன். அங்கே நின்ற ஒரு மேப்பிள் மரத்தைக் கடந்து அவர் கடை வாசலை அணுகிவிட்டார். சடாரென்று பிளந்து திறக்கும் கதவு வழியாக, கடையில் இருந்து மஞ்சள் கண்ணாடி அணிந்த பெண்ணொருத்தி வெளிப்பட்டாள். பேராசிரியர் உள்ளே நுழைந்தார். அவருடைய வலதுகை நீளச் சட்டை பட்டனை இடது கை நெருக்கிப் போட்டபடி இருந்தது.

4. அது அங்கே இருப்பது எனக்குத் தெரியும்

மறுபடியும் விலாசத்தை சரிபார்த்தேன். ரொறொன்ரோவில் இந்தப் பகுதிக்கு நான் அதுவரை வந்ததில்லை. அப்படியும் ரொறொன்ரோவின் மத்தியில் அது இருப்பதாக விலாசம் சொல்லியது. பல வருடங்களுக்கு முன்பு வாழ்ந்து, 90க்கும் மேலான நாவல்கள் எழுதி உலகப் புகழ் பெற்ற பால்ஸக் என்ற இலக்கியக்காரர் பெயரில் யாரோ ஓர் உணவகம் நடத்துவது பெருமையாகத்தான் இருந்தது. ஆனால் அவருடைய முடிவைத் தள்ளிப்போடும் நாவல்கள் போல அந்த உணவகத்தின் முகவரியும் மர்மமாகவே இருந்தது.

விளக்கு நிறுத்தத்தில் பாதசாரிகள் போவதற்கான பாதையில் பட்டனை அமத்திவிட்டு வெளிச்சம் மாறுவதற்காகக் காத்திருந்தேன். ரோட்டை கடந்து விசாரித்து சரியான நம்பர் முன் வந்து நின்றபோது என் சந்தேகம் இன்னும் வலுத்தது. அது உணவகம் போலவே தெரியவில்லை. ஒரு குதிரை லாயம்போல இருந்தது. குதிரைகளை அடைத்து வைப்ப தற்கு ஏற்றமாதிரி இரண்டு பெரிய மரக் கதவுகள். இரண்டு கைகளாலும் கதவுகளை மெல்லத் தள்ளினேன். குதிரை ஏதாவது என்னைத் தாண்டிப் பாய்ந்து போகக்கூடுமென்று தள்ளி நின்றேன். தேனீக்கூட்டைக் கலைத்து விட்டதுபோல

'ஙா' என்று ஒரே சத்தமும், புகைமூட்டமும். விநோதமான உலகம். அதுதான் பால்ஸக் உணவகம் என்று சொன்னார்கள்.

நான் *Dean Gilmour* என்பவருடைய வருகைக்காகக் காத்திருந்தேன். இவர் கனடாவில் ஒரு புகழ் பெற்ற நாடக நடிகர், நாடகாசிரியர், நெறியாளர். இவர் நாடகத் துறையில் புகழ்பெற்ற *Jacques LeCoq* என்பவர் நடத்திய பாரிஸ் பயிலரங்கில் நாடகத் துறையில் மேல்படிப்பை முடித்தவர். 1980 ம் ஆண்டு ஒரு சொந்த நாடகக் குழுவை ரொறொன் ரோவில் ஆரம்பித்து இன்றுவரை அதை இயக்கிவருபவர். முப்பது நாடகங்களை மேடையேற்றியிருக்கிறார், அதிலே 16 நாடகங்கள் இவரால் சொந்தமாகத் தயாரிக்கப்பட்டவை. கனடா முழுவதும் சுற்றுப்பயணம் செய்தது மட்டுமல்லாமல் பிரான்ஸ், இத்தாலி, ஜெர்மனி, இங்கிலாந்து, அமெரிக்கா, சீனா உட்பட 14 நாடுகளுக்குச் சென்று தனது நாடகங்களை மேடையேற்றியிருக்கிறார். கனடாவின் மிக உயர்ந்த நாடகத்துக்கான விருது டோரா விருது. இதை இவர் ஐந்துமுறை பெற்றிருக்கிறார்.

பல வருடங்களாக ரஷ்ய மேதை செக்கோவின் நாடகங்களை அரங்கேற்றியவர். கடந்த ஆண்டு இவர் அரங்கேற்றிய நாடகம் மிகவும் புகழ் பெற்றது. செக்கோவின் ஐந்து சிறுகதைகளை ஒன்று சேர்த்து நாடகமாக்கியிருந்தார். புதுமையான இந்த முயற்சிக்கு பெரும் வரவேற்பு. இது 154 நாட்கள் மேடையில் தொடர்ந்தது. இதன் நீட்டிப்பாக 15 மாத காலமாக ஒத்திகையில் இருப்பது செக்கோவின் 'ஆறாம் வார்டு' நாடகம். இதுவும் செக்கோவின் ஒரு நீண்ட சிறுகதையை நாடகமாக்கியது.

நான் இவர்கள் போடும் நாடகங்களுக்கு மூன்று வருடமாக தொடர்ந்து போய்வருகிறேன். ஒத்திகை முடிந்து முதன்முதல் விசேஷப் பார்வையாளர்களுக்கு நடாத்திய 'ஆறாம் வார்டு' நாடகத்தைப் பார்த்து பிரமித்து இந்த இயக்குனரிடம் பேசினேன். அது ஆக்க நுணுக்கமும், இறுக்கமும் கொண்ட ஒரு மறக்கமுடியாத கலையனுபவத்தைத் தரும் நாடகம். எனக்குத் தோன்றிய சில கருத்துகளை ஒளிவுமறைவின்றி அவரிடம்

சொன்னேன். அவர் என்னை மதிய உணவுக்குச் சந்திப்பதாகக் கூறியிருந்தார். நாடக ஒத்திகையைப் பாதியிலே விட்டுவிட்டு வருகிறார். இரண்டு மணிநேரத்துக்கு மேல் ஒதுக்கமுடியாது என்றும் சொல்லியிருந்தார். நான் அவருக்காகத்தான் காத்திருந்தேன்.

'ஆறாம் வார்டு' என்ற நாடகக் கதை ரஷ்யாவின் பின்தங்கிய ஒரு கிராமத்தில் 1890 களில் நிகழ்கிறது. குரோமோவ் என்பவன் எந்த நேரமும் ஒரு வெறிபிடித்ததுபோல புத்தகங்களைப் படித்தபடியே இருப்பான். தன்னைச் சுற்றி நடக்கும் அடக்குமுறைகளைக் கண்டு அவன் மனம் பேதலிக்கிறது. ஒரு மனநல மருத்துவமனையில் அவன் அனுமதிக்கப்படுகிறான்.

அந்த்ரே என்பவர் அந்த மனநல மருத்துவமனை டொக்டர். அவரும் ஓயாது புத்தகங்கள் படித்து அறிவை வளர்ப்பவர். ஆரம்பத்தில் கிரமமாக மருத்துவமனை நோயாளிகளைப் பார்வையிட்டு வந்தவர் நாட்கள் செல்ல, பிறந்தவர்கள் எல்லாம் இறப்பது உறுதி; வைத்தியம் செய்வதால் என்ன பிரயோசனம் என்ற எண்ணத்தில் ஆஸ்பத்திரிக்கு வருவதைக் குறைக்கிறார். ஒரு நாள் தற்செயலாக குரோமோவுடன் உரையாடியதில் அவனால் கவரப்பட்டு அவனை தினமும் வந்து சந்திக்கிறார். அவர்களுடைய உரையாடல் தத்துவரீதியில் வளர்கிறது. இந்த விபரீதத்தைக் கவனித்த மேலிடம் டொக்டரை வேலையிலிருந்து நீக்குகிறது.

பணி நீக்கப்பட்ட டொக்டர் புத்தகங்களை விற்று சீவிக்கும் நிலைக்குத் தள்ளப்படுகிறார். பித்துப் பிடிக்கிறது. அதே மருத்துவமனையில் அவரும் ஒருநாள் அனுமதிக்கப்பட்டு அங்கே நோயாளிகள் நடத்தப்படும் கொடூரமான முறைகளைத் தன் கண்களால் காண்கிறார். ஒருநாள் அவர் இறந்துவிட அவருடைய பிணத்தை காலைப்பிடித்து இழுத்துப்போய் அகற்றுவதோடு நாடகம் முடிகிறது.

உயரமான ஓர் உருவம் கதவைத் தள்ளிக்கொண்டு வந்த அந்தக் கணமே அது டீன் கில்மோர் என்பது தெரிந்துவிட்டது. நீண்ட கறுப்பு ஓவர்கோட், மெலிந்த தேகம், நாடியிலே குறுந்தாடி, தலை

நடுவிலே வழுக்கை ஆரம்பித்து, கன்னத்தின் இரண்டுபக்கமும் நீளமாக வளர்ந்த தலைமுடி. ஆனால் அந்தக் கண்கள் வெகு கூர்மையாக இருந்தன. நேரே பார்க்கமுடியாதபடி ஓர் ஒளி. மேடையில் கண்டதற்கும் நேரில் பார்ப்பதற்கும் பெரும் வித்தியாசம். மேடையில் எந்த மூலையில் நின்றாலும் அவர் தன் பிரசன்னத்தினால் மேடையை நிறைத்துவிடுவார். குரலும் கனமானதாக ஒரு பாறாங்கல் உருளுவதுபோல வரும். ஆனால் நேரிலே ஒரு பெண்ணின் குரல்போல மெலிந்துபோய் இருந்தது. ஒரு கூட்டத்தில் இலகுவில் தொலைந்துபோய்விடக்கூடிய சாதாரணத் தோற்றம் கொண்டவராக இருந்தார். அது நம்புவதற்கும் கொஞ்சம் கடினமாகப்பட்டது.

பேசுவதற்கும், சாப்பிடுவதற்கும் இலகுவான ஓர் உணவைத் தெரிவு செய்து நான் ஓடர் பண்ணினேன். வெண்ணெய்கட்டியும், தக்காளியும், லெட்டூஸும் அடங்கிய ரொட்டித்துண்டு. முக்கோணமாக வெட்டப் பட்டு, கடித்துச் சாப்பிடும்போது உதிர்ந்துவிடாது என்று உத்திரவாதம் கொடுக்கப்பட்டது. அரைவேக்காட்டில் இறக்கிய, கத்தியால் வெட்டியதும் சிவப்பாகும், ஓர் இறைச்சி வகையை பீட்றுட், கீரை, கிழங்கு மசியலுடன் சேர்த்து அவர் ஆணை கொடுத்தார். உணவு அருந்தியபடியே எங்கள் பேச்சைத் தொடங்கினோம்.

உங்கள் சிறுவயது ஞாபகங்கள் என்ன?

'எனக்கு ஒரு வயது நிரம்புமுன்னரே என் தாய் தந்தையர் பிரிந்துவிட்டனர். நானும் என் அண்ணனும் அப்பாவுடன் சென்றோம். நாங்கள் எங்கள் தாத்தா வீட்டிலேயே வளர்ந்தோம். அவர் பியானோ வாசிப்பதில் தேர்ந்தவர். உண்மையில் மேதை என்றே சொல்லலாம். அந்த இசைச் சூழலில் நான் வளர்ந்தேன். அதன் காரணமோ என்னவோ சிறுவயதிலேயே நானும் நண்பர்களும் சேர்ந்து இசைக்குழு ஒன்று அமைத்து அமர்க்களப்படுத்தினோம்.'

நாடகக்கலையில் எப்படி ஈடுபாடு வந்தது?

'இந்த வயதில்தான், அதாவது பத்தாவது படிக்கும்போது,

என் நண்பன் ஒருவனுக்கு மேடைக்கலையில் ஆர்வம் இருந்தது. நண்பனின் வற்புறுத்தலினால் நான் 'மேடையில் தோன்றமாட்டேன், ஆனால் மேடையமைப்பிற்கு உதவி செய்வேன்' என்று கூறினேன். அதுவே முதல் பரிச்சயம். மெல்ல மெல்ல ஈடுபாடு வந்தது. என்னுடைய முதல் வேடம் கிழவன் வேடம். அதற்குப் பிறகு போட்ட வேடம் எல்லாமே கிழவன் வேடமாக அமைந்தது. இப்பொழுது கடைசிக் கடைசியாக என் வயது, வேடத்தைப் பிடித்துவிட்டது.

இந்தச் சமயத்தில்தான் பெரிய மாற்றம் ஒன்று என்னிடம் நிகழ்ந்தது. ஒருநாள் கிழவன் வேடத்துக்கு என்னைத் தயார் செய்தார்கள். நடிப்பைப் பற்றிய எண்ணமே எனக்கு இல்லை. என் தலைமயிரை வெள்ளையாக்கிவிட்டார்கள். அப்பொழுது என்னிடம் இருப்பதாக நான் அறிந்திராத ஓர் உணர்வு என்னை மூடியது. நான் மேடையில் நின்றபோது நானாக இல்லை. மாறிவிட்டேன். ஒருவரும் என்னை ஒன்றும் செய்யமுடியாது என்ற எண்ணம் கிளம்பியது. ஏதோ அவ்வளவு நாளும் என்னைக் கட்டி வைத்து திடீரென்று அவிழ்த்துவிட்டதுபோல ஒரு விடுதலை உணர்வு. அதற்கு அந்த மேடை வெளிச்சம், வெதுவெதுப்பு எல்லாம் ஒரு காரணமாக இருந்திருக்கலாம். என் எஞ்சிய வாழ்நாள் முழுக்க அந்த உணர்வை அனுபவிக்கவேண்டும் என்ற உந்துதல் ஏற்பட்டது. அதை விவரிக்கமுடியாது. அந்தப் பேரனுபவத்தின் தொடர்ச்சியாகத்தான் விண்ட்ஸர் பல்கலைக்கழகத்துக்கு நான் விண்ணப்பம் செய்தேன். ஏனென்றால் அங்கேதான் நாடகவியல் பாடம் படிப்பித்தார்கள்."

அந்த அனுபவம் எப்படி இருந்தது?

'என் மனம் அந்தக் காலங்களில் ஒரு நிலையில் இல்லை. விண்டரில் எங்களுக்கு குரல் வகுப்பும், அசைவு வகுப்பும் எடுத்தார்கள். திருப்பித் திருப்பி மேடையில் எப்படி நகர்வது, எப்படிப் பேசுவது என்பதைக் கற்றுக்கொடுத்தார்கள். ஏனென்றால் மேடைக்கலைக்கு அது இரண்டுமே பிரதானம். என்னுடைய மூன்றாவது வருடத்தில் என்னில் மாற்றம் நிகழ்வது

எனக்குத் தெரிந்தது. திடீரென்று ஒருநாள் பல்கலைக்கழகத்தைப் பாதியில் விடப்போவதாக அறிவித்தேன். அப்பொழுது என்னுடைய அப்பா முழங்காலில் இருந்து என்னிடம் கெஞ்சினார். 'நீ படிக்கத் தொடங்கியதை முடித்துவிடு. பட்டம் கிடைக்கட்டும். அதற்குப் பிறகு என்னவென்றாலும் செய். நான் தலையிட மாட்டேன்.' என்னால் தாங்கமுடிய வில்லை. அவருக்கு வாக்கு கொடுத்ததுபோல பட்டப் படிப்பை முடித்தேன்.'

அப்புறம் என்ன செய்தீர்கள்?

'என்னுடைய மனம் அலைந்துகொண்டிருந்தது. அதற்குக் காரணம் என் சிநேகிதிதான். அவள் எப்பொழுதும் பாரிஸில் உள்ள *Jacques Lecoq* என்ற நாடகப் பள்ளி பற்றியே பேசினாள். பாரிஸுக்குப் போகவேண்டும் என்பது ஒரு மந்திரம்போல எனக்குள் வேலை செய்தது. அப்பொழுது என்னுடைய அப்பா கேட்டார், 'நீ நாடகத் துறையில் மேல்படிப்பு படிக்க வேண்டும் என்பது சரி. ஆனால் ஏன் பாரிஸ்?' என்றார். அதற்கு அப்பொழுது என்னிடம் பதில் இல்லை. ஆனால் அது என்னை இழுத்தது.

Jacques Lecoq என்பவர் நிறுவிய நாடகத் துறை கல்விக்கூடம் அது. அவர் ஒரு புதுவிதப் பயிற்சித் திட்டத்தைப் பரீட்சித்துக்கொண்டு இருந்தார். அவர் ஒரு நாடகவியலாளர்கூட இல்லை, ஒரு *Physiotherapist*. ஆனால் நாடகத் துறையின் வளர்ச்சிக்காகத் தன் வாழ்நாள் முழுவதையும் செலவழித்தவர். அவர் உயிர் அதில் இருந்தது. இன்றைக்கு என்னிடம் இருப்பதெல்லாம் அங்கே கற்றதுதான். யப்பானிய முகமூடிக்கலை, இத்தாலிய முகமூடிக்கலை என்று எல்லாம் கற்றுத்தந்தார்கள். என்றும் மூப்படையாத கிரேக்கத் துன்பியல் நாடகங்களை மீள் கண்டுபிடிப்பு செய்ய ஊக்குவிக்கப்பட்டோம். அது எல்லாவற்றையும்விட அவரிடம் படித்தது இதுதான். 'உனக்குள் இருப்பதை வெளியே கொண்டுவா' என்பார். இருபது வருடங்களுக்குப் பிறகும் நான் அதையே நினைக்கிறேன். அதையே செய்கிறேன். எனக்குள் இருப்பதை வெளியே கொண்டு

வருவதுதான் என் ஒரே முயற்சி. அது முடிவில்லாத சங்கதி.'

உங்கள் குரு Jacques Lecoq 'ஒரு நல்ல கரு, வெளி, லயம், ஓய்வு இருந்தால் நாடகக்கலை பிறந்துவிடுகிறது' என்று கூறியிருக்கிறார். அதைக் கொஞ்சம் விளக்கமுடியுமா?

'அவர் சொன்னது ஒரு நல்ல கரு; 500 கரு அல்ல. 500 கருக்களை ஆராய்ந்து கடைசியில் பெற்ற ஒரு நல்ல கரு. இரண்டாவது வெளி என்பது மூன்று பரிமாணம் கொண்டது. நாங்கள் டிவியில் பார்ப்பது, சினிமாவில் பார்ப்பது இரண்டு பரிமாணம் கொண்டது. ஆனால் நிகழ்வுக் கலையான நாடகத்தில் மூன்று பரிமாணம் உண்டு. ஒரு மேடைக் கலையில் மூன்று பரிமாணத்தையும் உபயோகிக்கவேண்டும். நாங்கள் அதை அடிக்கடி எங்களுக்கு ஞாபகமூட்டிக்கொண்டே இருப்போம். அல்லது அங்கே நாடகம் ஒரு டிவி காட்சிபோல மாறிவிடும்.

லயம் என்பது நாடக வசனத்தின்போது வெளிப்படுவது. நாடகாசிரியர் நாடகத்தின் வசனங்களை எழுதுகிறார். அவர் சிந்தனையில் இருந்து பிறந்தது வசனங்கள். அந்தச் சிந்தனை பிறந்தது உடம்பில். அந்த உடம்புக்கு ஓர் உள் லயம் உண்டு. ஒரு நடிகருடைய வேலை அந்த உள்லயத்தை தேடுவது. வசனக்காரருக்கு லயம் பற்றி ஒன்றும் தெரியாது. வசனத்துக்கு தன் லயத்தைத் தேடிக் கொடுக்கவேண்டியது நடிகருடைய திறமை.

ஆனால் இவை எல்லாவற்றிலும் முக்கியமானது ஓய்வு; ஓய்வு என்றால் நிறுத்தம். எங்கே நிறுத்துவது என்பதில்தான் வெற்றி தங்கியிருக்கிறது. வசனங்களுக்கு முற்றுப்புள்ளிபோல நாடகத்துக்கு நிறுத்தம். இது இல்லாவிட்டால் கரு, வெளி, லயம் இவற்றில் பொதிந்த அழகை வெளியே கொண்டுவர முடியாது. ஒரு வசனத்துக்கு முன்போ, ஒரு நகர்வுக்கு முன்போ இந்த நிறுத்தம் அவசியம்.

ஒரு விதையை நிலத்திலே ஊன்றினால் அது அங்கே நெடுங்காலம் இருக்கிறது. ஒன்றுமே வெளியே நடக்கவில்லை ஆனால் உள்ளே நடக்கிறது. ஒரு நாள் முளைவிடுகிறது. உள்ளே

நடந்த அந்த வேலை இப்போது தெரிகிறது. அதற்கு முதல் நடப்பதுதான் - காத்திருப்பது - அதுதான் நிறுத்தம் அல்லது ஓய்வு. அந்த நிறுத்தம்தான் லயத்தை முழுமையாக்குகிறது. அதன் அழகை வெளியே தெரியவைக்கிறது.'

உங்கள் நாடகங்களில் இந்த அம்சங்கள் இருக்கவேண்டும் என்பதை எப்படி உறுதி செய்வீர்கள்?

'நாடகக் கலைஞர் வட்டாரத்தில் ஒரு வழக்கு இருக்கிறது. 'நாடகாசிரியர் உயிரோடு இருக்கும்போது அவர் நாடகத்தை மேடையேற்றாதே.'

அப்படி. நாடகாசிரியர் புனையும் வசனங்கள் மேலோட்ட மானவை. ஒரு இயக்குனரின் வேலை, நடிகரின் வேலை அந்த வசனங்களுக்கு அடியிலே போய் அந்த உணர்வுகளை மேடைச்சித்திரமாக மாற்றுவது. இது நடிகராலேயே முடியும். நாடகாசிரியர் ஒத்திகை அறையில் இருந்து குறுக்கீடு செய்துகொண்டே இருப்பார். ஒரு எழுத்தாளர் எப்படி தன் உணர்வை எழுத்தாக்குகிறாரோ அதுபோல எழுத்தைக் காட்சியாக்குவதுதான் நாடகக் கலைஞருடைய முக்கியமான பணி. வழக்கமாக ஆங்கில வழி நாடகங்களில் நாடகாசிரியர் ஒரு ராசாபோல. எங்கள் நாடகமுறை அப்படி யல்ல. எழுத்து எவ்வளவு முக்கியமோ அவ்வளவு முக்கியம் காட்சிப் பரிமாணத்துக்கும் தருவோம். செக்கோவை - இந்த உலகத்து சிறந்த நாடகாசிரியர்களில் அவரும் ஒருவர் - நாங்கள் எடுத்துச் செய்யும்போது அவருடைய வசனங்களை அப்படியே பிடித்துக்கொள்வோம். ஆனால் உண்மையில் எங்களுக்கு சவாலாக அமைவது அவர் கதைகளில் மேலே தெரியாமல் புதைந்து கிடக்கும் உலகைக் கண்டுபிடிப்பது.'

உங்கள் நாடகங்கள் மூலம் ஏதாவது செய்தி சொல்ல விரும்புகிறீர்களா?

'நீங்கள் பேனையை எடுத்து பேப்பரில் எழுதுகிறீர்கள். அது எழுத்தாளரின் வேலை. நீங்கள் சொல்லவேண்டியதை அப்படிச் சொல்கிறீர்கள். நாங்கள் உடம்பினால் எழுதுபவர்கள். ஒரு

மேடையில் உடம்பினால் எழுதுபவர்கள். ஆகவே எங்களுக்கும் சொல்ல ஒரு செய்தி இருக்கிறது. பைத்தியக்காரத்தனமாக மாறும் உலகத்துக்கு நாங்கள் சொல்லும் செய்தி ஒன்றுதான். சகிப்புத்தன்மை, மென்மை. எங்கள் நாடகங்கள் செய்தி சொல்வதற்காக உருவாக்கப்படுபவை அல்ல. யாராவது எங்கள் நாடகத்தைப் பார்த்து அவர்களுக்குச் செய்தி ஒன்றும் கிடைக்கவில்லை என்றால், அது பரவாயில்லை. ஆனால் நாங்கள் ஒரு சகிப்புத்தன்மை கொண்ட மென்மையான சமுதாயத்தை உருவாக்கவே விரும்புகிறோம்.'

உங்கள் நாடகங்களில் ஒத்திகைகளை திரும்பத் திரும்ப பார்த்து மாற்றங்களை செய்துகொண்டே இருப்பதாக சொல்லியிருக்கிறீர்கள். எப்பொழுது அல்லது எப்படி இறுதி உருவம் கிடைத்துவிட்டது என்று தீர்மானிக்கிறீர்கள்?

'மிகவும் கடினம். கலைஞனுக்கு திருப்தி ஏற்படுவதே இல்லை. செக்கோவின் ஐந்து சிறுகதைகளை ஒன்றாக்கி அதற்கு ஒரு நாடக உருவம் கொடுத்தோம். அதன் ஒத்திகையை 200 தடவை பார்த்தோம். அதிலே பலவீனமான பகுதிகளையெல்லாம் திருப்பித் திருப்பிச் செம்மையாக்கினோம். பிரச்சினையான பக்கங்களை மீண்டும் எழுதினோம். எங்களையே மாறிமாறி கேள்விகள் கேட்டோம். எல்லாக் கேள்விகளுக்கும் திருப்தியான பதில்கள் கிடைத்தனவா என்று உறுதிசெய்த பிற்பாடு கடைசியில் ஒரு கட்டம் வரும், குறைபாடுகள் ஒன்றும் காணாத நிலை. அப்போது அதை ஏற்றுக்கொள்வோம். திருப்தி என்று சொல்லமாட்டோம் - குறைபாடுகள் இல்லாத நிலை என்று வேண்டுமானால் சொல்லலாம்.'

உங்கள் மனதுக்கு முழுச்சம்மதம் கிடைத்த பிறகுதான் நாடகத்தை மேடையேற்றுவதாகக் கூறியிருக்கிறீர்கள். அப்படியென்றால் பார்வையாளர்களுடைய கருத்தை நீங்கள் சட்டை செய்வதில்லை, அப்படித்தானே?

'நாங்கள் ஒரு நாடகத்தை முதலில் தயார் செய்யும்போது அதை சபை எப்படி ஏற்றுக்கொள்ளும் என்று எங்களுக்குத் தெரியாது. பார்வையாளர்களுக்கு நாடகம் போடுவது

முக்கியம், ஆனால் அது அவர்களுக்காக அல்ல. எங்களுக்குப் பிடித்ததை, எங்களுக்குத் திருப்தி தரும் ஒன்றைத்தான் நாங்கள் மேடையேற்றுகிறோம். ஏனென்றால் பார்வையாளர்களுக்கு என்னென்ன பிடிக்கும் என்பது எங்களுக்கு முன்கூட்டியே தெரியாது. நாடகத்தை நாங்கள் மேடையேற்றிய கணத்திலிருந்து அது அவையினருக்குச் சொந்தமாகிவிடும். அது ஒரு பெரிய சவால். ஆனால் முன்னாடியே அவையினருக்கு என்ன பிடிக்கும் என்று பார்த்துச் செய்யமுடியாது. உனக்கு என்ன பிடிக்கும் என்பதுதான் முக்கியம்.

சிலர் கேட்பார்கள், நாடகத்தின் நீளம் எவ்வளவு என்று. நான் சொல்வேன், தெரியாது. இரண்டு மணித்தியாலத்துக்கு மேல் இருக்கக் கூடாது என்பார்கள். இது என்ன டிவியில் காட்டும் சரியாக 22 நிமிடம் எடுக்கும் அமெரிக்க (sitcom) சிட்கொம்மா? மிகவும் இறுக்கமான சில சட்டதிட்டங்களுக்கு உட்பட்டு நாடகம் போடமுடியாது.

நான் இளைஞனாக இருந்தபோது பாரிஸுக்கு ஒரு நாடகம் கொண்டுபோனேன். அங்கே நாடகத் துறையின் உச்சத்தில் இருந்த ஒரு பெரியவரைப் பார்க்க விரும்பினேன். ஆனால் அவரைச் சந்திக்க முடியவில்லை. அவரைச் சுற்றியிருந்தவர்கள் கடத்திக்கொண்டே இருந்தார்கள். இப்படி ஐந்து வாரமாகக் கடத்தினார்கள். இறுதியில் அவரைச் சந்தித்து நாடகத்தைப் போட்டுக் காட்டினேன். அவர் ஒன்றுமே பேசவில்லை. இத்தாலிக்குப் போகச்சொன்னார். இத்தாலியில் உண்மையான ரசிகர்கள் கிடைப்பார்கள். அவர்கள் ஒரே சத்தம் போட்டபடி நாடகம் பார்ப்பார்கள். எங்களுக்கு நிறையக் கற்றுத் தந்தார்கள். மாறாக ஜெர்மன் சபை ஒருவித உணர்வையும் முகத்தில் காட்டாது. சப்பென்று ஆகிவிட்டது. ஆனால் நாடகம் முடிந்தபோது எழும்பி நின்று ஆரவாரமாகக் கைதட்டி அமர்க்களப்படுத்திவிட்டார்கள்.

ஆகவே உங்கள் கேள்விக்குப் பதில், நாங்கள் நாடகம் போடுவது எங்கள் ஆழ்மனதின் பரவசத்திற்காகத்தான், அது சபையோருக்கும் பிடித்தால் இன்னும் நல்லாயிருக்கும்.'

அபத்த நாடகம் (Absurd Theatre) என்று சொல்கிறார்கள். அது பற்றி உங்கள் கருத்து என்ன? நீங்கள் அதைச் செய்திருக்கிறீர்களா?

'நான் பல்கலைக்கழகத்தில் படித்துக்கொண்டிருந்தபோது *Eugene Ionesco, Samuel Beckett* போன்றவர்களின் படைப்புகளை மேடையேற்றியிருக்கிறேன். நான் அவற்றை அபத்தம் என்று நினைப்பதேயில்லை. என்னை முற்றிலும் அவை பாதித்திருந்தாலும் மாணவ காலம் தாண்டிய பிறகு நான் அவற்றை மேடை ஏற்றினதில்லை. *Ionesco*வின் காண்டா மிருகம் உயிர்ப்போடு இருக்கும். ஆனால் எனக்கு செக்கோவை இன்னும் நல்லாகப் பிடிக்கும். அவருடைய கூர்த்தநுட்பமும், சர்ரியலிசமும் என்னைக் கிளறிவிடுகிறது. எனக்குள்ளே இருப்பவற்றை வெளியே எடுத்துப் போடுகிறது. ஆனால் நான் இங்கே ஒரு கொடியைப் பிடித்து ஆட்டவில்லை.'

உங்கள் நாடகம் மேடை ஏறியபோது, நாடகப் பிரதியை ஒருவராவது வைத்திருந்ததை நான் காணவில்லை. நினைவூட்டுபவர்கூட ஒரு கம்ப்யூட்டரை வைத்து இயக்கியபடியே இருந்தார். நாடகப் பிரதியை எப்படித் தயார் செய்கிறீர்கள்?

'கதை தெரிவு செய்வதுதான் ஆரம்பம். அதில் பங்குகொள்ளும் நடிகர்கள் எல்லாம் கதையைப் பல தடவை படிப்பார்கள். அதற்குப் பிறகு கலந்துரையாடல், விவாதம், அலசல் என்று தொடரும். ஒவ்வொருவரும் தங்களுக்குத் தோன்றியதை வெளிப்படையாகச் சொல்வார்கள். எங்கள் கால்களில் நிற்கும்போதுதான் நாங்கள் பேசவேண்டிய வசனங்கள் பிறக்கும். ஒவ்வொருவருடைய எண்ணமும் கூடிவர காட்சி அமைத்துப் பார்ப்போம். வசனங்களை மீண்டும் மீண்டும் திருத்தி அவை திருப்தி தரும் வரைக்கும் செம்மைப்படுத்துவோம். மெல்லிய எலும்புருவமொன்று தெரிய ஆரம்பிக்கும். அப்போதுதான் முதல் முதலாக கம்ப்யூட்டரில் பதிவு செய்யத் தொடங்குவோம். ஆரம்பத்தில் அநேக மாற்றங்கள் நிகழும். நாளடைவில் இறுதி உருவமும் அதற்கேற்ப காட்சி அமைப்பும், வசனமும், அசைவும் கைகூடும். இது வளர்ந்து வளர்ந்து ஒரு நேர்த்தியான வடிவம் கிடைக்கும்.'

ஒரு நாடகத்தை உருவாக்க எத்தனை நாட்கள் எடுப்பீர்கள்?

செக்கோவின் சிறுகதைகளை நாடகமாக்கும்போது முதல் மூன்று மாதங்கள் வாசிப்பிலும், விவாதங்களிலும் கழிந்தன. அதைத் தொடர்ந்து பதினொரு மாதங்கள் முழுநேர ஒத்திகை நடந்தது. சராசரி 15 மாதங்கள் வேலை என்று சொல்லலாம்.

அதே மாதிரி 'ஆறாம் வார்டு' இன்னும் கொஞ்சம் கூடிய நேரம் எடுத்தது. இது 43 பக்கம் நீளமான கதை. நுட்பமான மனவியல் சம்பந்தப்பட்டிருப்பதால் தத்துவ விசாரணைக் காட்சி அமைப்புகள் கடினமாக இருந்தன. அதனால் 18 மாத முழுநேர உழைப்பு தேவைப்பட்டது.'

உங்கள் நாடகங்களில் (props) 'மேடையுடைமைகள்' பிரதானமான அங்கம் வகிக்கின்றன. கற்பனையிலும் நினைத்திராத வகையில் அவை பயன்படுத்தப்படுகின்றன. உங்கள் வெற்றியின் ரகஸ்யம் கூட மேடை உபகரணங்கள் என்று பேசுகிறார்கள். எப்படி இந்தப் பயிற்சி கிடைத்தது?

'எனக்கு ஒரு வயதாக இருந்தபோது என்னை என் அம்மாவிடம் இருந்து பிரித்துவிட்டார்கள். அப்பாவிடமே 27 வருடங்களாக நான் வளர்ந்தேன். வாழ்வில் இத்தனை வருடங்களைக் கழித்தபின்னர் என் அம்மாவை நான் முதன்முறை சந்தித்தால், அவர் சொன்ன கதை வேறு மாதிரி இருந்தது. இப்பொழுது 27 வருடங்களுக்குப் பிறகுதான் எனக்கு 'முழுக்கதையும்' கிடைத்தது. நாடகாசிரியர் எழுதியிருப்பது மேலோட்டமாகத்தான். கலைஞனின் வேலை மேடையில் முழுக்கதையின் பரிமாணத்தையும் தருவது; ஆழத்தில் தேடி முழுரூபத்தையும் மகத்தான கலை அனுபவமாக மாற்றுவது.

மேடை உபகரணம் ஒரு கருவிதான். அவை மேடையில் தோன்றும் ஒவ்வொரு முறையும் கதையை மேலெடுத்துச் செல்லவேண்டும், மாறாக தடையாக இருக்கக்கூடாது. உதாரணமாக *'In the Ravine'* நாடகத்தில் செங்கல்களை மேடையிலே கொண்டு வந்தோம். அவை பாரமாக இருந்தன; கைகளை உராய்ஞ்சின; எங்களை பைத்தியமாக அடித்தன. ஆகவே அதை உதறிவிட்டு

நாடக ஒத்திகையை தொடர்ந்தோம். ஆனால் முடியவில்லை. திரும்பவும் செங்கல்களைக் கொண்டுவரவேண்டி வந்தது. அவற்றுடன் வேலை செய்வதற்கு எங்களைத் தேர்ச்சியுள்ளவர் களாக மாற்றிக்கொண்டோம். கதை மாறுவதே இல்லை. அது அங்கே சம்மணமிட்டு உட்கார்ந்திருக்கிறது. அதைக் கொண்டுவரும் கருவியாகவே *props* ஐ பார்க்கவேண்டும். ஒரு நாடகத்தில் சூட்கேஸ் தொடர் இழையாக நாடகம் முழுவதும் வந்து பெரும் வெற்றி பெற்றது. ‘ஆறாம் வார்டு’ நாடகத்தில் புத்தகங்கள் வரும். எவ்வளவு அவசியமோ அவ்வளவிற்கு அவை வரும்.’

உங்கள் விமர்சகர்களை எப்படி எதிர்கொள்வீர்கள்?

‘ஒரு கலைஞனாக நீ உனக்கு என்ன தேவை என்பதை அடிக்கடி சொல்லிப் பார்க்கவேண்டும். உனக்கு என்ன வேண்டும்? புகழா, செல்வமா அல்லது வெற்றியா? மிஷேலும் நானும் 24 வருடங்களுக்கு முன்பாக இந்தக் குழுவை ஆரம்பித்தபோது இந்தக் கேள்வியை எங்களிடமே திருப்பித் திருப்பிக் கேட்டுக்கொண்டோம். இதை நாங்கள் தொடர்ந்து செய்வதற்கு முக்கியமான காரணம் இது எங்களுக்குப் பிடித்திருக்கிறது. இது ஒரு முடிவடையாத உள்நோக்கிய தேடலாக இருப்பது ஆறுதல் கொடுக்கிறது. இதை எங்களால் செய்யாமல் இருக்க முடியவில்லை.

ஓர் இந்திய ஞானி (பகவத்கீதையாக இருக்கலாம்) கூறுகிறார், ‘பலனை எதிர்பார்க்காமல் வேலை செய். வெற்றியை எதிர்பார்க்காமல் வேலை செய். பலனுக்காக வேலை செய்பவன் அவலத்திலிருந்து மீள்வதே இல்லை.’ நானும் மிஷேலும் அடிக்கடி எங்கள் உள்மனங்களை ஆராய்ந்தபடியே இருக்கிறோம். லூயிஸ் ஜாவேய்ஸ் என்ற பிரெஞ்சு நடிகர், இயக்குனர் சொல்வார், ‘மக்கள் காசு கொடுத்து நாடகத்தை விமர்சிப்பார்கள்; ஆனால் விமர்சகரோ அந்த வேலையைத் தனக்குக் கடவுள் கொடுத்ததாக எண்ணிச் செயல்படுவார்.

Woody Allen என்ற நடிகர் சொன்னார், ஒரு விமர்சகர் ‘நாடகம் நல்லது’ என்று சொன்னால், நீ அதை நம்பினால் அவர்

'கூடாது' என்று சொன்னாலும் நீ நம்பித்தான் ஆகவேண்டும்.' ஆகவே உன் பார்வை விமர்சனத்திற்கு அப்பாற்பட்டதாக இருக்கவேண்டும்.

நாங்கள் எங்கள் வாழ்க்கையை தியேட்டருக்காக அர்ப்பணித்தவர்கள். எங்களுக்கு நாடகவியல் பற்றி மற்றவர்களுக்குத் தெரிந்ததிலும் பார்க்கக் கூடத்தெரியும். அவர்கள் அறிந்தது மிகச் சொற்பமே. ஆனால் அதை நிராகரிக்கக்கூடாது. தியேட்டரின் வளர்ச்சிக்கு விவாதம் தேவை - மக்கள் தேவை.'

உங்கள் குழுவினர் ஒருவர் பேட்டி ஒன்றில் உண்மையான நாடகத்தில் 'நாலாவது சுவர் இல்லை. சமையலறைத் தண்ணீர் போக்கி இல்லை, சோபா இல்லை' என்று சொல்லியிருக்கிறார். அதைக் கொஞ்சம் விரிக்க முடியுமா?

'மேடையில் மூன்று சுவர்கள் இருக்கின்றன. பின்னுக்கும், இரண்டு பக்கங்களிலும். ஆனால் நாலாவது சுவர், மேடைக்கும் அவையினருக்கும் இடையில் இல்லை. நாடகத்தில் அவையினரும் ஓர் அங்கமே. சில நாடகங்களில் அவையில் இருந்து ஒருவர் மேடைக்கு வருவார். இது ஒரு உத்தியல்ல. மேடைக்கும் அரங்கத்துக்கும் இடையில் இருக்கும் நாலாவது சுவரை உடைக்கும் முயற்சிதான்.

அதுபோலவே மேடைக் காட்சிகள். மிகக் குறைந்த மேடை அமைப்பில் மிகச் சிறந்த காட்சியை எழுப்புவதுதான் நாடகக்காரனுடைய சவால். நாடகம் என்பது வெளியே இருந்து கிடைப்பதல்ல; உள்ளுக்கு இருந்து வருவது. கிரேக்கத் துன்பியல் நாடகங்களில் உனக்குள்ளே பூட்டியிருக்கும் சிருஷ்டிகளை வெளியே விடு என்று சொல்லித் தருவார்கள். பேசும் வசனம்கூட இரண்டாம் பட்சம்தான். எங்கள் நாடகப் பட்டறையில் இதை அழுத்தமாகக் கூறுவோம் - நகர்வு முதல், வசனம் பின் என்று. உடல் அசையும். அதிலிருந்து வசனம் பிறக்கும்.'

உங்களுடைய சமீபத்திய நாடகம், செக்கோவின் 'ஆறாம் வார்டு

பற்றிச் சொல்லுங்கள்?

'செக்கோவின் இரண்டு நாடகங்களை ஏற்கனவே மேடையேற்றி விட்டோம். செக்கோவ் எங்களைப் பிடித்துக்கொண்டிருக்கிறார். எங்களால் உதறமுடியவில்லை. அதனாலே மூன்றாவது நாடகம் போடுவதாக முடிவு செய்தோம். செக்கோவை பல தடவை மறுவாசிப்பு செய்து *Ward 6* கதையைத் தேர்வு செய்தோம். அது 43 பக்கங்களை நிரப்பிய நீளமான கதை. அதாவது நாடகமாக்குவதற்கு நிகழ்வுகள் குறைந்து, மனித தத்துவம் நிறைந்தது. இதன் பூரணமான உருவத்தை எப்படி மேடையிலே கொண்டு வருவது? பெரிய சவால். அதுமட்டுமல்ல, இதற்குமுன் சொன்ன முறைகளைப் பின்பற்றாமல் புதிய முறையில் சொல்லவும் முடிவுசெய்தோம்.

முதல் வேலையாக இந்தக் கதையின் சாரத்தைக் கண்டுபிடிக்க வேண்டும். பிறகு அதிலிருந்து கட்டுமானங்களை எழுப்பலாம். எங்களுக்கு சந்தேகம் தோன்றும்போதெல்லாம் மறுபடியும் சாரத்துக்குப் போய் அங்கேயிருந்து திரும்பவும் தொடங்குவோம். சாரத்திலிருந்து நழுவிவிடாமல் இருப்பதில் கவனமாக இருப்போம்.

ஒரு ஜெர்மன் இயக்குநரின் நாடகம் முடிந்தபோது ஒருவர் அவரிடம் வந்து 'உங்கள் பிம்பங்கள் அழகாக வந்திருந்தன' என்று கூறினார். அதற்கு அவர் 'பிம்பங்கள் அழகாக வருவதற்கு நாங்கள் நாடகம் போடவில்லை. ஒரு கதையைச் சொல்வதற்காகச் செய்கிறோம்' என்றாராம். அதுபோல பிம்பங்கள் நன்றாக அமைந்தால் அது கதையோடு ஒட்டியதாக இருக்கவேண்டும்.

ரஸ்யாவின் மிகச் சிறந்த படைப்பாளி என்று மெச்சப்படும் *Dostoevsky* இறந்தபோது செக்கோவுக்கு வயது 21. அவர் டொஸ்ரோவ்ஸ்கியைப் படித்தது கிடையாது. நண்பர்கள் எல்லாம் அவரை படிக்கும்படி வற்புறுத்தினார்கள். செக்கொவ் படித்துவிட்டுச் சொன்னார், டொஸ்ரோவ்ஸ்கி முடிவைத் தாண்டி எழுதுகிறார் என்று. அதாவது *overwritten.* ஆகவே அதுவும் ஒரு பிரச்சினை எங்களுக்கு. நாங்கள் சொல்லவந்ததைத்

தாண்டிப் போய்விடக்கூடாது. பல தடவை மாதிரி முயற்சிகள் செய்து பார்த்த பிறகே இந்த நாடகத்தை மேடை ஏற்றுவதற்குச் சம்மதித்தோம்.'

'டோல்ஸ்டோயும் செக்கோவும் சமகாலத்தவர்கள், நண்பர்கள். ஆனால் டோல்ஸ்டோயுக்கு சேக்ஸ்பியரைப் பிடிக்காது; செக்கோவைப் பிடிக்கும். இதை எப்படி எடுத்துக்கொள்வது?

டோல்ஸ்டோயும் செக்கோவும் நண்பர்கள், ஆனால் டோல்ஸ்டோய் 32 வயது மூத்தவர். சேக்ஸ்பியரில் நம்பகத்தன்மை இல்லை என்பது குற்றச்சாட்டு. அதை நாங்கள் பெரிசாக எடுத்துக்கொள்ளக்கூடாது. இதை நாங்கள் அதிகமாக நுணுகி ஆராயவும் கூடாது. ஒருவித சந்தேகத்துக்கும் இடமில்லாமல் 500 வருடங்களுக்கு முன் வாழ்ந்த சேக்ஸ்பியர் எங்களுக்குக் கிடைத்த ஈடு இணையில்லாத ஆங்கிலக் கவி; ஒப்பற்ற நாடகாசிரியர்.

டோல்ஸ்டோய் தன்னுடைய கதைகளிலே எல்லாம் தனக்கு பிரதானமான பாத்திரங்களைக் கொடுப்பார். செக்கோவைப் பார்த்தீர்களானால் அவர் தனக்குக் கொடுப்பது முக்கியமில்லாத பாத்திரங்கள். டோல்ஸ்டோய் வாழ்ந்தபோதுகூட டோல்ஸ்டோயுக்குப் பிறகு ரஸ்யாவின் சிறந்த படைப்பாளி செக்கோவ்தான் என்பது அந்தக் காலத்திலேயே ஒத்துக்கொள்ளப்பட்ட விடயம். மனிதன் ஒரு புதிர். அதை விடுவிக்க வேண்டும் என்பதுதான் செக்கோவின் தேடல். அவருடைய கதைகள் ஒரு முடிவை நோக்கி வேகத்தோடு செல்லும்போது அதன் முடிவு தன் கையைவிட்டுப் போய்விடுகிறது என்று செக்கோவே சொல்லியிருக் கிறார். ஒரு கட்டத்தில் பாத்திரங்கள்தான் கதையை நகர்த்துகிறார்கள். செக்கோவை ஆழமாகப் படிப்பவர்கள் அவர் எழுத்தில் அடி இழையாக ஓடுவது 'மனித விடுதலை' என்பதை மறுக்கமாட்டார்கள்.'

உங்களுக்கு ஒத்திகை நேரம் நெருங்கிவிட்டது. இறுதியில் ஒரேயொரு கேள்வி. ஒரு நல்ல நாடகம் எப்படி உன்னதமான நாடகமாக மாறுகிறது?

'நல்ல கருப்பொருளும், காட்சிப் பரிமாணமும், லயமும் பொருந்திவிட்டால் நல்ல நாடகம் கிடைத்துவிடுகிறது. ஆனால் ஒரு நல்ல நாடகத்தை உன்னதமாக்குவது இன்னும் திறமான கருவோ, இன்னும் திறமான காட்சி அமைப்போ, லயமோ அல்ல. உழைப்புதான். உழைப்பு என்றால் அலசி அலசி ஒவ்வொரு அம்சத்தையும் நுணுக்கமாகப் பார்ப்பது. இன்னொரு விதத்தில் சொன்னால் கண்ணுக்குத் தெரியாத சிறு சிறு அம்சங்கள்தான் ஒரு நாடகத்தை உன்னதமாக்கும். ஒரு வசனத்துக்கும் அடுத்த வசனத்துக்கும் இடையில் எவ்வளவு இடைவெளி வேண்டும்? ஐந்து செக்கண்டா, ஆறு செக்கண்டா? இந்த ஒரு விடயத்தைப் பற்றி நாங்கள் ஒரு மணி நேரம் விவாதித்து இருப்போம். ஆனால் பார்வையாளர்களுக்கு அது தெரியாது. மனநோய் மருத்துவமனைக் கட்டில்கள் திறந்த மேடையில் ஒரு வேகத்துடன் தள்ளப்பட்டு மேடைமீது வந்து நிற்கும். அந்த ஒரு காட்சி அமைப்பு நாலு மணி நேரங்களை விழுங்கியிருக்கும். ஒரு செக்கண்ட் பிந்தி கட்டில் மேடையில் தோன்றினால் யாருக்குமே தெரியாது. ஆனால் அது எனக்குத் தெரியும்.'

இப்படி எங்கள் உரையாடல் ஒரு முடிவுக்கு வந்தது. எங்கள் சந்திப்பின் நினைவாக ஒரு படம் எடுக்கலாம் என்று கூறினேன். ஆனால் படம் பிடிப்பதற்கு யாருமே இல்லை. உணவகத்தில் வேலை செய்த ஒருவர் சம்மதித்தார். ஒரு படம் எடுத்தபிறகு டீன் இன்னொன்று எடுக்கச் சொன்னார். அவர் என்னுடைய கைகளைப் பிடித்துக் குலுக்கி விடை பெற்றுக்கொண்டு மறுபடியும் பாதியில் விட்டுவந்த ஒத்திகையைத் தொடருவதற்காகப் புறப்பட்டார்.

ஒரு நுட்பமான நாடகத்தின் வெற்றிக்கான காரணம் என்று அவர் கடைசியாகச் சொன்னது என் மனத்திலேயே நின்றது. சின்னச் சின்ன நுட்பமான அம்சங்கள். சாதாரணமாக இவை பார்வையாளர்கள் கண்ணில் படாது. ஆனால் அதை இயக்கியவருக்குத் தெரியும்.

ரோனி மொரின் என்பவர் ஓர் அமெரிக்க இலக்கியக்காரர்.

கறுப்பினப் பெண்மணி. 1993ஆம் ஆண்டில் இலக்கியத்துக்கான நோபல் பரிசு பெற்றவர். அவருடைய தகப்பனுடைய வேலை உலோகத் தகடுகளை உருக்கி ஒட்டுவது. அந்த வேலையை அவர் முழுமனதோடு ஒரு கலைத் தன்மையுடன் செய்து முடிப்பார். ஒரு முறை ரோனி சிறுமியாக இருந்தபோது அவருடைய தகப்பன் தான் உலோகங்களை ஒட்டும்போது அவை அருமையாக அமைந்தால் தகட்டின் பின்புறம் தன் பெயரின் முதல் எழுத்தைப் பொறித்து வைப்பதாகக் கூறினார். அப்பொழுது மகள், ‘ஐயோ, டாடி அது அங்கே இருப்பது ஒருவருக்கும் தெரியாதே’ என்று கூறினாள். அதற்கு அவர் சொன்னார், ‘ஆனால், மகளே அது எனக்குத் தெரியும்.’

உன்னதம் என்பது சிறு சிறு அம்சங்களைக் கொண்டதுதான். அது இருப்பது அந்த அம்சங்களை வைத்தவர்களுக்கு மட்டுமே தெரியும். ஒரு கலையின் வெற்றியின் ரகஸ்யம் எனக்குப் புரிந்ததுபோலப் பட்டது. உணவகத்தில் அப்போது இன்னும் சில புதியவர்கள் வந்து சேர்ந்து கொண்டார்கள். 150 வருடங்களுக்கு முன்பு வாழ்ந்த ஒரு பிரெஞ்சு இலக்கியக்காரரின் ஞாபகமாக ஆரம்பிக்கப்பட்ட அந்த உணவகத்தில் இரைச்சல் கூடியது. நான் குதிரை லாயக் கதவுகளைத் தள்ளிக்கொண்டு வெளியே வந்தேன். ரோடு அமைதியாகக் கிடந்தது.

5. மாதம் இரண்டு டாலர்

– டேவிட் பெஸ்மொஸ்கிஸ் நேர்காணல்

அந்த எழுத்தாளரை எப்படியும் சந்திக்கவேண்டும் என்று முடிவு செய்தேன். முப்பது வயதிலேயே நடாஷா என்ற சிறுகதைத் தொகுப்பை வெளியிட்டு உலக பிரபல்யம் பெற்றவர். பெயர் டேவிட் பெஸ்மொஸ்கிஸ் *(David Bezmozgis)*. நியூ யோர்க்கர் பத்திரிகை அவரைப் பற்றி எழுதி அவருடைய கதையைப் பிரசுரித்தது. டைம் பத்திரிகை அவருடைய புத்தகத்தைப் புகழ்ந்து தள்ளியது. இவர் ஏழு வயதாயிருக்கும்போது பெற்றோருடன் கனடாவுக்குக் குடிபெயர்ந்தார். இவரைச் சந்திப்பதற்கு, கடந்த ஆறு மாதங்கள் நான் கடும் முயற்சி எடுத்தேன். அவருடைய பதிப்பகத்துக்கு எழுதிப்போட்டேன். பதில் இல்லை. அவருடைய வீட்டுக்கு டெலிபோன் செய்தேன். அது அவருடைய அம்மா வீடு.

அவர் தகவலை மட்டுமே எடுத்தார். அவர் சிருஷ்டி இலக்கியம் கற்பிக்கும் பல்கலைக்கழகத்துக்கு எழுதினேன். பதில் இல்லை. டெலிபோனில் தகவல் விட்டேன். ஒரு சினிமா நடிகையை நிருபர்கள் துரத்துவதுபோலத் துரத்தினேன். இறுதியில் இனிப் பிரயோசனமில்லை என்று மனம் சோர்ந்தபோது, ஒருநாள் அவரிடமிருந்து பதில் வந்தது - இந்த உணவகத்தில், இன்ன நாள், இத்தனை மணிக்கு என்னைச் சந்திக்க விரும்புவதாக. நாலே நாலு வரிகள் கொண்ட அந்தக் கடிதத்தை, வேறு ஏதாவது பொருள் இருக்குமோ என்பதுபோலத் திரும்பத் திரும்பப் படித்தேன். அவருக்காகத்தான் நான் காத்திருந்தேன். சரியாக ஏழு மணிக்கு வந்தார். இலங்கை, கொக்குவில் கிராமத்தில் பிறந்து வளர்ந்த நானும், முந்திய சோவியத் யூனியனின் பகுதியாகிய லற்வியாவின் ரீகா கிராமத்தில் பிறந்த அவரும், கனடாவின் இந்தப் புள்ளியில் சந்தித்துக்கொண்டோம். அலம்பிய பூப்போல பளிச்சென்று இருந்தார். புருவங்களை மறைக்காத நீள்சதுரக் கண்ணாடி. வெள்ளை ரீ சேர்ட், கறுப்புக் கால்சட்டை. சிநேக பாவத்துடன் கைகொடுத்தார். மூத்தவர்களை மதிக்கும் பண்பு இருந்தது. நான் கேள்வி கேட்பதற்குப் பதிலாக அவர் கேள்விகளைத் தொடுத்தார். நான் எங்கேயிருந்து வருகிறேன். என்ன செய்கிறேன். எதற்காக அவரைத் துரத்தித் துரத்திப் பிடித்தேன், இப்படி இப்படி. அவர் எனக்குக் கொடுத்த அருமையான 120 நிமிடங்களை அவரே விழுங்கிக்கொண்டிருந்தார். நான் ஒலிப்பதிவு பட்டனை அமுக்கி பேட்டியை ஆரம்பித்தேன்.

கனடாவுக்கு குடிபெயர்ந்தபோது உங்களுக்கு வயது ஏழு. பெற்றோருடன் அகதியாக லற்வியாவில் இருந்து வந்திருக்கிறீர்கள். அப்பொழுது உங்களுக்கு ஒரு வார்த்தை ஆங்கிலம் தெரியாது. உங்கள் ஆரம்பகால வாழ்க்கையைப் பற்றி கொஞ்சம் சொல்லுங்கள்.

பல வருடங்களைக் கடக்க வேண்டியிருக்கிறது. நாங்கள் இங்கே குடி பெயர்ந்தபோது கஷ்டம் என் பெற்றோருக்குத்தான். என் அப்பாவுக்கு வயது 44; அம்மாவுக்கு வயது 30. நான் ஆறு

மாதத்தில் ஆங்கிலத்தைக் கற்றுக்கொண்டுவிட்டேன். அவர்கள் நீண்டகாலம் எடுக்கவேண்டி இருந்தது. அவர்கள் தடுமாறும் இடங்களில் அவர்களுக்கு உதவி செய்தது ஞாபகத்தில் இருக்கிறது. எனக்கு சிறு வயதிலேயே வட அமெரிக்க எழுத்தாளர்களில் ஆர்வம் இருந்தது. நான் Philip Roth, Mordecai Richler போன்றவர்களை விரும்பிப் படித்தேன். பிலிப் ரொத் எழுதிய 'குட்பை கொலம்பஸ்' புத்தகத்தைப் படித்திருப்பீர்கள். இது பல விருதுகள் பெற்றது. இவர்களுடைய எழுத்துத்தான் முதலில் என்னை எழுத்துப் பக்கம் இழுத்தது. இது தவிர ஜோன் ஏர்விங்கை எனக்கு மிகவும் பிடிக்கும். அவருடைய பிரபலமான நாவல் *A widow for one year*. ஆரம்ப காலங்களில் *E.Cummings* ஐயும் படித்தேன். இவருடைய கவிதைகள் என்னை பிரமிப்பூட்டி எனக்குள் இருந்த எதையோ தட்டி எழுப்பின. அப்படித்தான் மெதுவாக எனது இலக்கிய ஆர்வம் தூண்டப்பட்டது."

நீங்கள் எப்பொழுது ஒரு எழுத்தாளராக வரவேண்டும் என்று முடிவு செய்தீர்கள்?

"எனக்கு எழுத விருப்பம் இருந்தது. எழுத்தாளராக வர ஆசை இருந்தது. ஆனால் எனக்கு ஒரு எழுத்தாளரையும் தெரியாது. அவர்களுக்கு எப்படி வருமானம் கிடைக்கிறது என்பதும் தெரியாது. இது ஒரு கடினமான காரியமாகப் பட்டது. ஒரு முழுநேர எழுத்தாளனாக என்னை பாவிக்கத் தொடங்கியது என்னுடைய 'நடாஷா' சிறுகதைத் தொகுப்பை பதிப்பாளர்களுக்கு விற்றபோதுதான். என்னுடைய மூளையில் நீ எவ்வளவு எழுதிக் குவித்தாலும் எழுத்து வருமானத்தில் நீ சீவிக்கலாம் என்றால்தான் உன்னை ஒரு முழுநேர எழுத்தாளன் என்று அழைக்கலாம் என்று பட்டது. நான் எழுதுவதை நிறுத்தவே இல்லை. பதின்பருவத்தில் இருந்து கவிதை எழுதி வருகிறேன். அவை இன்றும் இருக்கின்றன. பல்கலைக்கழகத்தில் நுழைந்ததும் சிறுகதைகள் எழுதத் தொடங்கினேன். அவற்றை அனுப்புவதும் அவை திரும்புவதும் வழக்கமாகின. இருபது வயதில் இருந்து இன்றுவரை எழுதுகிறேன். ஆனால் என் எழுத்து இப்போதுதான் அச்சு காண்கிறது."

நீங்கள் விட்டு வந்த நாட்டில் உலகத்து தலைசிறந்த எழுத்தாளர்கள் எல்லாம் பிறந்து எழுதியிருக்கிறார்கள். Tolstoy, Dostoyevsky, Gogol, Chekhov என்று சொல்லிக்கொண்டே போகலாம். இவர்கள் உச்சமான உலக இலக்கியங்களைப் படைத்திருக்கிறார்கள். இந்த இலக்கியங்களை ரஸ்ய மொழியில் படிக்கவில்லையே என்ற ஏக்கம் உங்களுக்கு இருக்கிறதா?

"இந்த எழுத்தாளர்களை எல்லாம் நான் சமீப காலங்களில்தான் படித்து முடித்தேன். இப்பொழுதுதான் எனக்கு வருத்தமாக இருக்கிறது இந்த மேதைகளை நான் ரஸ்ய மொழியில் படிக்கவில்லையே என்று. ஆனால் அவற்றை நான் ஒருநாள் மூல மொழியில் படிப்பேன். நான் ரஸ்ய மொழியைப் பேசுகிறவன், ஆகையால் என்னால் எழுத்து மொழியை விரைவில் புரிந்துகொண்டுவிடமுடியும். மெல்ல மெல்ல என் ரஸ்ய மொழி அறிவைத் தீட்டிக்கொண்டு வருகிறேன். விரைவிலேயே ரஸ்ய இலக்கியங்களை மூல மொழியில் படிக்கும் அளவுக்குத் தேர்ச்சி பெற்றுவிடுவேன்."

சமகால எழுத்தாளர்களில் உங்களைப் பாதித்தவர்கள் யார்? என்ன வகையில் அவர்கள் உங்களைத் தூண்டினார்கள்?

"என் வாழ்க்கையில் நான் மிகவும் கடமைப்பட்டிருப்பது *Leonard Michaels* என்ற எழுத்தாளருக்கு. இவர் கடந்த வருடம் இறந்துபோனார். இவர் ஒரு அமெரிக்க எழுத்தாளர். மிகப் பெரிய ஆளுமை என்று நான் நினைக்கிறேன். இவருடைய *A girl with a monkey*, மற்றும் *The Men's club* மறக்கமுடியாத படைப்புகள். இன்னொருவர் *Tim O Brien*. இவருடைய எழுத்துகளும் எனக்குப் பிடிக்கும். நீங்கள் சொன்னீர்களே *David Sedaris* அவரையும் நான் படித்திருக்கிறேன். அங்கதமான எழுத்தாளர். ஆனால் அவருடைய எழுத்து என் மன உணர்வுகளைத் தொடுவதில்லை. ஆனால் ரிம் ஓ ப்ரையனைப் படிக்கும்போது அவருடைய ஆற்றல் என்னை பிரமிக்க வைக்கிறது. அவரிடம் சொல்வதற்கு நல்ல கதை இருக்கிறது. இழுத்துப் பிடிக்கும் மொழிநடை இருக்கிறது. உங்கள் உணர்வுகளை அருட்டிவிட்டுச் செல்லும் நுட்பம் இருக்கிறது. இலக்கியம் என்றால் என்ன? உங்கள்

உணர்வுகளை தொடாவிட்டால் அது எப்படி இலக்கியம் ஆகும்?”

அப்படியென்றால் அறிவுபூர்வமான படைப்புகள், விஞ்ஞானக் கதைகள் ஒருபோதும் இலக்கியம் ஆக முடியாதா?

ஒரு விஞ்ஞானக் கதை உங்கள் அறிவைத் தூண்டமுடியும் அல்லது எதிர்பாராத ஒரு மூளை அதிர்ச்சியைத் தரமுடியும். ஆனால் இலக்கியம் என்று நீங்கள் அழைக்க வேண்டுமென்றால் அது உணர்வுபூர்வமாக உங்களைத் தொடவேண்டும். விஞ்ஞானக் கதை என்ற வாசல்படியைத் தாண்டி உங்கள் கதாபாத்திரங்கள் ஒரு சிறு அசைவு செய்தால் அவை இலக்கியமாகிவிடும். அது உங்களைத் தொடும் அல்லது தொடாமல் போகலாம். உங்கள் உணர்வுகளை அதீதமாக எழுப்பினால் அது எல்லையைத் தாண்டிவிடுகிறது; சொற்ப அளவில் என்றால் தொடுவதே இல்லை. மிகச் சரியான அளவில் உங்கள் உணர்வுகளை அசைப்பதுதான் நல்ல இலக்கியம். நீங்கள் எழுதிக்கொண்டு போகும்போது ஒரு இடம் வரும், சொல்லவேண்டியதைச் சொல்லிவிட்டேன், இதில் ஒரு வார்த்தை கூடக்கூடாது, ஒரு வார்த்தை குறையக்கூடாது; ஒரு அரைப்புள்ளி அளவுக்குக்கூட மாற்றம் செய்யமுடியாது, அப்படி. அந்த இடம் வந்ததும் உங்களுக்குத் தெரியும். அதுதான் நிறுத்தவேண்டிய இடம். அதை நீங்களாகவே உணரவேண்டும்.”

நீங்கள் எழுதும் முறை எப்படி?

“ஒரே ஒரு முறைதான் எழுதுவேன். முதல் படி, இரண்டாவது படி என்றெல்லாம் திருத்தித் திருத்தி எழுதுவது கிடையாது. எழுதும்போதே அதைச் செம்மையாக்குவேன். மொழி எனக்கு முக்கியம். ஆகவே ஒவ்வொரு வரியும் சரியாக வருகிறதா என்று பார்ப்பேன். முடிவு வந்ததும் ஏறக்குறைய இறுதியான வடிவம் கிடைத்துவிடும். வேண்டுமானால் இன்னொரு முறை கடைசியாக வாசித்துச் சில திருத்தங்கள் செய்வேன். அவ்வளவுதான்.”

கட்டுரைகள் எழுதுவீர்களா? நான் படித்ததில்லை.

“இப்பொழுதுகூட ஒரு கட்டுரை எழுதிக்கொண்டு இருக்கிறேன். ஒரு பத்திரிகை கட்டுரை கேட்டிருக்கிறார்கள். இன்று முழுக்க நான் வேலை செய்து ஒரு பாரா முடித்திருக்கிறேன். உங்கள் சந்திப்பு முடிந்ததும் திரும்பவும் நான் போய் அதில் வேலைசெய்யவேண்டும். நான் எழுதுவதை ஒழுங்கு செய்ய, தர்க்கங்களை அடுக்க, சொல்ல விரும்புவதை வாசகருக்குப் புரியும்படியாகச் சொல்ல, வார்த்தைகளைக் கோர்க்க, ஒரு பாராவை முடித்து, அடுத்த பாரா தொடங்க, ஒரு புது எண்ணத்தை அறிமுகம் செய்ய, கட்டுரையின் லயத்தை நிர்ணயிக்க, மாற்ற எனக்கு நிறைய நேரம் தேவைப்படுகிறது. மிக அதிக நேரம். இயற்கையாகவே ஆற்றல் கொண்ட எழுத்தாளர்கள் இருக்கிறார்கள். அவர்களுடைய எழுத்துக்கள் ஊற்றுப்போல சுரந்துகொண்டே இருக்கும். என் விஷயம் அப்படி இல்லை. மிகக் கடினமாக வேலைசெய்துதான் எனக்குள் அடைபட்டிருக்கும் வார்த்தைகளை என்னால் மீட்கமுடிகிறது. எல்லாக் கலை வடிவங்களுக்கும் இது பொருந்தும் என்று நினைக்கிறேன். சில சைத்திரீகர்கள்கூட அப்படித்தான். உள்ளுணர்வில் படுவதை அவர்கள் படுதாவில் ஒரே இழுப்பில் வரைந்து விடுகிறார்கள். இன்னும் சிலர் சித்திரத்தை வரைந்து, பின் சுரண்டி, பின் வரைந்துகொண்டிருப்பார்கள். எனக்கும் கைதேர்ந்த எழுத்தாளர்கள்போல ஊற்று பிரவகிக்க எழுத வேண்டும் என்ற விருப்பம்தான். இப்படி எழுதுபவர்களைச் சந்திக்கும்போது எனக்குத் துயரமாக இருக்கும். ஆனால் நான் என்ன செய்வது. எவ்வளவு முயன்றும் என் செயல்முறையை என்னால் மாற்ற முடியவில்லை. முன்பெல்லாம், பத்து வருடங்களுக்கு முன்பு, வேகமாக எழுதுவேன். ஐந்து வருடங்களுக்கு முன்பு என் வேகம் கணிசமாகக் குறைந்தது. ஆனாலும் கொஞ்சம் வேகம் இருந்தது. இப்பொழுது ஒரு நாளைக்கு ஒரு பாரா என்று குறைந்துவிட்டது. இன்னும் 10 வருடங்கள் போனால் ஒரு நாளைக்கு ஒரு வசனம் என்று குறைந்தாலும் சொல்லமுடியாது.”

நீங்கள் எழுதுவதற்கு ஏதாவது நடைமுறை ஒழுங்கு (routine) வைத்திருக்கிறீர்களா?

“பொதுவாக காலையில்தான் எழுத ஆரம்பிப்பேன். ஏனென்றால் அதுதான் சிறந்த நேரம். ஆனால் மிக மெதுவாகவே எழுதுவேன். அது பல மணித்தியாலங்களை எடுக்கும். எழுதி முடித்தது சொற்பமாகத்தான் இருக்கும். கொஞ்சம் ஓய்வு எடுப்பேன். ஏதாவது வாசிப்பேன். ஒரு நடை போய்விட்டு வருவேன். மறுபடியும் எழுதுவேன். இப்படியே போகும். ஒரு நாளில் எவ்வளவு முடியுமோ அவ்வளவு எழுதி முடிக்க முயற்சி செய்வேன்.”

உங்களுடைய நடாஷா சிறுகதையில் நாவலுக்கு வேண்டிய பல அம்சங்கள் அடங்கியிருக்கின்றன. அதை நாவலாக்கும் எண்ணம் உங்களுக்கு வந்ததா?

“நான் அதை நாவலாகச் சிந்தித்துப் பார்க்கவே இல்லை. ஆனால் அதை முடித்தபிறகு இதைப் பெரிசாக்க முடியுமா என்று யோசித்துப் பார்த்ததுண்டு. ஆனால் அப்படிச் செய்வது கடினமாக இருக்கும். நான் சொல்ல வேண்டிய எல்லாவற்றையும் அந்தச் சிறுகதையில் சொல்லிவிட்டேன். இனி அதில் சொல்லவேண்டியது ஒன்றுமில்லை.”

மறுபடியும் நடாஷா 5000 வார்த்தைகளுக்கு மேலே கொண்ட சிறுகதை இது. ஆனால் கடைசி 50 வார்த்தைகளையும் அகற்றிவிட்டால் இது சாதாரணமான ஒரு கதையாகிவிடுகிறது. இந்தக் கதையின் கடைசி வார்த்தைகள் ஒரு மகுடம்போல சரியாக அமைந்திருக்கின்றன. இந்த முடிவை எப்படி தீர்மானித்தீர்கள்?

“நீங்கள் சொல்வது உண்மை. இந்தக் கதையின் முடிவை வேறு மாதிரித்தான் முதலில் எழுதியிருந்தேன். அதை ஒரு நண்பருக்குக் காட்டினேன். அவர் அழகான கதை, ஆனால் கடைசி பாரா சரியாகப் பொருந்தவில்லை என்றார். மகுடமான எழுத்துகள் கழுத்தில் நிற்காமல் ஆடிக்கொண்டிருந்தன. மீண்டும் கடைசிப் பகுதியை எழுதினேன். அடித்துவிட்டு இன்னொருமுறை

எழுதினேன். இப்படி முழுத் திருப்தி ஏற்படும் வரைக்கும் எழுதினேன். இறுதியில் சரியாக அமைந்தது. மிகச் சரியாக வரும்போது அது உங்களுக்கே தெரியும். மனதிலே சந்தேகம் இருக்கும் போதுதான் நண்பர்களிடம் காட்டவேண்டிய அவசியம். முடிவு பொருத்தமாக அமையும்போது உங்களுக்கு அதுதான் நீங்கள் தேடிய முடிவு என்பது நிச்சயமாகத் தெரிந்துபோகும்."

ஒரு முடிவை எழுதுவதற்காக மீண்டும் கதைக்குள் சென்று அதன் உடம்பை மாற்றுவீர்களா?

"கிடையாது. ஒரு மலையேறியை நினைத்துக்கொள்ளுங்கள். அவன் உச்சியை அடைவதற்கு ஐந்து நாள் எடுக்கும். அவன் தனக்கு வேண்டிய உபகரணங்களை முற்றிலும் சேகரித்தபிறகு தன் பயணத்தைத் தொடங்குகிறான். இடையில் எதிர்பாராத ஒரு இன்னல் வருகிறது என்று வைத்துக்கொள்ளுங்கள். அவன் திரும்பவும் அடிவாரத்திற்குச் சென்று ஒரு புதிய உபகரணத்தைக் கொண்டுவந்து தன் பிரச்சினையைத் தீர்ப்பது கிடையாது. அவனிடம் ஏற்கனவே உள்ள ஒரு கருவியை வைத்துத் தன் பிரச்சினையைச் சமாளிப்பான். அதுபோலத்தான். நீங்கள் சிறுகதை எழுத ஆரம்பிக்கும்போது சில வரையறைகளை வைத்துக்கொண்டு எழுதத் தொடங்குகிறீர்கள். அவற்றை வைத்து சிறுகதையின் உடம்பை எழுதி முடித்துவிட்டீர்கள். முடிவை நோக்கி நகரும்போது ஏற்கனவே எழுதியவற்றை வைத்துத்தான் உங்கள் முடிவைத் தீர்மானிக்க வேண்டும். *19ம் நூற்றாண்டு, 20ம் நூற்றாண்டு முற்பகுதி போல அல்லாமல் தற்போது சிறுகதைகளுக்கு மவுசு இல்லாமல் போய்விட்டது. சிறுகதைகளின் எதிர்காலம் என்னவென்று நினைக்கிறீர்கள்?* தெரியவில்லை. ஆனால் இன்னும் சிறுகதைகளை வாசகர்கள் படிக்கிறார்கள். காசு கொடுத்து வாங்குகிறார்கள். எனக்கு முதலில் சொன்னார்கள் சிறுகதைகள் விற்கமாட்டா என்று. பிறகு சொன்னார்கள், சிறுகதைகள் உலகத்தின் போதிய கவனத்தை இழுக்கமாட்டா என்று. ஆனால் என் விஷயத்தில் இரண்டுமே பிழைத்துப் போனது. நான் என்ன நினைக்கிறேன் என்றால்

நல்ல தரமான படைப்புக்கு, அது நாவலாக இருக்கலாம், சிறுகதையாக இருக்கலாம், ஆதரவு இருக்கவே செய்கிறது."

உங்கள் எழுத்தில் சில வார்த்தை பிரயோகங்கள் அந்நியத் தன்மையுடன் இருந்து அழகைக் கூட்டுகின்றன. அவற்றின் பின்னணியில் ரஸ்ய மொழிப்பயிற்சியின் தாக்கம் இருக்குமா?

"அப்படி இல்லை. நான் சில எழுத்தாளர்களின் எழுத்தை அமோகமாக நேசிக்கிறேன். அவர்கள் மொழி ஆளுமையில் அதீத கவனம் செலுத்துகிறார்கள். ஒவ்வொரு வசனத்தையும் செதுக்கி வைக்கிறார்கள். ஒரு பென்சிலைக் கூராக்குவதுபோல ஒவ்வொரு வரியும் கூராக்கப்படுகிறது. தேய்வழக்குகளைத் தவிர்க்கிறார்கள். எப்படி புதுமாதிரி சொல்லலாம் என்று ஓயாது சிந்திக்கிறார்கள். புதுமாதிரி சொல்லவேண்டும் என்பதற்காக புதுமாதிரி சொல்லக்கூடாது. அது உண்மையாகவும் இருக்கவேண்டும். அதுதான் தேர்ந்த எழுத்து. அதைத் தேடிப் போவதுதான் என் வேலை."

ஐஸாக் பாஸாவிஸ் சிங்கர் அமெரிக்காவில் 43 ஆண்டுகள் வாழ்ந்தாலும் அவருடைய கதைகள் பெரும்பாலும் அவர் விட்டுவந்த போலந்து மக்களின் வாழ்க்கையைப் பிரதிபலிக்கிறது. நீங்கள் லற்வியாவில் இருந்து குடிபெயர்ந்திருக்கிறீர்கள். ஆகவே லற்வியாவின் பின்னணியில் ஏதாவது கதை எழுதும் உத்தேசம் இருக்கிறதா?

"என்னுடைய மனதை நீங்கள் அப்படியே வாசிக்கிறீர்கள். இந்தப் புத்தகத்தை முடித்தவுடன், 'தன்மையில்' எழுதுவது எனக்கு அலுத்துப்போய்விட்டது. ஆகவே என் அடுத்த கதை தன்மையில் இருக்காமல் 'படர்க்கையில்' இருக்கும். கதையின் களம் லற்வியா. இந்தக் கதையை எழுதி இப்பொழுதுதான் முடித்தேன். விரைவில் பிரசுரமாகும்.'

ஒரு எழுத்தாளர் சொந்த அனுபவத்தை வைத்துத்தான் எழுத வேண்டுமா? வியட்நாம் போரைப் பற்றி நீங்கள் எழுத வேண்டுமென்றால் அந்த அனுபவம் உங்களுக்கு அவசியமா?

"எவ்வளவு முடியுமோ அவ்வளவுக்கு ஒரு எழுத்தாளர் தான்

எழுதுவது தன் சொந்த அனுபவத்துக்குள் வருகிறமாதிரி பார்த்துக் கொள்ளவேண்டும். ஆனால் அது எப்பொழுதும் சாத்தியமில்லை. ஆதிகால எகிப்தைப் பற்றி நீங்கள் எழுதவேண்டிய கட்டாயம் இருந்தால் நீங்கள் அதைச் செய்யத்தான் வேண்டும். நீங்கள் ஆற்றல் மிகு எழுத்தாளராய் இருந்தால் மனித உணர்வுகளைத் தத்ரூபமாகக் கொண்டுவரமுடியும். ஏனென்றால் மனித உணர்வுகள் கடந்த 5000 வருடங்களாக மாறவே இல்லை. சொந்த அனுபவம் இருப்பது எழுத்தாளனுக்கு ஓர் அனுகூலம். ஆனால் தவிர்க்கமுடியாததில்லை. நல்ல எழுத்தாளர் அதை மீறி எழுத முடியும்.

ஒரு எழுத்தாளர் சொன்னார், அது ஜோன் அப்டைக் என்றுதான் நினைக்கிறேன், "நீ உன் புத்தகத்தின் நல்ல விமர்சனங்களை ஏற்றுக் கொண்டால் அந்த புத்தகத்தின் பாதகமான விமர்சனங்களையும் ஏற்றுக் கொள்ளவேண்டும்' என்று. நீங்கள், உங்களுக்கு வரும் விமர்சனங்களை எப்படி எதிர்கொள்கிறீர்கள்?

"எல்லா விமர்சனங்களையும் நான் படித்ததில்லை. சிலவற்றை மட்டுமே படித்திருக்கிறேன். நீங்கள் பார்த்திருப்பீர்கள், இந்தப் புத்தகத்துக்கு நிறைய விமர்சனங்களை எழுதியிருக்கிறார்கள். எக்கச்சக்கமாக. சில விமர்சனங்கள் என் புத்தகத்தை புத்திக்கூர்மையாகவும், உண்மையாகவும் அலசின. இன்னும் சில அளவுக்கு மீறிப் புகழ்ந்தன. சில ஏற்றுக்கொள்ளவில்லை. அது பரவாயில்லை. எதிர்பார்க்கக்கூடியதுதான். ஆனால் நியூ யோர்க்கில் இருந்து வெளியான ஒரு பத்திரிகையில் வந்த விமர்சனம் மறக்கவே முடியாதது. அதை எழுதியவர் உண்மையில் நானாகவே மாறியிருந்தார். எனக்கு என் படைப்பில் எவ்வளவு ஈடுபாடு இருந்ததோ அதிலும் சற்று அதிகமாக அவருக்கு இருந்தது. அதைப் படித்து முடித்தபோது என் கண்கள் கசிந்தன. அவ்வளவு அழகாக எழுதியிருந்தார். நல்ல மதிப்பீடுகள் புத்தக விற்பனையைக் கூட்டும். சந்தோசம். ஆனால் அவற்றைத் தேவைக்கு அதிகமாகப் பொருட்படுத்தக் கூடாது. எனக்கு விமர்சனங்களை விரைவில் மறக்கக்கூடியதாக இருக்கிறது. அந்தளவில் மகிழ்ச்சிதான்."

பொதுவாக, குடியேறிய ஒரு எழுத்தாளரின் எழுத்தில், ஒருவித வெறுப்பும், ஏளனமும், பெற்றோரைப் பற்றிய கீழான பார்வையும் இருக்கும். உதாரணம் ஜும்பா லாஹரி, ஏமி ரான் போன்றவர்கள். ஆனால் உங்கள் எழுத்தில் குடும்ப பிணைப்பு, மகன் பெற்றோர் உறவு ஆழமாக, ஆனால் மேலே தெரியாதமாதிரி சொல்லப்பட்டிருக்கிறது. அது எப்படி?

"இது தற்செயலாக நடந்த ஒன்றல்ல. நானாக இதை வெளிப்படுத்த எண்ணினேன். என்னுடைய ஆரம்பகால வாழ்க்கை, பெற்றோர் பட்ட இன்னல், அவ்வளவு தொல்லைகளிலும் அவர்கள் காட்டிய அன்பு, இது எனக்கு முக்கியமானது. ஆகவே அவற்றை வெளிப்படுத்தும் விதமாக எழுதினேன். (அவருடைய கண்கள் கலங்குகின்றன) என் பெற்றோர்களிடம் நான் அதிக மரியாதை வைத்திருக்கிறேன். ஒரு கதாபாத்திரம் தன் பெற்றோரிடம் கருணையுடன் நடந்துகொள்வது அவர்களைத் துச்சமாக நடத்துவதிலும் பார்க்க மேலானது. இப்பொழுது திரும்பிப் பார்க்கும்போது என்னுடைய பெற்றோர்கள் மற்ற பெற்றோர்களிலும் பார்க்க வித்தியாசமானவர்களாக இருந்தார்கள். சில சமயங்களில் அவர்கள் செய்தது அவமானமாகவும், எனக்கு வெட்கத்தைத் தரக்கூடியதாகவும் இருந்தது. ஆனால் எனக்கு அந்த அவமானத்தை முந்திக்கொண்டு அன்பைச் சொல்வதுதான் வலுவாகத் *(powerful)* தெரிகிறது. அதுதான் உண்மையும்."

தமிழில் ஒரு தலைசிறந்த எழுத்தாளர் இருந்தார். அவருடைய பெயர் புதுமைப்பித்தன். 1940ம் ஆண்டு அவர் ஒரு சிறுகதை எழுதினார். பெயர் பொய்க்குதிரை. ஒரு பணக்கார வீட்டிற்கு ஏழை நண்பன் விருந்துக்குச் செல்வது. இந்தக் கதையைப் படித்தபோது ஏற்பட்ட அதே உணர்வு உங்கள் *'Roman Berman, Massage Therapist'* கதையைப் படித்தபோதும் ஏற்பட்டது. (இந்தக் கதையைத்தான் சமீபத்தில் உங்கள் பதிப்பாளரின் அனுமதி பெற்று நான் தமிழில் மொழிபெயர்த்திருக்கிறேன்) தேசம் மாறினாலும், வருடம் மாறினாலும் மனித உணர்வு உலகெங்கும் ஒன்றுதான். இந்தக் கதை உற்பத்தியான

பின்னணி என்ன? "இது ஒரு உண்மையான சம்பவத்தில் இருந்து பிறந்தது. என்னுடைய சொந்தக்காரர் ஒருவர் சான்பிரான்சிஸ்கோவில் இருக்கிறார். எங்களைப் போல குடியேறியவர்கள். எங்களைப் போலவே வறுமையும். அவர்களுக்கு ஒரு மாமா இருந்தார் ஸ்வீடனில். மிகப் பெரிய பணக்காரர். அவர் சான்பிரான்சிஸ்கோவுக்கு வந்தபோது இவர்களை ஒரு விருந்துக்கு அழைத்திருந்தார். இவர்கள் தங்களிடமிருந்த ஆகத்திறமான உடுப்புகளை அணிந்து, குறித்த நேரத்துக்கு முன்பாகவே போய் காத்திருந்தார்கள். பெரும் உதவி கிடைக்கும் என்ற எதிர்பார்ப்புடன். மாறாக அவர் இவர்களிடம் ஒரு உதவி கேட்டார். ஒரு மலிவான உணவகத்தில், கடுதாசியில் சுற்றித்தரும் உணவை வாங்கிக் கொடுத்தார். அவர்கள் உருகிய வெண்ணெய் கையில் ஒட்ட அவசரமாகச் சாப்பிட்டு 'நன்றி' என்றார்கள். அவர்களைப் பார்த்து 'நீங்கள் நல்லாக இருக்கிறீர்கள். நல்ல உடுப்பு உடுத்தியிருக்கிறீர்கள். இந்த நாட்டில் உங்களுக்கு நல்ல எதிர்காலம் உண்டு' என்று கூறி விடைபெற்றுப் போய்விட்டார். ஒன்றும் இல்லாததற்கு அதிகம் செலவழித்துவிட்ட கவலை என் உறவுக்காரர்களுக்கு. எல்லோரும் ஏதோ ஒன்றை இன்னொருவரிடம் எதிர்பார்க்கிறார்கள். அதுதான் கதை."

உங்கள் கதைகளில் பல ஹீப்ருவார்த்தைகள் அப்படியே வருகின்றன. சில வார்த்தைகள் கதையைப் புரிந்துகொள்ள முக்கியம். அப்படியும் அவற்றுக்குக் குறிப்புகள் கொடுக்கப்படவில்லை. உங்களுக்கு அதில் நம்பிக்கை இல்லை என்று படித்திருக்கிறேன். உண்மையா?

"ஒவ்வொரு வார்த்தையும் விளங்கவேண்டும் என்பது அவசியமில்லை. கதையின் சாரத்தை விளங்கிக்கொள்ள வேண்டியதுதான் முக்கியம். நான் அதை அறிந்தேதான் செய்கிறேன். பின் குறிப்புகள் கொடுத்து ஒரு வார்த்தையை விளக்குவதில் எனக்கு உடன்பாடு இல்லை. ஆனால் கூர்மையாகப் படிப்பவருக்கு அந்த வார்த்தையின் பொருள் ஒரு அளவுக்கு விளங்கிவிடும். அப்படிப் புரியாவிட்டால் அதில்கூட

ஒரு மர்மச் சுவை இருக்கும். எனக்கு அது பிடிக்கும். ஒவ்வொரு வார்த்தையாக விளங்கத் தேவையில்லை. ஒட்டுமொத்தமாக அந்தக் கதை ஒரு உணர்வை ஏற்படுத்தும். அதுதான் முக்கியம். வார்த்தைகள் அவற்றின் மர்மத்தை உங்களுக்கு ஒரு நாள் விடுவிக்கும்."

நீங்கள் சினிமாத் துறையில் பட்டம் பெற்றிருக்கிறீர்கள். நீங்கள் நெறிப்படுத்திய மூன்று விவரணப் படங்கள் வெளி வந்திருக்கின்றன. உங்கள் எதிர்காலத் திட்டம் என்ன? முழுநேர எழுத்தா அல்லது சினிமாவா?

"இரண்டையும் செய்ய விருப்பப்படுகிறேன். எழுதுவது எனக்குப் பிடிக்கும். சினிமா நெறிப்படுத்துவதும் பிடிக்கும். இரண்டு துறையிலும் ஒரே நேரத்தில் சவாரி செய்யத் தீர்மானித்திருக்கிறேன்."

உங்கள் நாவல் எந்த அளவில் நிற்கிறது?

"மிகவும் மெதுவாக நகருகிறது. ஆனாலும் அடுத்த வருடத்திற் கிடையில் முடிந்துவிடும் என்று நினைக்கிறேன். ஒரு நாளைக்கு ஒரு பாரா என்ற கணக்கில் வளருகிறது. எழுத்தாளருக்கு ஓய்வு கிடையாது. அவருக்குள் ஒரு பொறி இருக்கும். அது அணைந்துவிடாமல் ஊதியபடியே இருக்கவேண்டும். கடுமையான உழைப்பு இதற்குத் தேவை - வாழ்நாள் முழுக்க."

எதற்காக கனடா எழுத்தாளர்கள் பலத்த பாதுகாப்போடு இருக்கிறார்கள்? அவர்களைச் சந்திக்கவே முடிவதில்லை. எல்லோரும் இப்படித்தானா? இது தேவையா?

"உங்கள் கேள்வி புரிகிறது. ஒரு சிறிது பிரபல்யம் கிடைத்துவிட்டால் போதும்; நிருபர்கள் பேட்டி கேட்டபடியே இருக்கிறார்கள். எழுத்தாளர்கள் அழைக்கிறார்கள். வாசகர்கள் கடிதம் போடுகிறார்கள். தொலைபேசியில் தொல்லைப் படுத்துகிறார்கள். மின்னஞ்சல் முகவரியை எப்படியோ கண்டுபிடித்து மடல் அனுப்புகிறார்கள். என்னுடைய பெயர் தொலைபேசி புத்தகத்தில் இல்லை. ஆனால் அம்மாவின் பெயர் இருக்கிறது. அப்படியும் விட்டபாடில்லை. அம்மாவைத்

தொந்திரவு செய்கிறார்கள். என் அம்மா என் பொருட்டு தொல்லைப்படுவது எனக்கு விருப்பமில்லை. ஆகவே அம்மாவின் பெயரை டெலிபோன் புத்தகத்தில் இருந்து அகற்றிவிட கேட்டிருக்கிறேன். உங்களுக்குத் தெரியுமா? இந்த அநியாயம் உங்களுக்கு தெரியுமா? ஒரு பெயரை அகற்றவேண்டு மென்றால் டெலிபோன் கம்பனிக்கு மாதம் இரண்டு டொலர் கட்டணம் செலுத்தவேண்டும் - வாழ்நாள் முழுக்க. (அவருடைய சிவந்த முகத்தில் கோபம் ஏறுவது கண்ணாடியில் தண்ணீர் ஏறுவதுபோல தெரிகிறது.) இதுதான் உண்மை நிலைமை. எழுத்தாளர்கள் என்ன செய்வார்கள்?"

சில எழுத்தாளர்களைப்போல எப்போதும் ஒரு நோட்டுப் புத்தகம் காவிக்கொண்டு திரிவீர்களா?

"இதோ பாருங்கள். (ஒரு கறுப்பு அட்டை போட்ட சிறிய நோட்டுப் புத்தகத்தை எடுத்துக் காட்டுகிறார்.) ஏதாவது ஒரு வார்த்தை, நான் தேடிக்கொண்டு இருப்பது, திடீரென்று தோன்றும். அதைக் குறித்துக் கொள்வேன். ரோட்டிலே யாராவது பேசிக்கொண்டு செல்லும்போது ஒரு வார்த்தை விழும். அதை எடுத்து வைத்துக்கொள்வேன்."

உங்கள் புத்தகம் வெளிவந்து வெற்றி அடைந்தபோது உங்கள் பெற்றோருடைய reaction எப்படி இருந்தது?

"சந்தோசம் என்று சொல்லமுடியாது. பெரும் ஆறுதல் பட்டார்கள். இனிமேல் என்னை நானே பார்த்துக் கொள்ளமுடியும் என்று."

உங்கள் பொழுதுபோக்கு என்ன?

"ஹொக்கி விளையாடுவது."

தமிழிலே சிறுகதைக்கு பெரும் வரவேற்பு இருக்கிறது. நிறைய ஆர்வமான வாசகர்கள் இருக்கிறார்கள். சிறந்த படைப்பாளிகள் இருக்கிறார்கள். நீங்கள் அவர்களுக்கு என்ன சொல்ல விரும்புகிறீர்கள்?

"நீங்களும் நானும் ஒரே இனம். நீங்கள் சிருஷ்டிக்கும்

பாத்திரங்களை மதியுங்கள். உங்கள் எழுத்தில் காருண்யம் அடிநாதமாக அமையட்டும்.”

பேட்டி முடிந்தது. ரொறொன்ரோவில் 200,000 தமிழர்கள் இருக்கிறார்கள். அவர் இதுதான் முதல் தடவை தான் ஒரு தமிழரைச் சந்திப்பதாகச் சொன்னார். என்னுடைய புத்தகத்திலுள்ள முதல் கதையின், முதல் பாராவை தமிழில் உரத்துப் படிக்கும்படி வேண்டினார். தமிழ் வார்த்தையின் ஒலியைக் கேட்கவேண்டுமாம். நான் அப்படியே செய்தேன். ‘ஒரு வார்த்தையுடன் இன்னொரு வார்த்தை ஒட்டிக்கொண்டு வருகிறது. வசனம் முடிந்தபோது அது முடிந்தது என்பதை நான் கண்டுபிடித்தேன், ஆனால் உங்கள் மொழியின் ஒலி இதமாக இருக்கிறது’ என்றார். அப்படியே என்னிடம் விடை பெற்றுக்கொண்டு பிரிந்தார். நான் உச்சரித்த தமிழின் மீதிச் சத்தம் அங்கே நிலவியது. அவர் பேசிய அத்தனை மணி நேரத்திலும் அவர் ‘எழுத்தாளருக்குள் இருக்கும் பொறியை அவர் ஊதிக்கொண்டே இருக்கவேண்டும்’ என்று சொன்னது என்னை சிந்திக்க வைத்தது. டெலிபோன் புத்தகத்தில் பெயர் வராமல் இருக்க மாதம் இரண்டு டொலர் வாழ்நாள் முழுக்க கட்டுவதுபோல எழுத்தாளரின் கற்பனைப் பொறி வற்றிவிடாமல் இருக்கவும் கடுமையாக உழைக்க வேண்டும் - வாழ்நாள் முழுக்க.

ரசனை

1. காத்தவராயனுக்குக் காத்திருப்பது

ரொறொன்ரோவில் வடக்கு, தெற்காக ஓடும் ஒரு வீதி இருக்கிறது. அதன் பெயர் பேர்ச்மவுண்ட். அந்த ரோட்டில் இருந்து அதிவேக சாலைகளுக்குப் போகமுடியாதபடியால் அதிக பிரபலம் இல்லாதது. ஒரு நாள் அதில் தெற்குப் பக்கமாகப் போகும்போது கண்ட ஒரு துணி விளம்பர வாசகம் என்னைத் திடுக்கிட வைத்தது. தமிழில் கொட்டை எழுத்தில் 'காத்தவராயன் கூத்து' என்று போட்டிருந்தது. அதை எழுத்துக்கூட்டி வாசித்து முடிப்பதற்கிடையில் கார் அந்த இடத்தைத் தாண்டிவிட்டது. உடனேயே ஒரு 'ப' திருப்பம் செய்து மீண்டும் வந்து துணி விளம்பரம் காட்டிய மண்டபத்துக்குள் நுழைந்தேன்.

வாசலில் நின்ற ஒரு தடியான ஆள் என்னை மறித்தார். ஒரு 55 இன்ச் டிவியை அவருடைய முதுகு தாராளமாக மறைக்கும். என்னுடைய முகத்தைப் பார்க்காமலே பத்து டொலர் என்றார். அதை அவருடைய முதுகுக்குக் கொடுத்துவிட்டு உள்ளே போனபோது எனக்கு பிரமிப்பான ஒரு புது உலகம் கிடைத்தது.

மண்டபத்துக்குள் ஏற்கனவே ஆயிரம் பேர் இருந்தார்கள். நான் இப்படிக் கணக்குச் சொல்லும்போது சீட் கிடைக்காமல் ஓரங்களில் நின்றுகொண்டிருந்தவர்களையும் சேர்க்கிறேன்.

நெருக்கிக்கொண்டு மலிவான தகரக் கதிரைகளில் சீட் கிடைத்தவர்கள் உட்கார்ந்திருந்தார்கள். சிலர் பழைய கால வெலிங்டன் தியேட்டரில் செய்வதுபோல கைலேஞ்சிகளையும், சால்வைகளையும், கைப்பைகளையும் இருக்கைகளின்மேல் போட்டு இடம் பிடித்து வைத்திருந்தார்கள். முன்வரிசைகளில் கதா காலட்சேபங்களுக்கு உட்காருவதுபோல சிறுவர் கூட்டம் நாற்காலிகளிலும், நிலத்திலுமாகக் குவிந்துபோய் இருந்தது. நான் விடாமுயற்சியாக முன்னேறி, மழை நாள் நாய் ஈர இலைகளை மூக்கால் தள்ளிப் பார்ப்பது போல, ஒவ்வொரு லேஞ்சியாகக் கிளப்பிக் கிளப்பிப் பார்த்து ஒரு சீட்டை பிடித்துவிட்டேன்.

எனக்குப் பக்கத்தில் இருந்தவர் விஷயம் தெரிந்தவர்போல காணப்பட்டார். பலமுறை காத்தவராயன் கூத்தைப் பார்த்தவர். இந்தக் கூத்தில் நடிப்பவர்கள் எல்லோரையும் அவருக்குத் தெரியும். ஒவ்வொரு அரை செக்கண்டும் எப்பொழுது தொடங்கும் எப்பொழுது தொடங்கும் என்று அவரைத் துளைத்துக்கொண்டிருந்தேன். அப்படி நான் கேட்டபோது தொடங்கவேண்டிய நேரத்தைத் தாண்டி அரை மணியாகிவிட்டது. அவருடைய பதில் ஒரே மாதிரியிருக்கும். இன்னும் அரை மணி நேரத்தில் பூசை நடக்கும். பிறகு ஆரம்பமாகிவிடும் என்றார். இப்படி கடந்த ஒரு மணித்தியாலமாக அவர் ஆறுதல் வார்த்தைகள் சொல்லி வந்தார்.

அப்பொழுது இரண்டு பெண்டிர் ஓடிவந்தார்கள். ஒரு பெண்ணின் இடுப்பில் கைக்குழந்தை ஒன்று கால் சட்டை மட்டும் அணிந்து மேல் சட்டை போடாமல் இருந்தது. அவள் தாவணியை இறுக்கி இழுத்துச் சுற்றி வந்து இடுப்பிலே மீதியைச் செருகியிருந்தாள். அவர்கள் வெகு தூரத்தில் இருந்து வந்தவர்களாக இருக்கவேண்டும். இருவருமே கழுத்து வேர்வையை வழியவிடாமல் முந்தானையால் துடைத்தார்கள். இரவுச் சமையலை அவசரமாகச் செய்து பத்திரமாக மூடி வைத்துவிட்ட அமைதியும், கூத்துப் பார்க்கப்போகிறோம் என்ற மகிழ்ச்சி எதிர்பார்ப்பும் அவர்கள் முகத்தில் தெரிந்தது.

எனக்குப் பக்கத்தில் இருந்த லேஞ்சிகளை ஒருவர் அகற்ற அவர்கள் ஆசுவாசமாக உட்கார்ந்தார்கள்.

எங்கு பார்த்தாலும் வீடியோக்காரர்கள். அவர்கள் வயர்களை இழுத்து காமிராக்களைத் தயார்நிலையில் வைத்திருந்தார்கள். உயரம், கோணம், வெளிச்சம் எல்லாவற்றையும் முன்கூட்டியே பார்த்துக்கொண்டார்கள். ஒவ்வொரு காமிராவுக்கும் பிரகாசமான தனி ஒளி விளக்குகளும் காத்திருந்தன. நான் எழும்பி நின்று சுற்றிலும் ஒருமுறை நோட்டம் விட்டேன். என்னுடைய கடைசிக் கணக்கெடுப்பில் மூன்று வீடியோ காமிராக்கள் இயங்கின; இலக்கப் புகைப்படக் கருவிக்காரர்கள் நாலு.

கடைசியில் ஒருவாறாக சீன் இழுபட்டது. பூசை முடிந்ததும் முத்துமாரி வேடம் அணிந்த பெண் கையிலே சூலத்தை ஏந்தியபடி தோன்றினார். சொந்தக் குரலில் பாட்டுப் பாடியபடியே நடனமும் ஆடினார்; வசனமும் பேசினார். ஹார்மோனியக்காரர் விட்ட அடிகளை எடுத்துக் கொடுத்தார்; பின்பாட்டுக்காரர் பின்பாட்டுப் பாடினார். அந்த வகையில் மேற்கத்திய முறையில் பார்த்தால் இது ஒரு *musical*தான்.

ஒவ்வொரு நடிகையும் அல்லது நடிகரும் முதல் தரம் மேடையில் தோன்றும்போது நான் பக்கத்து சீட் காரரை இது யார், ஆணா, பெண்ணா என்று கேட்டபடியே இருந்தேன். ஏனென்றால் மேக்கப் அவ்வளவு தத்ரூபமாக இருந்தது. பல விவாதங்களுக்கும், பல சீன்களுக்கும் பிறகு ஆண் வேடம் அணிந்தவர்கள் எல்லாம் ஆண்கள் என்றும் பெண் வேடம் அணிந்தவர்கள் எல்லாம் பெண்கள் என்பதையும் கண்டுபிடித்தோம். எங்கள் குழப்பத்துக்குக் காரணம் இருந்தது.

இந்தக் கூத்தில் ஒரிஜஸினலாக ஆண்களே பெண் வேஷமும் போட்டு நடித்து வந்திருக்கிறார்கள். பெண் வேடம் என்றாலும் உள்ளே இருப்பது ஆண் என்றபடியால் பெண் அசைவுகள் மிகையாக்கப்பட்டு இருக்கும். இதிலே நடித்த உண்மையான பெண்கள்கூட ஒரு ஆண், பெண் வேடமணிந்து நடிக்கும்போது

எப்படி நடிப்பாரோ அப்படியே நடித்தார்கள். அதனால் அழகு ஒரு படி கூடியிருந்தது.

எனக்கு முன் இருந்த சிறுவர்கள் ஆங்கிலத்திலேயே கதைத்தார்கள். அவர்களுக்குத் தமிழ் தெரியவில்லை. பெற்றோர்கள் தமிழிலேயே கதைத்தார்கள். அவர்களுக்கு ஆங்கிலம் தெரியவில்லை. பிள்ளைகளுடன் இவர்கள் தமிழில் பேசினால் அவர்கள் ஆங்கிலத்தில் பதில் சொன்னார்கள். இந்தச் சிறுவர்களுக்கு கதாபாத்திரங்கள் பாடியதும், பேசியதும் ஒன்றுமே புரியவில்லை. ஆனாலும் டேமினேட்டர், மாற்றிக்ஸ் போன்ற ஹொலிவுட் படங்களின் கிராபிக்ஸ் காட்சிகளை ரசிக்கும் இந்தச் சிறார்கள் காத்தவராயன் ஆட்டத்தையும், ஆரியமாலாவின் வசனத்தை யும், மாரியின் பாட்டையும் கேட்டு மெய்மறந்துபோய் நின்றது வியப்பை அளித்தது.

இதிலே இன்னொரு வேடிக்கை. ஊரிலே கூத்து நடக்கும்போது நிற்கும் அல்லது தொங்கும் ஒலிவாங்கி அங்கங்கே வைத்திருக்கும். நடிகர்களுக்குச் சொல்லி வைத்தபடி அவர்கள் வசனம் பேசும்போது மைக்குக்குக் கிட்ட வந்து மைக்கைப் பார்த்துப் பேசிவிட்டு நகர்வார்கள். ஆனால் இங்கே அப்படியில்லை. ஆனாலும் ஒலி பிரமாதமாக இருந்தது. என்ன விஷயம் என்று பார்த்தேன். நடிக நடிகையர் எல்லோரும் இடுப்பில் *transponder* களையும், காதில் மாட்டி வளைத்த ஒலிவாங்கிகளையும் அணிந்திருந்தார்கள். ஆகவே அவர்கள் ஆடியபடி பாடலாம், ஓடியபடி பேசலாம். இந்தத் தொழில்நுட்பப் பாய்ச்சலால் ஆட்டமும், பேச்சும், பாட்டும் என்று காத்தவராயன் கூத்து உச்சகதியில் நிறைவேறிக்கொண்டிருந்தது.

சிவபெருமான் வந்தார். ஒரு ஒல்லியான பையனுக்கு சிவபெருமான் வேடம் போட்டிருந்தார்கள். நீண்டு வழிந்த ஜடாமுடி, அதிலே ஓடும் கங்கை, நிற்கும் பிறை, சுருண்டு கிடக்கும் நாகம், இடையிலே புலித் தோல் என்று பொருத்தமாயிருந்தது. கழுத்திலே வலப் பக்கம் நாகம் சுற்றி யிருந்தால், இடப்பக்கம் மைக்கிரபோனும் சுற்றிக்கொண்டு கிடந்தது. மான், மழு, சூலாயுதம் என்று பல

உபகரணங்களைத் தாங்கிய சிவ பெருமான், *transponder* ஐயும் புலித்தோலில் குத்திவைத்துக் காவினார். சிறுவர்கள் அவர் மேடையில் தோன்றியவுடனேயே விழுந்து விழுந்து சிரிக்கத் தொடங்கிவிட்டார்கள். அவர்களுக்கு அது யாரென்றுகூடத் தெரியவில்லை. அதுதான் அவர்களுடைய கடவுள் என்று தெரிந்திருந்தால் இன்னும் கூட சிரித்திருப்பார்களோ என்னவோ.

இதையெல்லாம் சிவபெருமானாக நடித்த பையன் பொருட்படுத்தவில்லை. நடனக் கடவுள் என்ற பெயரைக் காப்பாற்றும் பெருமுயற்சியில் இடுப்பை ஒடித்து ஒடித்து நடனம் ஆடினான். அடிக்கடி *transponder* கீழே விழுந்தது. அதை எடுத்து மீண்டும் மீண்டும் புலி உடையில் சொருகிக் கொண்டு ஆட்டத்தை விட்ட இடத்திலிருந்து தாளம் தவறாமல் தொடர்ந்தான்.

நான் ஏதோ யோசனையில் அசந்திருந்த சமயம் முத்துமாரிக்கு குழந்தை பிறந்துவிட்டது. ரவெட்டா உடையில், கன்னம் கொழுத்த, கறுப்புப் பொட்டு வைத்த, சிறிய சங்கிலியில் பெரிய பதக்கம் அணிந்த குழந்தை. 'குழந்தை, குழந்தை' என்று மேடையில் இருந்தே ஒருவர் கத்தினார். உடனே சபையிலே இருந்து ஒரு குழந்தை மேடைக்கு அனுப்பப்பட்டது. அதுதான் இந்தக் குழந்தை. முத்துமாரி ஒரு தாலாட்டுப் பாடினார். அந்தக் குழந்தையும் கால்களை உதைத்து, பிரகாசமான விளக்குகளைப் பார்த்து மிரளாமல் தன் சிறு கைகளை மேலே நீட்டிச் சிரித்தது. தாலாட்டுக்குப் பழக்கமில்லாத கனடா குழந்தை என்பதால் தூங்க வேண்டும் என்பது அதற்குத் தெரியவில்லை.

பாட்டு வரும்போதெல்லாம் சனங்களும் சேர்ந்து பாடினார்கள். வசனங்கள் வந்தபோது அவர்கள் 'ஆ, ஆ' என்று தலைகளை ஆட்டினார்கள். நாற்பது வருடங்களாக இந்த வசனங்கள் இலங்கை தெருக்கூத்துகளில் பேசப்படுகின்றன; நாற்பது வருடங்களாக இதே பாடல்கள் பாடப்படுகின்றன. அதே நடனம்; அதே ஹார்மோனியம்; அதே பின்பாட்டு; அதே மேக்கப்.

காத்தவராயன் பூர்வ கதையின் ஆரம்பம் எட்டாம் நூற்றாண்டு என்று சொல்கிறார்கள். காத்தவராயன் ஒடுக்கப்பட்ட சாதியைச் சேர்ந்தவன். அவனுக்கு அந்த ஊர் ராசகுமாரியின்மேல் காதல் உண்டாகிவிடுகிறது. வளையல்காரன்போல மாறுவேடத்தில் போய் அரச குமாரியைச் சந்தித்து தன் காதலை வளர்க்கிறான். ஒரு நாள் அரண்மனை சேவகர்கள் பிடித்துக்கொள்கிறார்கள். விசாரணையில் அரசரால் கழுவேற்றப்பட்டு இறக்கிறான். அரசகுமாரியும் இறக்கிறாள். ரோமியோ ஜூலியட், லைலா மஜ்னு, அம்பிகாபதி அமராவதி, அனார்கலி சலீம் போல காத்தவராயன் ஆரியமாலாவும் ஒரு துன்பியல் காதல் கதைதான்.

என்னுடைய சிறுவயதில் அம்மா இந்தக் கதையை எனக்குச் சொன்ன காலத்தில் இதில் கடவுள் அம்சங்களும், கிளைக்கதைகளும் கலந்துவிட்டன. சிவாஜி கணேசனும், சாவித்திரியும் நடித்த காத்தவராயன் படம் மந்திர தந்திரக் காட்சிகளும், கூடுவிட்டுக் கூடுபாயும் மாயா விநோதங்களும் நிறைந்தது. இறுதியில் கழுமரம் வரவே இல்லை. போதிய திகிலூட்டுவதற்காக உச்சக் காட்சியில் காத்தவராயன் சாம்ஸனைப்போல கல் தூண்களை நொறுங்கவைத்து எல்லோரையும் சாகவைக்கிறான்.

கலாவிநோதன் சின்னமணியின் காத்தவராயன் கூத்து 40 வருடத்துக்கு முந்திய இலங்கையில் நான் பார்த்த அதே சிந்து நடைக் கூத்துதான். பதினைந்தே நாட்களில் கனடிய நடிக நடிகையருக்கு கலாவிநோதன் பயிற்சி அளித்திருக்கிறார். அதுதவிர மேடை அமைப்பு, மேக்கப், வெளிச் சம் என்ற பல வித ஒத்துழைப்புகளுடன் இந்தக் கூத்து அரங்கேறியிருக் கிறது. இது எல்லாம் நான் பின்னே தெரிந்துகொண்டது.

கறுத்த கொழும்பான் மாம்பழத்தை அரைப்பழத்தில் மரத்திலிருந்து பறித்து, கையால் துடைத்து, தோலுடன் கடித்து கொட்டை வெள்ளையாகத் தெரியும்வரை உறிஞ்சிச் சாப்பிடுவது ஒரு ருசி. அதே மாம்பழத்தை நன்கு பழுத்த பிறகு பிடுங்கி, தோல் சீவி, சிறு சிறு துண்டுகளாக வெட்டி, குளிரூட்டிச் சாப்பிடுவது இன்னொரு ருசி. இந்தக் கூத்தில்

தோலுடன் கடித்துச் சாப்பிடும் முரட்டு சுகம் இருந்தது.

நான் சிறுவனாக இருந்தபோது பார்த்த காத்தவராயன் கூத்தில் பின் முத்துமாரி வருமுன்னரேயே நான் தூங்கிவிடுவேன். இப்பொழுது பின் முத்துமாரி, பின் காத்தவராயன், பின் நவீனத்துவம் எல்லாம் வந்து போனபோதும் நான் கண் வெட்டவில்லை. ஒரு வித்தியாசம். அப்பொழுது வீடியோ படங்கள் இல்லை. இலக்கக் காமிராக்கள் இல்லை. ஒலி வாங்கிகள் இல்லை. ஆங்கிலம் மட்டுமே பேசும் குழந்தைப் பார்வையாளர்கள் இல்லை. புலி உடையில் சொருகிவைத்த ஒலிகடத்திகளும் இல்லை. வடக்கும், தெற்கும் அற்புதமாக இணையும் இந்தக் கூத்தைப் பார்ப்பதற்கு ஒருவருக்கு அதிர்ஷ்டம் நிறைய தேவை. சில மாதங்களுக்கு முன்பு *Lion King* என்ற உலகப் புகழ்பெற்ற *musical* நாடகத்தை *Princess of Wales* தியேட்டரில் பார்க்க நேர்ந்தது. இதற்கு மூன்று மாதம் முன்பாகவே பணம் கட்டி ஆசன ஒதுக்கீடு செய்ய வேண்டும். ஆனால் காத்தவராயன் கூத்து பார்த்தபோது ஏற்பட்ட புளகாங்கிதத்தில் பாதிகூட *Lion King* பார்த்தபோது எனக்குக் கிடைக்கவில்லை.

இப்பொழுதும் அடிக்கடி பேர்ச்மவுண்ட் சாலையில் போகிறேன். காரை மெதுவாகவே ஓட்டுகிறேன். ஏதாவது துணி விளம்பரத்தைக் கண்டால் 'ப' திருப்பம் செய்வதற்கு ரெடியாகவே இருக்கிறேன். மக்டொனால்ட் பிரதமரின் படம் போட்ட ஒரு பத்து டொலர் தாளை நாலாக மடித்து பாதுகாப்பாக என் பாக்கட்டில் வைத்திருக்கிறேன். காத்தவராயன் படம் வரைந்த துணி விளம்பரம் அதற்குப் பிறகு என் கண்ணில் படவே இல்லை.

2. கலை நிகழ்வு

டென்னிஸ் போட்டி

கனடாவின் ரொறொன்ரோ நகரத்தில் பெண்களுக்கான டென்னிஸ் சாம்பியன் போட்டி 2001 ஆம் ஆண்டு, ஆகஸ்டு 19ம் தேதி ஒரு ஞாயிறு மதியம் 1.30 க்கு நடைபெற்றது. இறுதிப் போட்டிக்கு கறுப்பு சகோதரிகளில் இளையவரான செரீனா வில்லியம்ஸ் ஒரு பக்கத்திலும், மறுபக்கத்தில் முதலாவது இடத்தில் இருக்கும் ஜெனிபர் கப்ரியாட்டியும் மோதுவதற்குத் தயாராக வந்திருந்தனர். மூன்று மணி நேரம் தொடர்ந்து பெய்த மழை சரியான நேரத்துக்கு விட்டுவிட்டது.

செரீனா கோர்ட்டுக்கு வந்தபோது கரகோஷம் வானை முட்டியது. கறுப்பு மெழுகை உருட்டி உருட்டி வைத்ததுபோல அவளுடைய உடல் கட்டு. சாம்பல் நிற முடி, உச்சியிலே இழுத்துக் கட்டப்பட்டு சிறு சிறு பின்னல்களாக நீர்வீழ்ச்சிபோலத் தோளுக்குக் கீழே தொங்கியது. ஆனால் ஜெனிபர் ஒரு பாலேகாரி போல, வில்பூட்டிய நேரான முதுகுடனும், உறுதியான உடம்புடனும் வெள்ளை குட்டை உடை அணிந்து எதிர்ப் பக்கத்தில் தோன்றினாள்.

போட்டி ஆரம்பமானது. சேர்விஸ் அடிகள் விசை பூட்டிய பந்துகளாகக் கண்மூடித் திறப்பதற்குமுன் பறந்து பறந்து

போயின. பந்துகள் 180 கி.மீட்டர் வேகம் வரை போனதாக வேக அளவைக் கருவிகள் உடனுக்குடன் அறிவித்தன. இரண்டு பேரும் இரு இளம் சிங்கங்கள் போல உறுமி உறுமி பந்துகளை அடித்தார்கள். ஒரு கட்டத்தில் பார்வையாளர்கள் இவர்களுடைய அடிகளை விட்டுவிட்டு உறுமல் போட்டியை ரசித்ததுபோலவும் பட்டதும்.

செரீனா இளமையானவள்; தேக பலம் கூடியவள். களைப்பு அவளிடம் அணுகுவதற்கு நேரம் எடுக்கும். மாறாக ஜெனிபர் நாலு வயது கூடியவள். செரீனா அளவுக்கு வேகத்தில் ஈடு கொடுக்க அவளால் முடியாது. ஆனால் அவளிடம் அனுபவம் இருந்தது. சில ரகஸ்யமான தந்திரங்களும் இருந்தன. அவற்றில் மட்டுமே நம்பிக்கை வைத்து செரீனாவை விழுத்த சமயம் பார்த்தாள்.

ஜெனிபர் ஒவ்வொரு பந்தையும் திருப்பும்போது செரீனா ஒரு அடி முன்னே வரும்படியாக அடித்தாள். செரீனா இப்படி மெல்ல மெல்ல வலைக்கு கிட்டவாக முன்னேறி வரும்பொழுது திடீரென்று பந்தை உயர்த்தி பின் கோர்ட்டுக்கு அடித்துவிடுவாள்.

இன்னொரு தந்திரம், சீக்கிரத்தில் செரீனாவைக் களைக்க வைத்து விடுவது. ஆனபடியால் பந்துகளை மாறி மாறி இந்த மூலைக்கும் அந்த மூலைக்குமாக அடித்து செரீனாவை ஓட வைத்தாள். இதன்மூலம் அவளுடைய பலத்தை நிர்மூலம் செய்வதுதான் ஜெனிபரின் நோக்கம். செரீனாவிடம் பதில் உத்தி இருந்தது. அவளைக் களைக்க வைக்க முடியாது. வியர்வை வழிய, ஒரு கறுப்பு சிங்கம்போல அவள் மங்கிய சூரிய ஒளியில் ஜொலித்தாள். அவள் பலம் முழுக்க ஒரு கைவழியாக மட்டையில் இறங்கி பந்துகளைத் தாக்கின. அவற்றின் வேகத்துக்குப் பதிலடி கொடுக்க முடியாமல் ஜெனிபர் திணறினாள்.

பாதி தூரத்திலேயே செரீனாவுக்கு வெற்றி நிச்சயமாகிவிட்டது. சனங்களின் உற்சாகம் குறைந்து தெரிந்தது. விளையாட்டு உன்னதத்தில் உலகத்தின் முதலாவது இடத்தில் இருந்த

ஜெனிபரிடம் பிழைகள் மலிந்துகொண்டே வந்தன.

நேரம் செல்லச் செல்ல செரீனாவின் பந்துகள் எல்லைக் கோடுகளிலும், மூலைகளிலும் கண்களால் தொடரமுடியாத வேகத்தில் விசையாகப் போய் விழுந்தன. பல சமயங்களில் நடுவர் கண்கள் தவறு செய்யும் அளவுக்கு பந்துகள் வேகம் பிடித்தன. அதை ஜெனிபர் எடுக்குமுன் அவை ஓடி மறைந்தன. செரீனா முன்னேறினாள். எப்படி முயன்றும் ஜெனிபரால் அவளை எட்ட முடியவில்லை. முதலாவது ஆட்டம் செரீனாவுக்கு சாதகமாக அமைந்தது.

அடுத்த ஆட்டத்தில் ஜெனிபர் தன் பலம் முழுவதையும் திரட்டி ஆடினாள். தன் சக்தியில் சிறிதாவது மூன்றாவது ஆட்டத்திற்கு சேமித்து வைக்கவேண்டும் என்ற நினைவு மறைந்துவிட்டது. அரைவாசியிலேயே செரீனாவுக்கு இந்த ஆட்டத்தை விட்டுக் கொடுத்துவிடலாம் என்று பட்டிருக்கவேண்டும். அவளுடைய முழு வேகமும் கட்டுப்படுத்தப்பட்டதுபோலத் தோன்றியது. ஜெனிபர் வெற்றியீட்டினாள். ஆனால் மூன்றாவது ஆட்டம் மறுபடியும் செரீனாவின் பக்கம் சாய்ந்தது. சுலபமாக வென்றாள். இரண்டு பெண் சிங்கங்களுக்கு இடையில் நடந்த இந்த ஆட்டம் ஒருவர் தன் வாழ்நாளில் மறக்க முடியாத ஒன்றாக அமைந்தது.

★★★

குதிரை ரேஸ்

எனக்கு சமீபத்தில் வாசிக்கக் கிடைத்தது சீபிஸ்கட் *(Seabiscuit)* என்ற புத்தகம். இதை எழுதியவர் லோரா ஹஸில்லென்ப்ராண்ட் *(Laura Hillenbrand)* என்ற பெண் எழுத்தாளர். பத்திரிகை எழுத்தில் உச்சமான பரிசு பெற்றவர். இப்பொழுது *New York Times* பத்திரிகை இந்த நாவலைத் தன்னுடைய மிகச்சிறந்த புத்தக வரிசையில் அறிவித்திருக்கிறது.

1938ம் ஆண்டு பல விதங்களில் பிரபலமானது. அந்த வருடம் பத்திரிகை உலகில் அதிக பத்திகளை கொள்ளை அடித்தது அமெரிக்க ஜனாதிபதி ரூஸ்வெல்ட் அல்ல; ஹிட்லர் அல்ல;

முஸோலினி அல்ல; போப்பாண்டவர் அல்ல; சினிமா உலகில் புகழ் கொடி நாட்டிய கிளாக் கேபிள் அல்ல. சீபிஸ்கட்தான். அது ஒரு ரேஸ் குதிரை.

பல வருட ஆராய்ச்சிக்குப் பிறகு ஆசிரியர் இந்தப் புத்தகத்தை எழுதி முடித்திருக்கிறார். ஒரு ரேஸ் குதிரையின் உண்மையான சரிதம் இலக்கியம் ஆகமுடியுமா? நாம் அதைப் படித்துப் பார்த்த பிறகுதான் ஒரு முடிவுக்கு வரவேண்டும்.

பத்தொன்பதாவது அத்தியாயத்தில் ஆசிரியர் இரண்டு குதிரைகளுக்கிடையில் நடக்கும் ஒரு போட்டி பற்றி வர்ணிக்கிறார். இந்தப் போட்டி 1938ஆம் ஆண்டு நவம்பர் முதலாம் தேதி நடைபெறுகிறது. இது வழக்கமான குதிரை ரேஸ் அல்ல. இரண்டே இரண்டு குதிரைகளுக்கிடையில் நடக்கும் விசேஷமான போட்டி.

வார் அட்மிரல் *(War Admiral)* என்ற குதிரையே அப்போதைய சாம்பியன். *Triple Crown* என்னும் முக்கிரீட வெற்றியீட்டியது. அதை ஓட்டியவர் புகழ்பெற்ற கேர்ட்சிங்கர் *(Kurtsinger)* என்பவர். அதற்கும், பார்ப்பதற்கு முரட்டுக்குதிரை போலத் தோற்றமளித்த, கால்களைப் பக்கவாட்டில் விசிறி ஓடும் சீபிஸ்கட்டுக்கும் போட்டி.

இரண்டு நிமிடத்துக்கும் சற்றுக் குறைந்த நேரத்தில் நடக்கும் இந்தப் போட்டியைப் பற்றி ஒருவர் என்ன வர்ணிக்கலாம். இரண்டு குதிரைகள் ஓடின. ஒன்று வெற்றி பெற்றது என்று எழுதலாம். வேறு என்ன எழுத முடியும். லோரா எழுதினார். ஒரு முழு அத்தியாயமே இதைப்பற்றி எழுதினார்.

குதிரை ஓட்டும் பயிற்சி சாதாரணமானது அல்ல. முதலில் குதிரை ஓட்டியின் எடை குறைவானதாக இருக்கவேண்டும். போட்டிக்குப் பல மாதங்கள் இருக்கும்போதே பட்டினி கிடந்து ஓட்டிகள் உடல் எடையைக் குறைப்பார்கள். சிலர் திருப்பித் திருப்பி பேதி மருந்து உட்கொள்வார்கள். இன்னும் சிலர் அசாத்தியமான தேகப்பயிற்சிகள் மூலம் உடலை வருத்தி மெலிந்துகொள்வார்கள்.

குதிரை ஓட்டுவது என்பதும் சாதாரண விஷயமல்ல. குதிரையை ஓட்டும்போது சாரதி குதிரையின் முதுகில் இருப்பதில்லை. கால்கள் இரண்டையும் இரும்பு கொழுவியில் மாட்டியபடி குதிரையுடன் வளைந்து நிற்கவேண்டும். எடை முழுக்க அவன் கால் விரல்களின் மூலம் கொழுவியில் பதிந்து இருக்கும். குதிரை பாய்ந்து ஓடும்போது அதனுடைய எடை மையத்துக்கு ஒத்தபடி இவனுடைய உடலும் அசைந்து ஈடுகொடுக்கவேண்டும். ஆபத்தான பயிற்சி.

இரண்டு ஓட்டிகளும் குதிரைகளுக்கு இரவும் பகலுமாக பயிற்சி அளித்தார்கள். சில யுக்திகளையும், தந்திரங்களையும் தங்களுக்குள்ளே தயார் செய்தார்கள். அந்தச் சதி வேலையில் குதிரைகளையும் சேர்த்துக்கொண்டார்கள்.

மாலை நாலு மணிக்குத் தொடங்கும் போட்டிக்கு, காலையிலேயே சனங்கள் குவிந்துவிட்டார்கள். 50,000 பார்வையாளர் அரங்கை நிறைத்துவிட்டார்கள். இதுதவிர மரங்களிலும், சேர்ச் உச்சிகளிலும் பலர் தொங்கினார்கள். ஜனாதிபதி ரூஸ்வெல்ட் தன்னுடைய முக்கியமான கூட்டத்தைக் கலைத்துவிட்டு ரேடியோவில் தன் காதுகளைப் பதித்துக்கொண்டார்.

ரேஸ் தொடங்குமுன் இரண்டு குதிரைகளும் பார்வையாளர்கள் பார்க்க நடந்து வந்தன. வார் அட்மிரல் பிடரியைச் சிலுப்பி, தலையை நிமிர்த்தி ஒரு சாம்பியனுக்கு உரிய மிடுக்கோடு முன்னங்கால்களை மடித்து மடித்து வைத்து ஒய்யாரமாக வந்தது. இதுவரை வெல்லப்படாத குதிரை அது. சனங்களின் ஆரவாரம் ஆகாயத்தை எட்டியது. சீபிஸ்கட் சாதாரண குதிரை. ஒரு ரேஸ் குதிரையின் கம்பீரம் அதற்குக் கிடையாது. பெரும் வெளியில் புல்லைத் தின்ன அவிட்டு விட்டதுபோல தலையைக் கீழே தொங்கவிட்டு, மேலான அசட்டுத்தனத்தைக் காட்டியபடி ஒரு காலை நீட்டி வைத்து நடந்து வந்தது. சனங்கள் சீட்டி அடித்தார்கள். அன்றைய பந்தயம் 1: 2.5 ஆக இருந்தது. சீபிஸ்கட்டில் 100 டொலர் கட்டி அது வென்றால் 250 கிடைக்கும்.

இரு ஓட்டிகளும் தங்களுக்குள் ரகஸ்யமாக தனித்தனி திட்டம் அமைத்திருந்தார்கள். ஆரம்ப மணிக்கு இரண்டுமே சமமாக வெளிக்கிட்டன. முழு ரேஸையும் முடிக்கும் விதமாக குதிரையின் திரட்டி வைத்த சக்தியை மெல்ல அவிழ்த்துவிடவேண்டும். எடுத்த எடுப்பிலேயே குதிரையின் முழு பலத்தையும் விரயமாக்கி விடக்கூடாது. திட்டமிட்டபடி சீபிஸ்கட்டின் ஓட்டி குதிரையை சிறிது முன்னுக்கு உசுப்பிவிட்டான். வார் அட்மிரல் பக்கத்துப் பக்கமாக வந்துகொண்டிருந்தது. சீபிஸ்கட் இன்னும் கொஞ்சம் வேகம் பிடித்தது. வார் அட்மிரல் சற்றுப் பின்னால் தங்கியது. குதிரை ஓட்டிகள் அந்த வேகத்தைக் கட்டுப்பாட்டில் வைத்து ஓட்டினார்கள். கடைசி இருபது செகண்டுகளே மிகவும் முக்கியமான செகண்டுகள். அந்த நேரம் பாய்ந்து போவதற்கு குதிரையிடம் போதிய சக்தி மிச்சம் இருக்க வேண்டும்

முக்கால்வாசி தூரம் கடந்ததும் சீபிஸ்கட்டின் ஓட்டி தன் திட்டப்படி திரும்பிப் பார்த்து மற்றவனை சீண்டினான். பின்னால் வந்த ஓட்டிக்கு கோபம் வந்தது. குதிரையை வேகப்படுத்தினான். அது பாய்ந்து முன்னேறியது. நுரைதள்ளும் அதன் முகம் சீபிஸ்கட்டின் கடைக்கண் பார்வைக்கு கிட்டவாக இருந்தது. சீபிஸ்கட்டின் ஓட்டிக்கு இதுதான் தேவை.

சீபிஸ்கட் முன்னுக்கு ஓடும்; அல்லது பின்னுக்கு ஓடும். ஆனால் கடைக்கண் பார்வையில் அது ஒரு குதிரையையும் முந்த விடாது. அதன் இயல்பு அப்படி.

சாரதி குதிரையின் கடிவாளத்தை சிறிது திருப்பி வார் அட்மிரலைக் காட்டினான். அப்பொழுது ஒரு மாற்றம் நிகழ்ந்தது. சீபிஸ்கட் நெருப்பைத் தொட்டது போல பிய்த்துக்கொண்டு போனது. கால்கள் அந்தரத்தில் தாவின. சில இடங்களில் பார்வையாளர்கள் குதிரையைத் துண்டுதுண்டாகக் கண்டார்கள். கண் பார்க்குமுன் இடைவெளிகள் நிரம்பின. எல்லா பார்வையாளர்களும் கைகளை நீட்டி குதிரைகளைத் தொடுவதுபோல எட்டி முயற்சி செய்தார்கள்.

முதலில் ஒரு குதிரை தூரம்; பிறகு இரண்டு குதிரை தூரம். இப்படி இடைவெளி கூடிக்கொண்டே போனது. கடைசியில் நாலு குதிரை இடைவெளியில் சீபிஸ்கட் வென்றது. வார்

அட்மிரலின் கண்களில் மனிதக் கண்களில் தெரியும் துயரம் தெரிந்தது. கிட்டத்தட்ட ஒன்றேகால் மைல் தூரத்தை சீபிஸ்கட் ஒரு நிமிடம் 56 செகண்டில் கடந்து ஒரு புதிய சாதனையை படைத்தது. சனங்கள் நம்பவில்லை. பார்ப்பதற்கு பால்வண்டி இழுக்கும் குதிரை போல் இருக்கிறதே என்று புலம்பிக் கொண்டார்கள்.

ஜனாதிபதி ரூஸ்வெல்ட் திரும்பவும் தன் கூட்டத்தைத் துவக்கினார். அமெரிக்கா மறுபடியும் தன் வேலையைக் கவனிக்க வெளிக்கிட்டது.

★★★

போர் வீரர்கள்

இரண்டு குதிரைகளுக்கு இடையில் ஏற்பட்ட போட்டிபோல இரண்டு போர் வீரர்களுக்கு இடையே நடந்த போட்டியை விவரிக்கிறது ஒரு பிரபல யப்பானிய நாவல். இதன் பெயர் முசாஷஸி. போர்ப் பிரபுக்களின் காலகட்டத்துக் கதையைக் கூறும் இந்த ஆசிரியரின் பெயர் ஏஜஸி யோஷஸிகாவா (*Eiji Yoshikawa*). இந்த நாவல் ஐந்து பாகங்களாக 1935 – 1939 ல் யப்பானில் வெளிவந்தது. ஆங்கிலத்தில் இதை அழகாக மொழிபெயர்த்தவர் சார்ல்ஸ் ரெறி (*Charles S.Terry*) என்பவர். இதைத் தமிழில் பொன்னியின் செல்வனுடன் அல்லது ஆங்கிலத்தில் '*Gone With The Wind*' உடன் ஒப்பிடலாம். இதுவரை உலகம் முழுவதிலும் 13 கோடி பிரதிகள் விற்பனையாகியிருக்கின்றன. இதைப் படிக்காத யப்பானியர் அரிது.

ஐந்து பாகங்கள் கொண்ட இந்த நாவலின் உச்சக்கட்டம் கடைசி பாகத்தின், இறுதி அத்தியாயத்தில் வருகிறது. அந்த இடத்தில் இரு சமமான வீரர்களுக்கிடையில் ஒரு போர் நடக்கிறது. அந்தக் கடைசிப் பக்கங்கள் முழுக்க அந்தச் சண்டையின் வர்ணனைதான். எத்தனையோ வருடங்களுக்கு முன்பு வாசித்த அந்தச் சண்டையை, காட்சியை இன்று வரை கண்முன்னே கொண்டுவரமுடியும்.

முசாஷஸி என்பவனே கதாநாயகன். இதுவரை யாராலுமே வெல்ல முடியாத வீரன் கொஜஸிரோ. இவர்கள் இருவருக்கும் இடையில் ஒரு கடற்கரையில் போர் நடப்பதாக ஏற்பாடு.

'முசாஷஸி, நீ மறுபடியும் நேரம் பிந்தி வந்துவிட்டாய். இதுதான் உன்னுடைய யுக்தி. ஒரு கோழையின் தந்திரம். இரண்டு மணித்தியாலம் தாமதமாக வருகிறாய். நான் சொன்னதுபோல எட்டு மணியிலிருந்து உனக்காகக் காத்திருக்கிறேன்' கொஜஸிரோ இப்படிக் கூறினான். முசாஷஸி பதில் கூறவில்லை.

'முன்பு இரண்டு முறை இதே மாதிரி பிந்தி வந்திருக்கிறாய். உன்னுடைய எதிரியைக் காத்திருக்க வைப்பது உன் வழக்கம். இந்தத் தந்திரம் என்னிடம் வாய்க்காது. சண்டைக்குத் தயாராகு. உன் சந்ததியினர் உன்னை நினைத்து சிரிக்கக்கூடாது.'

'வா, போருக்கு வா!' என்று சொல்லிக்கொண்டே கொஜஸிரோ வாளை உருவினான். அப்படியே இடது கையால் பரம்பரையாக வந்த, வேலைப்பாடுகள் நிறைந்த உறையை, கடற்கரையிலே வீசினான். முசாஷஸி அசையவில்லை. மெல்லிய குரலில் பேசத் தொடங்கினான்.

கொஜஸிரோ, நீ தோற்றுவிட்டாய்.'

என்ன?' கொஜஸிரோவின் குரல் நடுங்கியது.

எங்கள் சமர் முடிந்துவிட்டது. நீ தோற்கடிக்கப்பட்டுவிட்டாய்.'

என்ன கதையளக்கிறாயா?'

கொஜஸிரோ, உன் மூதாதையர்களிடம் இருந்து கிடைக்கப்பெற்ற விலை மதிக்க முடியாத வாளின் உறையை நீ வீசிவிட்டாய். இனிமேல் வாளை உறையில் இடப்போவதில்லை என்பது உனக்கே புரிந்திருக்கிறது. உன்னுடைய எதிர்காலத்தை, வாழ்க்கையை நீ உறையை எறியும்போதே உதறிவிட்டாய்.'

'நீ புசத்துகிறாய்.'

'ஓ, வா சண்டைக்கு. உன் மரணத்தை அணைப்பதற்குத் தயாராகு!' இப்படியாக அந்தப் போர் பயமறியாத இரு

வீரர்களுக்கிடையில் தொடங்குகிறது.

இரண்டாயிரம் பக்கம் நீளமான நாவல் முடிவதற்கு இன்னும் நாலு பக்கங்களே மீதம் இருக்கின்றன.

இதுதான் உச்சக்கட்டம். இந்தப் போருடன் நாவல் முடிவு பெறுகிறது. யாருக்கு வெற்றி கிடைக்கப்போகிறது என்பது வாசகருக்குத் தெரியாத நிலை.

இந்த நாவலின் ஐந்து பாகங்களும், இதில் வந்த அத்தனை அத்தியாயங்களும், அத்தனை வசனங்களும், வார்த்தை வார்த்தையாக இந்தக் கட்டத்தை நோக்கியே நகர்த்தப்பட்டன. மகாபாரதத்தில் துரியோதனனுக்கும் பீமனுக்கும் இடையில் நடந்த யுத்தத்தை இதற்கு உதாரணம் சொல்லலாம். போரின் வர்ணனை இந்த இடத்தில் மறக்க முடியாதபடிக்கு மிகவும் நுட்பமாகச் சொல்லப்படுகிறது.

சமீபத்தில் கலிபோர்னியாவில் ஒரு யப்பானியரின் அறிமுகம் கிடைத்தது. நான் திடீரென்று முசாஷஸி நாவலை அவர் படித்திருக்கிறாரா என்று கேட்டேன். அவர் 'எல்லா யப்பானியர்களுமே அதைப் படித்திருக்கிறார்கள். நானும் கல்லூரி நாட்களில் வாசித்திருக்கிறேன்' என்றார். நான் அத்துடன் நிற்கவில்லை. அவர் ஆங்கில மொழிபெயர்ப்பைப் படித்திருக்கிறாரா, அந்தக் கடைசி அத்தியாயத்தில் போர் வர்ணனை எப்படி வந்திருக்கிறது என்று கேட்டேன்.

அவர் சொன்னார், 'போர் சம்பவமாக வந்திருக்கிது. யப்பானிய மொழி அழகு வரவே இல்லை. மொழிபெயர்ப்பில் ஐம்பதுவீதம் அடித்துக்கொண்டு போய்விட்டது' என்றார்.

ஐம்பது சதவீதமே இந்த அழகு என்றால் மூல நூல் எப்படி இருந்திருக்கும்!

★★★

குத்துச்சண்டை

Norman Mailer என்பவர் தலை சிறந்த அமெரிக்க எழுத்தாளர். இரண்டு தடவை புலிட்ஸர் பரிசும் ஒரு முறை *National Book Award*-ம் பெற்றவர். சமீபத்தில் அவர் எழுதிய *30*வது புத்தகம் வெளிவந்திருக்கிறது.

*1974*ம் ஆண்டு ஒக்டோபர் மாதம் *30*ம் தேதி நடந்த ஒரு சம்பவத்தைப் பற்றிய அவருடைய நாவலுக்கு *'The Fight'* என்று பேர். ஆப்பிரிக்காவில் கின்சாஷா நகரத்தில் ஜோர்ஜ் போர்மனுக்கும் முஹம்மது அலிக்கும் இடையே நடைபெற்ற குத்துச்சண்டையை விவரிப்பது. வெற்றியோ, தோல்வியோ இருவருக்கும் தலைக்கு *50* லட்சம் டொலர் பரிசு என்று அறிவிப்பு.

அலிதான் முந்தைய உலக சாம்பியன்; பட்டம் இழந்தவர். அப்போதைய உலக சாம்பியன் *25* வயதான ஜோர்ஜ் போர்மன். நாற்பது சண்டைகளில் வெற்றியீட்டியவர். தோற்கடிக்கப்படாதவர். *220* ராத்தல் எடையில் இரும்பு மனிதன்போல காட்சியளித்தார்.

அலி என்றால் ஏழு வயது கூடியவர். இழந்த சாம்பியன் பட்டத்தைத் திரும்பப் பெறுவதில் குறியாக இருந்தார். பட்டாம்பூச்சி போலப் பறப்பார், குளவிபோல குத்துவார் என்று அவரைச் சொல்வார்கள்.

இந்த உலகப் புகழ் பெற்ற குத்துச் சண்டையை நோர்மன் மெய்லர் தனக்கே உரித்தான மெல்லிய நகையுணர்வுடன் வர்ணிக்கிறார். அந்த வர்ணிப்பில் அதை இலக்கியமாக்குகிறார்.

முகமது அலியைப்பற்றி நோர்மன் இப்படிச் சொல்கிறார்.

'பால் கலந்த கோப்பிபோல நிறம். முதற் பார்வையிலேயே ஓர் அதிர்ச்சி மனதிலே ஏற்படுகிறது. உலகத்துச் சிறந்த வீரன் உலகத்தின் அழகான ஆண் மகனாகவும் இருக்கிறான். அவன் பார்வையில் பெண்களுடைய சுவாசம் சத்தமாகக் கேட்கிறது. ஆண்களின் கண்கள் தரையைத் தொடுகின்றன. அவனைச்

சுற்றியுள்ள மௌனம் மினுமினுக்கிறது.'

பந்தயம் கட்டுபவர்கள் எல்லாம் போர்மன் பக்கமே. பந்தய வீதம் 4:1 ஆக இருக்கிறது. ஆனால் அலிக்கு மட்டும் தன்மீது அமோகமான நம்பிக்கை உண்டு. அவரிடம் முக்கியமாக மூன்று ஆயுதங்கள் இருந்தன.

1) நாவன்மை. மனோதத்துவச் சண்டையில் வல்லவரான அலி, ஜோர்ஜ் போர்மனின் தகுதியின்மையைப் பற்றி முழங்கியபடியே இருப்பார். அடிக்கடி நிருபர்களைக் கூப்பிட்டு 'உங்களுக்குத் தெரியுமா? போர்மனுக்கு மூளை குழப்பமாகியிருக்கிறது. ஏனென்றால் அந்த மூளை முழுக்க என்னைப் பற்றிச் சிந்திக்கத் தேவை...' இப்படிச் சொல்வார். போர்மனின் மனதில் பயத்தை ஏற்படுத்துவதே நோக்கம்.

2) ஆப்பிரிக்கர்களை இலகுவாக வசீகரித்து விட்டார். இவருடைய கவர்ச்சியும், வாய்ச் சவடாலுமே காரணம்.

3) அலியுடைய தொடுநீளம் போர்மனிலும் பார்க்க ஒன்றரை இன்ச் கூடுதலாக இருந்தது. குத்துச்சண்டையில் இது முக்கியம். எதிராளியைத் தாக்குவதற்கு அனுகூலம்.

போர்மன் சாதாரணமானவர் அல்ல. அவருடைய குத்து வலிமை முதல் தரமானது. உலகத்திலே உயிரோடிருக்கும் கொலையாளிகளில் முதன்மையானவர். தன்னுடைய வெறும் கையினால் 50 பேரை ஒருவர்பின் ஒருவராகக் கொல்லும் சக்தி படைத்தவர். அந்தக் குத்துக் கைகள் பெறுமானமானவை. அவை எப்பொழுதும் உடைவாள் உறையில் இட்டு வைக்கப்படுவது போல அவருடைய கால்சட்டைப் பைகளுக்குள் பாதுகாப்பாக இருக்கும். இது காரணமாக அவர் கைகொடுப்ப தில்லை. 'மன்னிக்கவேண்டும். என் கைகள் இங்கு இல்லை அவை என்னுடைய பைகளுக்குள் இருக்கின்றன' என்று சர்வ சாதாரணமாகச் சொல்வார். ஏதோ இரண்டு மைல் தூரம் போய் அவற்றை எடுத்துக்கொண்டு வரவேண்டும் என்பதுபோல.

ஆனாலும் சாம்பியன் பட்டத்தின் அநித்தியத்தை போர்மன் உணர்ந்தவர். 'இதற்கு முன்பிருந்த சாம்பியனிலும் பார்க்க நான்

உயர்ந்தவன் அல்ல. இந்தப் பட்டம் நான் கடன் வாங்கியதுதான். விரைவில் இது திருப்பிக் கொடுக்கப்படவேண்டும்' என்று ஞானத்துடன் பேசும் அடக்கம் உண்டு.

குறித்த நாள் வந்தது. அரங்கை 60,000 பார்வையாளர்கள் நிறைத்துவிட்டார்கள். உலகத்தின் செல்வந்தர்களில் ஏழாவது இடம் வகிக்கும் ஜனாதிபதி மொபுட்டுவின் பிரத்தியேகமான ஆசீர்வாதத்துடன் கின்ஷாசாவில் அதிகாலை மூன்று மணிக்கு, அமெரிக்க டிவி பார்வையாளர்களுக்கு வசதியாக, சமர் ஆரம்பிக்கிறது.

மேடையில் முதலில் தோன்றியது அலி. அவர் கறுப்பு ஆப்பிரிக்க வண்ணவேலை செய்த வெள்ளை சில்க் ஆடையை அணிந்திருந்தார். அது அவர் தேகத்தில் கலந்து செயற்கை வெளிச்சத்தில் மினுங்கியது. போர்மன் ரத்தக் கலர் வெல்வெட் உடையும், நீலப் பட்டியும் அணிந்திருந்தார். அப்போது சனங்கள் 'அலி, போமையா' (அலி, கொல்லு) என்று சத்தமிடத் தொடங்கினார்கள். முதல் சில வினாடிகளிலேயே சனங்களை அலி வசீகரித்துவிட்டார்.

இருவருடைய பார்வை அம்புகளும் சந்தித்த ஒரு தருணத்திலே போர்மனைப் பார்த்து அலி சொன்னார்.

'உன் சிறுவயது தொடக்கம் என்னையே நினைத்தாய்; தொடர்ந்தாய். இன்று இதோ என்னைப் பார்! உன் எசமான்.' போர்மன் கண்களை மூடித்திறந்தார். அவர் கேட்டது உண்மைதான். இருவரும் ஆயத்தமானார்கள். போர்மன் ஒரு கறுப்புக் கரடிபோலத் தோற்றமளித்தார். அலி பட்டாம் பூச்சிபோலப் பறப்பதற்குத் தயாராக நின்றார்.

சண்டை ஆரம்பமானது. அவர்கள் இடைவெளி குறுகாமல் சுழன்று வந்தார்கள். அலியினுடைய குத்து ஒன்று முந்திக்கொண்டு வந்தது. சனங்கள் பெரிய ஒலி எழுப்பினார்கள். போர்மன் சீண்டப்பட்டுவிட்டார். அலி தன் புகழ்பெற்ற நடனத்தைத் துவக்கினார். அது வாய்க்கவில்லை. கண்மூடித் திறப்பதற்குள் அலியைக் கயிற்றில் வீழ்த்திவிட்டார் போர்மன்.

முப்பது செக்கண்ட் வயதேயான யுத்தத்தில் அலி கயிற்றில் விழுந்து கிடந்தார்.

அலி வலதுகை குத்து விட்டார். உலக சாம்பியன்கள் எடுத்த வீச்சில் வலதுகை குத்து விடுவதில்லை. ஆனால் இங்கே அது நடந்தது. போர்மன் தன் கைவசம் சேர்த்துவைத்த குத்துக்களை எடுத்து விட்டார். இதை எதிர்பார்த்ததுபோல அலியின் பதில் குத்துகள் படபடவென்று விழுந்தன. போர்மனை அப்படி ஒருவரும் இதற்குமுன் தாக்கியதில்லை. குத்துச்சண்டை மல்யுத்தமாக மாறியது. இருவரும் கட்டிக்கொண்டு பின் விடுபட்டார்கள். முதலாவது சுற்று முடிந்தபோது இருவரும் சரிசமமான குத்துக்களை பிரயோகித்திருந்தார்கள்.

இரண்டாவது சுற்றிலும் அலி கயிற்று மூலையில் மாட்டிக் கொண்டார். மூலையில் ஆபத்து. தப்பி ஓடமுடியாது; பின்னுக்கும் போகமுடியாது. சண்டை போட்டுத்தான் வெளியே வரவேண்டும். போர்மனின் குத்துக்கள் மளமளவென்று விழுந்தன. அவ்வளவையும் அலி மிச்சம் விடாமல் வாங்கிக் கொண்டார். அந்தக் குத்து மழையின்போது தன் உள்ளங் கால்கள் நடுங்கியதாக அலி பின்னால் ஒத்துக்கொண்டார். போர்மனின் கை ஓங்கியிருந்தது. சண்டையின் போக்கு இப்படித்தான் இருக்கவேண்டும் என்று அவர் முன்கூட்டியே தீர்மானித்தவர்போலச் செயல்பட்டார்.

அலியின் பட்டாம்பூச்சி நடனம் கைவிடப்பட்டது. போர்மனின் குத்துகளை வாங்குவதுதான் அவர் தொழில் என்பதுபோல ஆகிவிட்டது. கயிற்று மூலைகளில் தானாகவே போய் ஒண்டிக் கொண்டார். அப்பொழுதுகூட அவர் கைகள் பலமான குத்துக்களை உற்பத்தி செய்த வண்ணமே இருந்தன. மண் சாக்குப் போல போர்மனின் அவ்வளவு குத்துக்களையும் தாங்கிக்கொண்டார். ஆனால் அதே சமயம் அலி குத்துச்சண்டை சரித்திரத்தை ரகஸ்யமாகத் திருப்பி எழுதிக்கொண்டிருந்தார்.

எதிர்பார்த்தபடி போர்மனின் விசைக் குத்துக்களில் அலி விழ வில்லை. சிலருக்கு சந்தேகம் பிடித்தது. ஒருவேளை போர்மனை அலி தோற்கடித்துவிடுவாரோ என்று. இவ்வளவு குத்துக்களை வாங்கிய ஒருவர் இப்படி விழாமல் இருந்ததில்லை. ஐந்தாவது

சுற்றில் போர்மன் அலியை வீழ்த்தப் பார்த்தார். முடியவில்லை. எங்கேயிருந்தோ அபரிமிதமான பலத்தை அள்ளுவதுபோல அலி சமாளித்துக்கொண்டு திருப்பித் தாக்கினார். சில நேரங்களில் அலி புல் நுனியில் தொற்றிய வெட்டுக்கிளிபோல இங்கும் அங்கும் ஆடினார். ஆனாலும் சோர்ந்துவிடவில்லை. ஒரு நல்ல சமயத்துக்காக ஏங்கி இடைக்கிடை குத்திப் பார்த்தார். மனைவிகள் கேக் வெந்துவிட்டதா என்று அடிக்கடி தொட்டுப் பார்ப்பதுபோல, இவரும் அடிக்கடி போர்மனை மடக்கும் நேரம் வந்துவிட்டதா என்பதை உறுதி செய்வதுபோல குத்திப் பார்த்துக் கொண்டிருந்தார்.

ஒரு கொலைகாரனை எப்படிக் கொல்வது. இதுவே அலியின் பிரச்சினை.

இறுதியில் போர்மனின் குத்துகள் ஒரு ரோட்டுச் சண்டைக்காரனின் குத்துகள்போல அழகு இழக்கத் தொடங்கின. அலி இன்னும் தன்னை முற்றாக வீணாக்கவில்லை. அவருடைய நகர்வுகள் இன்னும் அழகு குலையாமல் இருந்தன. குத்துகள் அவர் இலக்கு வைத்த இடங்களில் போய்ச் சேர்ந்தன. போர்மன் தலையணைகளால் செய்த மலையில் ஏறுவது போல வேகம் குறைந்தார்.

ஒரு கற்பாதையில் முன்னங்கால்களைத் தூக்கி வைத்து குதிரையொன்று முன்னேறுவதுபோல போர்மன் முயற்சியாக நகர்ந்தார். ஒரு பூனைக்குட்டிபோல அலி அவர் கைகளில் பிடிபடாமல் தப்பி ஓடினார். 'எங்கே உன்னுடைய வீரம். எங்கே உன் புகழ் பெற்ற ஆள்கொல்லி குத்துக்கள். திருப்பி வீட்டுக்குக் கொண்டு போகாதே! காட்டு' என்று சீண்டினார் அலி. ஆனால் போர்மனின் குத்துகள் அவர் மூச்சுக் காற்றிலும் பார்க்க குறைந்த வேகத்திலேயே வந்து விழுந்தன. எட்டாவது சுற்று முடிவுக்கு வர இருபது செக்கண்டுகளே இருந்தன. உலகத்தின் மிகப் பிரதானமான இருபது செக்கண்டுகள். இருபது வருடங்களாக தான் படித்த பாடங்களை, தான் செய்த சமர்களை, தன் தோல்விகளை, தன் வெற்றிகளை எண்ணிப்பார்த்து, கயிற்றிலே தாக்குப்பட்ட நிலையில் கிடந்த அலி, இந்த இருபது செக்கண்டுகளையே ஒரு முடிவு

தருவதற்காகத் தெரிவு செய்தார்.

இருக்கும் பலத்தையும், இல்லாத பலத்தையும் கடன் வாங்கி போர்மனை நோக்கி வலது குத்து, இடது குத்து என்று விட்டார். கயிற்றிலே துள்ளி வெளியே வந்து இன்னொரு வலது, இடது குத்து. போர்மன் நிலைகுலைந்தபோது தாடையிலே ஒரு குத்து. முதல் தடவையாக கயிற்றைக் கடந்து வந்துவிட்டார் அலி. அவருடைய குத்துகள் மழைபோல விழுந்தன. போர்மனை எதிராளி அடித்துக்கொண்டிருந்தார். அதிசயமாக போர்மன் கயிற்றிலே மாட்டியிருந்தார். உலகத்தின் நடுத்தண்டு மாறிப்போனது. மிக பலமான ஒரு குண்டு வீச்சு, ஒரு கை முஷ்டியின் சரி அளவில் போர்மனில் வந்து இறங்கியது. அலியுடைய வாழ்க்கை முழுக்க சேமித்த அந்தக் குத்து, அவருடைய புகழைக் காப்பாற்றியது. ஆகாயத்தில் இருந்து குதிப்பவரைப்போல போர்மனின் கைகள் அகலமாக விரிந்தன. அவருடைய உடல் முழுதாக இரண்டு செக்கண்ட் எடுத்து அவர் கட்டுப்பாட்டை மீறி, பூமியின் இழுவையில் துண்டு துண்டாக மடிந்து, தரையைத் தொட்டது. அவர் தானாக தன் கால்களில் பிறகு எழவே இல்லை. சமர் முடிந்தது.

அலி இரண்டாவது தடவையாக உலக சாம்பியன் என்று பிரகடனப்படுத்தப்பட்டார்.

மேலே சொன்ன நிகழ்வுகள் எல்லாம் எனக்கு ஒரு கலை அனுபவத்தையே கொடுத்தன. ஓர் உண்மையான மனப்பக்குவம் கூடிய டென்னிஸ் வீரர்கள் மோதும்போது அங்கே நாங்கள் பார்ப்பது ஒரு விளையாட்டை அல்ல; கலையை. மாறாக மோசமான நடனக் கலைஞர் ஆடும்போது எங்களுக்குக் கிடைப்பது கலை அல்ல; மோசமான தேகாப்பியாசம்.

குதிரை ரேஸ் பற்றியோ, ஜப்பானிய போர்ப்பிரபுகள் பற்றியோ, குத்துச் சண்டை பற்றியோ எனக்கு என்ன தெரியும். ஆனால் அவை கலைத்தன்மையுடன் படைக்கப்பட்டிருந்தன. அந்த வரிகளில் இலக்கியம் இருந்தது. இலக்கியம் படைப்பதற்கு வரையறை கிடையாது. அது குதிரை ரேஸிலும் இருக்கும்; குத்துச் சண்டையிலும் இருக்கும்.

3. ஒரு முறை கூட நிலத்திலே விழவில்லை

கலிபோர்னியா மாநிலத்தின் ஆளுநர் பதவிக்கு சமீபத்தில் 134 பேர் போட்டியிட்டார்கள். வாக்குச் சீட்டுகளை ஏழு மொழிகளில் வெளியிட்டார்கள். ஒவ்வொரு வாக்குச் சீட்டும் ஒரு டெலிபோன் புத்தகம் அளவுக்கு தொக்கையாக இருந்து வாக்காளர்களையும், வேட்பாளர்களையும், அதை அச்சடித்தவர்களையும் பயமுறுத்தியது.

ஆனால் ஒருவித பயமும் இல்லாத போட்டியாளர் ஒருவரும் இருந்தார். அவருடைய பேர் மேரி காரி. அமெரிக்காவின் பிரபலமான *porn star*, காமலீலை ராணி, நீலப்பட நட்சத்திரம், துகில் துறந்த தேவதை. இவரிடம் பத்திரிகையாளர்கள் 'உலக வெப்பம் அதிகரித்துக்கொண்டே போகிறது. அதற்கு உங்கள் தீர்வு என்ன?' என்று கேட்டார்கள். கண்வெட்டும் நேரம்கூட எடுக்காமல் அவர் 'ஆடை குறைப்புத்தான்' என்றாராம்.

கனடாவில் நாட்டியமணிகள் செய்ய வேண்டியதும் ஒன்றிருக்கிறது. நகைக் குறைப்பு. மேடையிலே அவர்கள் தோன்றும்போது நகைக் குவியலைச் சுமந்து வருகிறார்கள். தலையிலே, நெற்றியிலே, காதுகளிலே, மூக்கிலே, சடையிலே

என்று ஏராளமான ஆபரணங்கள். இடையை இறுக்கிப் பிடிக்கும் அகலமான தங்க ஒட்டியாணம். விரலி என்றால் விரல்களால் அபிநயம் காட்டி ஆடுபவள் என்று அர்த்தம் சொல்கிறார்கள். இரு கைகளிலும் முழங்கை வரைக்கும் வளையல்களை அடுக்கியவர்களால் எப்படி கைகளைத் தூக்கி பாவம் காட்டமுடியும்.

அது இருக்கட்டும். இந்த நடனக் கலைஞர்களிடம் இன்னொரு பெரிய மாற்றம் சமீபத்தில் ஏற்பட்டிருக்கிறது. இவர்கள் நாட்டியமாடும் போது கழுத்திலே ஒரு இன்ச் அகலமான அட்டியல் போன்ற நகையைப் (*choker*) பூட்டுகிறார்கள். இதை அணிந்தவர்களால் குனியவே முடியாது. ‘கைவழி நயனம்’ என்று சொல்வார்கள், அதற்கு இடமே இல்லை. தரை பார்க்கும் தலை அசைவுகள் எல்லாம் கட். இந்த நாகரிகம் எப்பொழுது ‘தலைதூக்கியது’ என்றும் தெரியவில்லை. நாட்டிய ஆசிரியைகளாவது இதைக் கொஞ்சம் கவனிக்கக்கூடாதா?

சில மாதங்களுக்கு முன்பு நியூயோர்க் நகரில் ஒரு நாட்டிய நிகழ்ச்சி நடந்தது. அதிலே ஒரு பெண் தில்லானா ஆடினார். வழக்கமான தில்லானா அடவுகளுடன் கொஞ்சம் கதக் சாயலும் கலந்திருந்தது. சாஸ்திரீயத்துக்கு எப்படியோ, பார்வைக்கு பரவசமும், மனதுக்குக் கலையனுபவமும் கிடைத்த நிகழ்ச்சி. கலை என்றால் என்ன? இன்பம் தருவதுதானே.

இந்த உற்சாகத்தில்தான் இலவசமாகக் கிடைத்த ஒரு டிக்கட்டில் நாட்டிய நிகழ்ச்சி ஒன்று பார்க்க ரொறொன்ரோ மண்டபத்துக்குப் போனேன். முதலில் ஒரு குழு நடனம். அந்த ஆறு பெண்களும் உடையலங்காரத்திலும், நகையலங்காரத்திலும், மேக்கப் அலங்காரத்திலும் ஒருத்தரை ஒருத்தர் மிஞ்சினர். உண்மையில் அதுதான் நோக்கம் போலவும் இருந்தது.

ஆனால் மேடையில் அவர்கள் முன்பக்கம் தோன்றியபோது கலை பின்பக்கமாக ஓடிவிட்டது. பதைக்கும் வெயிலில் ஆறு பெண்கள் அவசர அவசரமாக சூரியன் மறைவதற்கிடையில், கைகளையும், கால்களையும் எப்படியும் உடம்பில் இருந்து பிரித்துவிடவேண்டும் என்பதுபோல வீசி ஆடினார்கள்.

இவருக்கு நடனத்தைப் பற்றி என்ன தெரியும் என்று சிலர் கேட்கிறார்கள். நியாயமான கேள்வி. ஆனால் ஒரு அறிஞர் சொன்னார் முட்டை பழுதாய்ப்போச்சு என்பதைக் கண்டுபிடிக்க கோழியிடம் கேட்கத் தேவையில்லை. அந்தக் கலை என்னிடம் வந்து சேர்ந்ததா என்பதை நான் சொல்லாமல் வேறு யார் சொல்வார்கள். ஒரு நல்ல கலையைத் தருவதற்குப் பாதி தூரம்தான் கலைஞர் வருவார், மீதி தூரத்தை, பெறுபவர்தான் கடக்க வேண்டும். நான் மேடைவரைக்கும் போய் தொட்டுப் பார்த்துவிட்டேன், அப்பொழுதும் அந்தக் கலை எனக்குக் கிடைக்கவில்லையே.

ஒரு நிகழ்ச்சிக்கு எவ்வளவு பயிற்சி தேவைப்படுகிறது. நாட்டிய ஆசிரியையும், மாணவிகளும் கடுமையாக உழைக்கிறார்கள். அதைக் குறைகூறுவது கொடுமையானது. ஆனால் பொதுவான பார்வையாளன் என்ற முறையில் யாராவது சொன்னால்தானே பின்னால் அவர்களால் சரிசெய்துகொள்ள முடியும்.

ஒரு பாடலுக்கு நாட்டியம் அமைக்கும்போது தாளத்தை மாத்திரம் மனதில் கொள்ளக்கூடாது. பாட்டின் பாவத்தையும் அது கொடுக்கும் மொத்த உணர்வையும் கவனிக்க வேண்டும். தாப உணர்வு மேலோங்கி நிற்கும் இசைக்கு துரிதமான பாத அசைவுகள் எப்படிப் பொருந்தும். குழு நடனத்தில் முக்கியம் ஒருமைத்தன்மை. அதுதான் அழகு. ஒருவர் காலைத் தூக்கும்போது மற்றவர் கையைத் தூக்கினால் அதிலே எப்படி ஒற்றுமை இருக்கும். அவர்கள் தனித்தனியான நடனம் செய்திருக்கலாமே. குழு நடனம் என்னும்போது குழுவுக்கான அசைவுதான் முதலிடம் பெறவேண்டும்.

ஒலிம்பிக் விளையாட்டில் தேகப்பயிற்சிப் போட்டிகள் அற்புதமாக இருக்கும். ஒவ்வொரு அப்பியாசத்துக்கும் புள்ளிகள் இடுவார்கள். சிலர் கைதாங்கியில் உடலை நிமிர்த்திக் கீழே குதிக்கும்போது விழுந்துவிடுவார்கள். அவர்களுக்கு மதிப்பெண்ணில் வெட்டு விழும்.

பனிச்சறுக்கு நடனம் இன்னொன்று. ஆடுநர் மேலெழுந்து அந்தரத்தில் மூன்றுதரம் சுழன்று கீழிறங்கும்போது பார்ப்பவர்கள்

மூச்சைப் பிடித்துக்கொண்டு காத்திருப்பார்கள். சரிந்தால் அவ்வளவு நேரமும் சேகரித்த மதிப்பெண்ணும் சரிந்துவிடும்.

பரத நாட்டியத்தைப் பார்க்கும் ஒவ்வொரு கணமும் எனக்கு பனிச் சறுக்கு நடனம் நினைவுக்கு வருகிறது.

'கிருஷ்ணா நீ வேகமாய் வாராய்' என்று ஒரு பதம், யமன் கல்யாணி ராகத்தில். முதல் அடியை எட்டு தரம் பாடுவார்கள். அந்த நடனப் பெண் ஒவ்வொரு அடிக்கும் ஒவ்வொரு பாவம் காட்டவேண்டும். சஞ்சாரி பாவம் என்று இதைச் சொல்வார்கள்.

உதை பந்தாட்டத்தில் ஒரு கோல் போட்ட காட்சியை டிவியில் திருப்பிக் காட்டும்போது அடித்தவன் பக்கத்தில் இருந்து ஒரு காட்சி கிடைக்கும்; பிறகு பார்வையாளர் கோணத்தில். இன்னொரு காட்சி கோல்கீப்பருக்குப் பின்னாலிருந்து. ஒரு கோல் பந்துக்கே இத்தனை விதமான தெரிவுகள். அப்படியிருக்கும்போது நாட்டியத்தில் எத்தனை காட்சிகள் கிடைக்கவேண்டும்.

இந்தப் பாடலுக்கும், அபிநயத்துக்கும் கிருஷ்ணர் வேகமாக வாரார். மெதுவாக நடந்துகூட வரமாட்டார். நடனப் பெண் ஒவ்வொரு வரிக்கும் அதே பாவத்தைத்தான் வெளியே விட்டாள். வெவ்வேறு பாவம் காட்ட வேண்டும் என்பதே அந்தப் பெண்ணுக்குத் தெரியவில்லை. ஒரு வரியில் கோபம், அடுத்ததில் துக்கம், இன்னொன்றில் விரக்தி இப்படி மாறிய பாவங்களைக் காட்டலாம். இந்தப் பெண் என்றால் தன் பாட்டுக்கு எட்டு வரிக்கும் விடாப்பிடியாக ஒரே பாவத்தை அள்ளிவிட்டாள். கணக்குப் போட்டுப் பாருங்கள். எட்டு மடங்கு அவஸ்தைக்கல்லவா உள்ளாக வேண்டும்.

கூப்பிட்ட குரலுக்கு கிருஷ்ணர் வராத தவிப்பை தறிக்கட்டைபோலத் திருப்பித் திருப்பி ஒரே மாதிரி காட்டுவதில் என்ன பிரயோசனம். உலக மயமாக்கலில் நாங்கள் முதலில் இழப்பது எங்கள் உடல் மொழியைத்தான். தொன்றுதொட்ட உடல்மொழியை, பரதநாட்டியம் மூலம்தான் நாங்கள்

காப்பாற்றலாம். அதுகூட இனிமேல் கடினம்போலத் தெரிகிறது. எனக்கு இலவசமாக டிக்கட் கொடுத்தவர் இடைவேளையின் போது மரக்கறி கட்லட்டும், ஒரு கடுதாசிக் குவளையில் ஆறிப்போன கோப்பியும் வாங்கித் தந்தார். நிகழ்ச்சி நேரம் முழுக்க என்னை அடிக்கடி திரும்பிப் பார்த்துப் புன்சிரிப்பு செய்தார். நானும் சிரித்தேன். பிறகு வெகுநேரமாக பிளான் பண்ணிய ஒரு கேள்வியைக் கேட்டார். 'டான்ஸ் எப்படி?' நான் 'அருமை, பாருங்கள் ஒருமுறைகூட நிலத்திலே விழவில்லை' என்றேன். அவருடைய முகம் என்னவோபோல ஆகிவிட்டது. ஒரு பொய் அந்த முகத்திலே சிரிப்பை வரவழைத்திருக்கும். மிகச் சாதாரணமான விடயத்திற்குக்கூட நான் வீட்டிலே இருக்கும்போது டெலிபோன் பதிலி 'நான் வீட்டிலில்லை. உங்கள் தகவலையும், நம்பரையும் விடுங்கள்' என்று சொல்லியிருக்கிறது. இந்தக் கணம் நான் அதியோக்கியனாக மாறிவிட்டேன். இனிமேல் எனக்கு இலவச டிக்கட்டுகள் கிடைப்பதற்கான சாத்தியமே இல்லை.

அப்படி டிக்கட் தந்து யாராவது அழைத்தாலும் நான் போக மாட்டேன். இந்த முடிவை கடந்த இரண்டு நிமிடங்களில் எடுத்திருந்தேன். இலவச டிக்கட்டில் போனால் அதைத் தந்தவர் ஏதாவது கேட்பார். நீங்கள் உளறி வைப்பீர்கள். விபரீதத்தில் முடியும்.

மேடையில் நிகழ்ச்சித் தொகுப்பாளர் நாட்டியத் தாரகையின் நடனத்தை, கண்ணைப் பறிக்கும் வார்த்தைகளில் புகழ்ந்தார். அவளுக்கும், அவளுடைய சுற்றத்துக்கும் ஒரு வருட காலத்துக்குச் சாப்பாடு போடும் பெறுமதி கொண்ட அட்டியல், அவள் உடம்பையும் தலையையும் தொடுக்கும் அங்கத்தில் சுற்றிக்கொண்டு கிடந்தது. குனிய முடியாதபடி மேடையில் வந்து பூங்கொத்தைப் பெற்றுச் சென்றாள்.

நிகழ்ச்சி நிறைந்த பிறகு நாட்டியமாடிய இளம்பெண் சரிகை வைத்த கறுப்பு சால்வையால் போர்த்திக்கொண்டு, 'சலுங், சலுங்' என்று நடந்து வந்தாள். அவளுக்குப் பின்னால் அவள் அம்மா நாலு பூங்கொத்துக்களைக் காவியபடி தொடர்ந்தார்.

நான் 'தங்கச்சி' என்றேன். அவள் உடனே நின்று பாராட்டுகளை ஏற்பதற்குத் தயாரானாள். தன்னிடம் இதைவிடப் பெரிய விஷயங்கள் இருக்கின்றன என்ற தோரணையில், உடல் பாரத்தை ஒரு காலில் மாற்றி, அசட்டையாக நின்றாள். 'நீர் முதல் வரியை எதற்காகத் திருப்பித் திருப்பி எட்டு தரம் ஆடினீர். டென்னிஸில் முதல் சேர்விஸ் தவறவிட்டால் இரண்டாவது சேர்விஸ் இருப்பதுபோல, பரதநாட்டியத்திலும் எட்டு சேர்விஸ் ரூல் ஏதேனும் இருக்கோ' என்றேன்.

அந்தப் பெண்ணுக்கு எள்ளல் என்பது புரிந்துவிட்டது. அவள் கண்கள் ஓரத்தைக் கூராக்கியதுபோல புத்தியையும் பொரியல் சமையல் கத்திபோலக் கூராக்கி வைத்திருந்தாள். படீரென்று 'கிருஷ்ணருக்கு எவ்வளவு வேலையிருக்கு. நீங்கள் கூப்பிட்ட உடனே வருவாரோ? திருப்பித் திருப்பிக் கூப்பிடவேணும்தானே?' என்றாள்.

'அது சரி. எட்டாவது தரம் என்ன நடந்தது?'

'அவர் வந்துவிட்டார். அதுதான் அடுத்த லைனுக்குப் போனேன்.' 'அப்படியா! அவர் வந்த பிறகும் உங்கள் முக பாவத்தில் ஒரு மாறுதலும் இல்லையே. ஏன்' என்றேன்.

அவளுடைய மூக்கு ஓட்டைகள் காற்றை வேகமாக விட்டன. 'இது என்ன இழுவல் பிடிச்ச மனுசன்' என்று சொண்டுக்குள் முணுமுணுத்தது துல்லியமாகக் கேட்டது. அவள் அவ்வளவு நேரமும் வருந்தி அழைத்த கிருஷ்ணனே நேரில் வந்துவிட்டதுபோல வேகமாகத் திரும்பிப் போய்விட்டாள்.

4. நீ சேக்ஸ்பியரிலும் மோசமாய் எழுதுகிறாய்

நான் இப்பொழுது கடைகளில் புத்தகம் வாங்குவதில்லை. ஏனென்றால் முதலில் வாங்கிய புத்தகங்களைப் படித்து முடிக்க வேண்டும். அப்படிப் படித்து முடித்தாலும் இருக்கும் புத்தகங்களை வைப்பதற்கே இடமில்லை. அவை அறைகளை நிறைத்து, கூரையைத் தொட்டுவிட்டன. புது நூல்களை வாங்கி என்ன செய்வது? என் வீட்டில் புத்தகங்கள் இல்லாத ஒரே இடம் எரிகலன் அறைதான்.

இந்த நிலையில் என் வீதியில் இருக்கும் ஒரு வீட்டில் garage sale என்று அறிவித்திருந்தார்கள். நவராத்திரி கொலு போல தவறாமல் கோடை மாதங்களில் இந்த விற்பனை எங்கள் ரோட்டில் நடைபெறும். நான் அங்கே சென்று பார்த்தபோது, அந்த வருடம் முழுக்க உழைத்த பல சாமான்கள் விற்பனைக்கு அடுக்கிவைக்கப்பட்டிருந்தன. கன்னம் உள்ளுக்குப் போன ஒரு பெண் அவற்றின் விற்பனையில் தீவிரமாக ஈடுபட்டிருந்தாள். ஆட்கள் வருவதும் போவதுமாக சாமான்கள் வேகமாக விலைபட்டன.

ஒரு பக்கத்தில் அந்த வீதியில் இருந்த சகலரும் தாங்கள் படித்து முடித்த புத்தகங்களைக் குவியலாக அடுக்கிவைத்து விற்றனர். பலர் வந்து அந்தப் புத்தகங்களைத் தூக்கிப் பார்த்து

சோதித்தனர். அட்டைகளை ஆழமாக ஆராய்ந்தார்கள். சிலர் எச்சில் தொட்டு நாலு பக்கங்களைப் புரட்டி படித்துப் பார்த்தார்கள். பின்பு எச்சிலையும், புத்தகங்களையும் விட்டு விட்டுப் போனார்கள். அந்தப் புத்தகங்களில் என்ன பார்த்தார்கள், என்ன இருந்தால் வாங்கியிருப்பார்கள் என்ற விவரம் எனக்குத் தெரியவில்லை. ஒருவர் 1980ம் ஆண்டு மொடல் கிறைஸ்லர் காரில் வேகமாக வந்து இறங்கினார். அங்கே இங்கே பார்க்காமல் புத்தகக் குவியலை நோக்கி நடந்து வந்தார். அப்படி வந்தவர் மேலே இருக்கும் புத்தகங்களைத் தள்ளிவிட்டு தன் கைகளை பாம்புப் புற்றுக்குள் விடுவதுபோல உள்ளே நுழைத்து அகப்பட்ட புத்தகத்தை இழுத்து ஆராய்ந்தார். பின்பு அதை வைத்துவிட்டு வேறு புத்தகத்தை இழுத்து எடுத்தார். கடைசியில் ஒரு புத்தகத்தை நெடுநேரம் கையில் வைத்துக்கொண்டு யோசித்தார். அது சிவப்பு அட்டை போட்ட தடித்த புத்தகம். லியோ டோல்ஸ்டோய் எழுதி, உலகப் புகழ் பெற்ற *War and Peace* என்ற நாவல். ரஷ்ய மொழியிலிருந்து ஆங்கிலத்தில் இரு எழுத்தாளர்களின் கூட்டுப் பணியில் உருவாகி, அறுபது வருடங்களுக்கு முன் நியூயோர்க் நகரில் பிரசுரிக்கப்பட்டது. தாள்கள் எல்லாம் பழுப்பாகிப்போய் மிகப் பழசாக இருந்தாலும் ஒரு ஒற்றை கழன்று விழாமலும், அட்டை கிழியாமலும் முழுசாக ரஸ்யாவின் பழைய மணத்தை வீசிக்கொண்டு கிடந்தது. அதன் விலை 25 சதம். கடுமை யான ஆலோசனைகளுக்குப் பிறகு அந்தக் காசை பாக்கட்டில் இருந்து எடுத்துக் கொடுத்து புத்தகத்தை வாங்கிப் போனார்.

நான் இன்னும் சிறிது நேரம் அங்கே பரப்பியிருந்த சாமான்களைப் பார்வையிட்டேன். மேற்சொன்ன காரணங்களினால் எனக்கு புத்தகங்கள் வாங்குவதில் ஆர்வமில்லை. மேசை விரிப்புகள், பீங்கான் கோப்பைகள், விளக்குகள், வைன் திறப்பான்கள் என்று பலதும் விலைபோயின. ஒரு பெண் முடி உலர்த்தி ஒன்றை முடி உதிருமட்டும் பேரம் பேசி வாங்கிப் போனாள். இன்னொருவர் விநோதமான வாத்தியம் ஒன்றை வாங்கி அதை வாசித்தபடியே போனார். அவருடைய பிள்ளைகள் ஹாம்லின் ஊதுகுழல்காரனைத் தொடர்ந்த சிறுவர்கள்போல

அவரைத் தொடர்ந்து நடனமாடிக்கொண்டே போனார்கள்.

அப்பொழுது அந்தப் பழைய கிறைஸ்லர் கார் மறுபடியும் வேகமாக வந்து நின்றது. அதே மனிதர் இறங்கி வந்தார். நான் நினைத்தேன் அவர் வேறு புத்தகங்களும் வாங்கப் போகிறார் என்று. அப்படியில்லை. அவர் வாங்கிய டோல்ஸ்டோயின் புத்தகத்தைத் திருப்பிக் கொடுக்க வந்திருந்தார். *Woody Allen* என்ற அமெரிக்க நடிகர் 'போரும் அமைதியும்' நாவலை ஐந்து மணி நேரத்தில் படித்து முடித்தாராம். ஒருவேளை இவர் அரை மணி நேரத்தில் படித்து முடித்துவிட்டாரோ என்னவோ என்று எண்ணினேன். அல்லது ஐந்து குடும்பங்களும், 500 பாத்திரங்களும் கொண்ட இந்த நாவலை சமாளிக்க முடியாது என்று நினைத்தாரோ. ஏதோ பழுதான சாமானை அவருக்கு ஏமாற்றி விற்றுவிட்டார்கள் போன்ற தோரணையில் அதிகாரமாகவே முறையிட்டார். அந்தப் பெண் உண்மையில் ஆடிப்போனாள். அவர் புத்தகத்தைத் திருப்பிக் கொடுத்து விட்டு அதற்கான 25 சதக் காசைத் திரும்பப் பெற்றுக்கொண்டு போனார். அதிமேதையான டோல்ஸ்டோயின் புத்தகத்திற்கு ஏற்பட்ட கதியைக் கண்டு என் மனம் திடுக்கிட்டது.

டோல்ஸ்டோய் ரஷ்யாவின் முதல்தர எழுத்தாளர் மட்டுமல்ல, உலகத்தின் தலைசிறந்த படைப்பாளிகூட. கவிதைக்கு சேக்ஸ்பியர் என்றால் நாவலுக்கு டோல்ஸ்டோய். முதன்முதலாக நாவல் என்ற முறையான வடிவத்தை உலகத்துக்குத் தந்தவர் என்று இவரைச் சொல்வார்கள். ஆனால் டோல்ஸ்டோய்க்கு சேக்ஸ்பியரைப் பிடிக்காது. சேக்ஸ்பியருடைய பாத்திரங்கள் செயற்கையான சம்பாஷணை செய்கிறார்கள் என்பார். சேக்ஸ்பியருடைய எழுத்தில் நம்பகத்தன்மை இல்லை என்பதும் அவருடைய குற்றச்சாட்டு. தன் முதுமைக் காலத்திலும் சேக்ஸ்பியரை இன்னொரு முறை திரும்ப முழுவதும் படித்து ஆராய்ந்து தன் மதிப்பீடு சரியானதுதான் என்பதை டோல்ஸ்டோய் உலகத்துக்கு உறுதிப்படுத்தினார்.

தென்னாப்பிரிக்கா பத்திரிகை ஒன்றில் டோல்ஸ்டோய் எழுதிய 'ஒரு இந்துவுக்குக் கடிதம்' என்ற கட்டுரை பிரசுரமானது. மகாத்மா

காந்தி தன்னுடைய 39வது வயதில் இதை மொழிபெயர்க்கிறார். இந்து தீவிரவாதிகளைத் தன் பக்கம் திருப்புவதுதான் காந்தியின் நோக்கம். டோல்ஸ்டோய்க்கும் காந்திக்கும் இடையில் நீண்ட கடிதப் பரிமாற்றம் ஆரம்பமாகிறது. இது டோல்ஸ்டோய் இறக்கும்வரை தொடரும். உண்மையான மதத்தின் போதனை அன்பு என்பது டோல்ஸ்டோயின் உபதேசம். மகாத்மா காந்தியின் அஹிம்சை இயக்கத்துக்கான வித்து அப்போது ஊன்றப்படுகிறது.

டோல்ஸ்டோய் காலத்தில் ரஷ்யாவில் இன்னொரு பிரபலமான படைப்பாளியும் இருந்தார். அவர் பெயர் அன்ரன் செக்கோவ். சிறுகதைகள், நாவல்கள் நாடகங்கள் என்று எழுதியவர். டோல்ஸ்டோய் இவருக்கு 32 வயது மூத்தவராக இருந்தபோதிலும் அவர்களுக்கிடையில் நல்ல நட்பு மலர்ந்தது. டோல்ஸ்டோய் முதுமை அடைந்தபோது அவருடைய மரணத்தை நினைத்து செக்கோவ் பயந்தார். 'டோல்ஸ்டோயின் மரணத்தை எண்ணி நான் அஞ்சுகிறேன். அவருடைய முடிவு என் வாழ்க்கையில் ஒரு வெற்று இடத்தை உண்டாக்கும். நான் என் வாழ்க்கையில் வேறு யாரையும் இவ்வளவு நேசிக்கவில்லை. டோல்ஸ்டோய் இருக்கும்வரையும் ஒரு இலக்கியக்காரனாக இருப்பது எனக்கு மகிழ்ச்சியைத் தரும்!' இப்படி செக்கோவ் கூறினார்.

வெகு விரைவில் டோல்ஸ்டோய் இறந்துவிடுவார் என்று செக்கோவ் அஞ்சினார். ஆனால் நடந்தது வேறு. தனது 44வது வயதில் செக்கோவ்தான் முதலில் இறந்துபோனார். அப்பொழுது டோல்ஸ் டோய்க்கு வயது 76. அவர் இன்னும் ஆறு வருட காலம் உயிர் வாழ்ந்து 82வது வயதில் காலமானார்.

ஒருமுறை செக்கோவ் பல மைல் தூரம் பிரயாணம் செய்து டோல்ஸ்டோயைச் சந்திக்க வந்திருந்தார். டோல்ஸ்டோய்க்கு செக்கோவின் சிறுகதைகள் பிடிக்கும்; நாவல்கள் பிடிக்கும்; ஆனால் நாடகங்கள் பிடிக்காது. செக்கோவைப் பார்த்து டோல்ஸ்டோய் 'நீ சேக்ஸ்பியரிலும் மோசமாக எழுதுகிறாய்' என்றார். செக்கோவுக்கு மகிழ்ச்சி கரைபுரண்டது. திரும்பும் வழி முழுக்க 'நான் சேக்ஸ்பியரிலும் மோசமாக எழுதுகிறேன்', 'நான்

சேக்ஸ்பியரிலும் மோசமாக எழுதுகிறேன்' என்று ஆகாயத்தைப் பார்த்துக் கத்தினார். சவுக்கை எடுத்து குதிரைகளை அடித்தார். அவை பறந்தன. அப்படியும் அந்த வேகம் அவருக்குப் போதவில்லையாம்.

சோஃபியா என்ற பெண்ணை டோல்ஸ்டோய் தன் 34வது வயதில் மணமுடிக்கிறார். அவளே அவருக்குச் செயலாளராகவும் பணியாற்றுகிறாள். மணமுடித்த அடுத்த வருடம் 'போரும் அமைதியும்' என்ற நாவலை எழுதத் தொடங்குகிறார் டோல்ஸ்டோய். ஆறு வருடங்கள் தொடர்ந்து எழுதி அதை முடிக்கிறார். சிலப்பதிகாரம் சொன்னதையே டோல்ஸ்டோயும் தன் 1370 பக்க நாவலில் சொன்னார். ஊழ் வலுவானது. அதில் மனித யத்தனம் என்று ஒன்றில்லை. எது எழுதியிருக்கிறதோ அதுவே நடக்கும்.

நாவலின் பிரதானமான பாத்திரங்களான பியேருக்கும், நடாஷாவுக்கும் இடையில் முகிழ்க்கும் காதலை, கடைசிவரை அவர்கள் ஒருவருக்கொருவர் முகத்துக்கு நேரே சொல்லவில்லை. நாவல் முடிவுக்கு வர ஒருசில பக்கங்கள் மட்டுமே இருக்கும்போது ஒரு முக்கியமான கட்டம் வரும். பனி உறைந்தது போன்ற முகத்துடன், விரக்தியான மனநிலையில் நடாஷா இருப்பாள். அப்போது, அவள் எதிர்பாராத இடத்தில், முற்றிலும் கைவிட்டுப்போன தருணத்தில், பியேர் தோன்றுகிறான்.

துருப்பிடித்த கீல் கதவு மெல்லத் திறப்பதுபோல அவதானமான கண்கள் கொண்ட அந்த முகத்தில் ஒரு புன்னகை அரும்பியது.' பல வருடங்களுக்குப் பிறகு பியேரைக் காணும்போது நடாஷாவின் முகத்தில் ஏற்படும் மாறுதலை இப்படி டோல்ஸ்டோய் வர்ணிக்கிறார். மனதில் நிற்கும் இடம்; மறக்கமுடியாத வசனம். அந்த கிறைஸ்லர் கார் மனிதருடைய 25 சதக் காசு இந்த ஒரு வசனத்துக்கே சரியாகப் போய்விடும்.

என்ன காரணமோ நாவலில் தவறவிட்ட சில விஷயங்களைச் சொல்வதற்காக டோல்ஸ்டோய் 'முடிவுரை ஒன்று' எழுதி நாவலில் சேர்க்கிறார். விடுபட்டுப்போன சமாச்சாரங்கள் எல்லாவற்றுக்கும் முடிவு வருகிறது. அப்படியிருந்தும் அவருக்கு

சமாதானம் இல்லை. எல்லா விஷயங்களுக்கும் தீர்வு கூறப்படவில்லை என்று எண்ணுகிறார். சொல்லப்போனால் குழப்பம் இன்னும் அதிகமாகிறது. 1370 பக்கங்கள் கொண்ட நாவலிலே வரும் கடைசி வசனம் பாதியிலேயே நிற்கிறது. வாழ்க்கையின் முடிவின்மையை அது காட்டுவதாக இருக்கலாம். அல்லது எவ்வளவு பக்கங்கள் எழுதிக் குவித்தாலும் ஒரு கதாசிரியனால் முடிவைத் தொட முடியாது என்று உணர்த்துவதாகவும் இருக்கலாம்.

'முடிவுரை இரண்டு' எழுதுகிறார். அப்படியும் அவருக்கு திருப்தி ஏற்படவில்லை. 'நாவல் பற்றி சில வார்த்தைகள்' என்று குறிப்பு எழுதுகிறார். நாவல் என்ன சொல்லியது, என்ன சொல்லவில்லை, எப்படி அதைப் புரிந்துகொள்ளவேண்டும் என்று ஒரு விளக்கமான உரை. இப்படி அவரால் அந்த நாவலை உதறிவிட முடியவில்லை. விட்டுவிட்டு இருக்கவும் இயலவில்லை.

டோல்ஸ்டோய் தம்பதியினருக்கு 13 பிள்ளைகள். இறுதி நாட்களில் சோஃபியாவுக்கும், டோல்ஸ்டோய்க்கும் இடையில் மனக்கசப்பு உருவாகிறது. தன்னுடைய செல்வங்களை எல்லாம் டோல்ஸ்டோய் பிரித்துக் கொடுத்துவிட்டு துறவியாகி, ஊர் ஊராகப் போய் உபதேசம் செய்கிறார். ரஸ்ய கிறிஸ்தவ மதபீடம் அவரைத் தள்ளி வைக்கிறது. நெப்போலியனால் கடைசிவரை பிடிக்க முடியாத தூர எல்லைகள் கொண்ட ரஸ்யாவின் கவனிக்கப்படாத கிராமங்களுக்கு எல்லாம் ஒரு வெறியோடு பயணிக்கிறார். இறுதியில் தன் 82 வது பிராயத்தில் பெயர் தெரியாத ஒரு மூலை ரயில் நிறுத்தத்தில் உயிரை விடுகிறார்.

ஓர் ஒப்பற்ற ரஸ்ய ஞானியின் 'போரும் அமைதியும்' நாவல் இருபத்தைந்து காசுக்குக்கூட பெறுமதி இல்லையென்று அந்த கிறைஸ்லர் மனிதர் திருப்பிக் கொடுத்துவிட்டுப் போய்விட்டார். சிவப்பு மட்டையைக் காற்று தள்ள, உள்ளே தெரிந்த நெப்போலியன் ஆக்கிரமித்த ரஸ்யாவின் வரைபடம் வடக்குப் பார்த்தபடி கிடக்கிறது. மேல் ஒற்றை அடித்து அடித்து படத்தை மூடி பின் திறக்கிறது.

இதை என்னால் பொறுக்க முடியவில்லை. 25 காசு கொடுத்து அந்தப் புத்தகத்தை நானே வாங்கினேன். அது என் வீட்டில் தண்ணீர் சுடுகலனுக்கும், எரிகலனுக்கும் இடையே உள்ள ஒடுக்கமான இடத்தை அடைத்துக்கொண்டு கிடக்கும். நான் என் மீதி வாழ்நாளில் அதைப் படிப்பேன் என்று உத்திரவாதம் சொல்லமுடியாது. 25 காசு அவமானம் ஏற்படாமல் டோல்ஸ்டோயைக் காப்பாற்றுவதுதான் என் நோக்கம். உலகமேதைக்கு இந்தச் சிறு உதவிகூட செய்யாவிட்டால் எப்படி?

பயணம்

1. வெள்ளிமலைப் பயணம்

அப்போது நாங்கள் கென்யாவில் பல வருடங்கள் வாழ்ந்துவிட்டோம். இருந்தும் புகழ் பெற்ற கென்யா மலையை நாங்கள் பார்க்கவில்லை. கென்யாவிற்கு வருபவர்கள் எல்லாம் இதைப் பார்ப்பார்கள். பார்த்துவிட்டு அதன் அழகை வர்ணிப்பார்கள்; பொறாமையூட்டுவார்கள். இது தாங்க முடியாமல் போகும்.

இறுதியில் ஒருநாள் நாங்களும் இந்த மலையைப் பார்த்துவிடுவது என்று தீர்மானித்தோம். அப்படிச் செய்ததற்கு மூன்று காரணங்கள் இருந்தன.

1) இதன் அழகை நாங்களாகவே தீர்மானிப்பது.

2) இந்த மலை பூமத்திய ரேகையில் வசித்தது. பூமியின் நடுவைக் கிழித்துக்கொண்டு போகும் இந்தக் கோட்டில் எனக்கு ஒரு மோகம் இருந்தது. சிறுவயதில் வகுப்பு ஆசிரியர் இது பற்றி போதித்தபோது, அந்த ரேகையில் நின்றால் நிழல் வராது என்று சொன்னது ஞாபகத்திற்கு வந்தது.

3) இந்தப் பிரதேசத்தில் பலவிதமான அபூர்வ மிருகங்களும், பறவைகளும் இருந்தன. ஒரு நல்ல வழிகாட்டி இருந்தால் அவற்றையும் பார்த்துவிடலாம்.

ஆறுதல் பரிசு (consolation prize) என்று ஒன்று உண்டு. அதைவிட மோசமான பரிசு இந்த உலகத்திலேயே கிடையாது. தோற்றவரை ஆற்றுவதற்காகத் தரும் இந்தப் பரிசு உண்மையிலேயே தோல்வியை நினைவுபடுத்துவதற்காகக் கொடுக்கப்படுவது. இந்தப் பரிசு பெற்றவரை யாரும் ஞாபகம் வைத்துக்கொள்வதில்லை.

ஆப்பிரிக்காவின் மலைகளில் மிகவும் உயர்ந்தது கிளிமஞ்சரோ, 19340 அடி; ஆறுதல் பரிசு கென்யா மலைக்குப் போகும். இதன் உயரம் 17058 அடி. இந்த மலையை கிகீயு மொழியில் கிரின்யாகா என்பார்கள், அதாவது வெள்ளிமலை. இந்த மலையைப் பார்த்து ஆறுதல் சொல்வதற்காகத்தான் நானும் என் மனைவியும் ஒருநாள் அதிகாலையில் சுற்றுலா கம்பனி ஒழுங்குபடுத்திய கார் வழிகாட்டியுடன் புறப்பட்டோம்.

போகும் வழியெல்லாம் பலூபப் மரங்கள் இருபக்கமும் நிறைந்திருந்தன. இந்த மரங்கள் ஆப்பிரிக்காவில் பிரசித்தி பெற்றவை. இவற்றைப் பார்த்த வெளிநாட்டவர்கள் இவை பற்றி எழுதாமல் விடுவதில்லை. இது அடி பெருத்து, நுனி சிறுத்து வட்டமாகக் குடைபோல இலை பரப்பி நிற்கும். பெரிய ஒரு மரத்தின் விட்டம் கிட்டத்தட்ட ஆறு மீட்டர் அகலமாக இருக்கும். ஐயாயிரம் வருடங்கள் வரை இது வாழும் என்று சொல்வார்கள். இதன் கீழ் நிற்கும்போது ஒருவரும் நிற்பவர் மீது வசை பாடக்கூடாது என்பது ஐதீகம். வேட்டையாடும் ஆப்பிரிக்கப் பழங்குடியினருக்கு இது மிகவும் அத்தியாவசியமானது. இது தன் அடிபாகத்தில் தண்ணீரை சேமித்து வைப்பதால் நடுக் கோடை காலத்திலும்கூட வேட்டைக்காரர்கள் இந்த மரத்தின் தண்ணீரை குடித்துதான் தாகசாந்தி செய்துகொள்வார்கள்.

எந்நேரமும் சிவப்பு உடை உடுத்திய மாஸய் இனம் வாழும் கிராமங்கள் இந்த வழியில்தான் இருந்தன. இங்கே இவர்களுடைய பிரசித்தமான மாஸய் நடனத்தைப் பார்த்தோம். மாடு மேய்ப்பதுதான் இவர்கள் தொழில். ஆகவே மாட்டின் பாலையும், இரத்தத்தையும் மட்டுமே உண்டு வாழும் இவர்கள் மெலிந்து, நெடுத்து இருப்பார்கள். பெண்களும் அப்படியே.

அவர்கள் உடம்பில் சதைப்பற்று என்ற சமாச்சாரம் கிடையாது.

ஆண்கள் கையிலே ஈட்டியை நேராகப் பிடித்து நின்ற இடத்தில் நின்றபடியே ஒரு மூன்றடி உயரம்வரை துள்ளுவார்கள். உடம்பில், கைகளில், கால்களில் ஒரு வளைவோ, மடிப்போ இல்லை. பெண்களும் அதே மாதிரி துள்ளுவார்கள். ஆனால் ஒரு சிறு வித்தியாசம். நீண்டு விரிந்த தலை மயிரை அவர்கள் சிறிது சாய்த்துக் கீழே விழும்போது, ஆண்களை நோக்கி விசிறி அடிப்பார்கள். அது (மஞ்சள் தண்ணீர் ஊற்றுவது போல) ஒரு காதல் சமிக்ஞைதான்.

இவர்களிடம் ஒரு செடி உண்டு. இதன் இலைகள் வாசமானவை. திருமண நாளில் இந்த இலைகளை மணமகன் தன் இரண்டு அக்குள்களிலும் வைத்துக்கொண்டு பெண்ணை அணுகுவானாம். மண் பூசிக் குளிக்கும் உடம்பில் வீசும் இயற்கை மணத்தைப் போக்கி நறுமணம் பரப்பும் உத்தேசம்தான். இரண்டு கைகளையும் உடம்போடு ஒட்டி வைத்தபடி திருமண நாள் அன்று இந்த ஆண் என்ன பெரிசாக சாதிப்பானோ, தெரியாது.

பல மணி நேரங்கள் பயணித்தபின் ஓர் இடத்தில் பூமத்திய ரேகையை நாங்கள் கடப்பதாக அறிவிப்புப் பலகை சொன்னது. நடு உச்சியில், பூமத்திய ரேகையின் மேல் ஒரு சில விநாடிகளாவது நிற்க வேண்டும் என்பது என் சிறுவயது ஆசை. சரியாகப் பன்னிரண்டு மணிக்கு சூரியன் உச்சிக்கு வந்தது. நிழல்கள் மறைந்தன. நிமிர்ந்து பார்த்தால் சூரியன் மிக அருகில் வந்துவிட்டதுபோல ஒரு பிரமை. எங்கள் நிழல்களுக்குமேல் நாங்கள் நின்றோம். மறக்க முடியாத தருணம். இதுதான் பூமத்திய ரேகை என்பதை எங்களுக்கு ஒரு சிறுவன் நிரூபித்துக் காட்டினான். கோட்டுக்கு வடக்கிலே சில அடி தூரம் சென்ற பின் ஒரு சிறு ஓட்டை உள்ள பாத்திரத்தில் தண்ணீரை ஊற்றினான்; அது இடது பக்கம் சுழித்துக்கொண்டு ஓடியது; அதே தண்ணீர் தென்பாதியில் வலது பக்கம் சுழித்துக்கொண்டு ஓடியது. கோட்டின் மேலே மாத்திரம் தண்ணீர் சுழிக்காமல் நின்றது.

நாங்கள் இதை வியந்து பார்த்துக்கொண்டிருந்தபோது அந்தப்

பெருஞ்சாலையில் பல கார்கள் அதிவேகத்தில் ஓடின. ஒரு மிக அற்புதமான கோட்டை அந்தக் கணம் அவர்கள் தாண்டிக் கொண்டிருந்தார்கள். இது அவர்களுக்குத் தெரியவில்லையோ, அல்லது தெரிந்தும் உதாசீனப்படுத்தினார்களோ தெரியவில்லை.

மதிப்பிற்குரிய எழுத்தாளர் கி. ராஜநாராயணன் அவர்களுடைய வீட்டுக்கு ஒருமுறை சென்றிருந்தேன். திடீரென்று போயிருந்தாலும் அவர் மிகவும் நட்போடும், பரிவோடும் உபசரித்தார். அவரிடம் சிதம்பரம் போகும் வழி பற்றி விசாரித்தேன். அது மிகவும் சமீபமாகத்தான் இருந்தது. அவர் வழி சொல்லிவிட்டு, தான் அந்தக் கோயிலுக்கு ஒருநாளும் போனதில்லை என்றார். எத்தனையோ ஆயிரம் மைல்கள் பிரயாணம் செய்து நான் அந்தக் கோயிலை தரிசனம் செய்யப் போயிருந்தேன். அவர் மிகவும் கிட்டிய தூரத்தில் இருந்தும் அதைப் பார்க்கவில்லை என்று சொன்னது எனக்கு பெரும் வியப்பைக் கொடுத்தது.

அப்படியான ஓர் ஆச்சரியம்தான் எனக்கு இப்போது ஏற்பட்டது.

பூமத்திய ரேகையை அதன்பாட்டுக்கு விட்டுவிட்டு மவுண்ட் கென்யா சஃபாரி விடுதிக்கு வந்து சேர்ந்தோம். அது மிகவும் பெரிதான ஒரு கட்டிடத்தில் இருந்தது. ஒரு தொங்கலில் இருந்து மறு தொங்கலுக்குப் போவதற்கு கார் தேவைப்பட்டது. அவ்வளவு தூரம். மூட்டை முடிச்சுகளுடன் வரவேற்பறைக்கு இருபது படிகள் ஏறியபோது மூச்சுவாங்கியது. வரவேற்புப் பெண் எங்களைக் கண்டதும் ஒரு சிரிப்பை வெளியே விட்டாள். எங்களுக்காக ஓர் அறையை ஒதுக்கியிருப்பதாகச் சொன்னாள். அது வெகு தூரத்தில் இருந்தது. ஓர் ஆசிரமத்துக்கு ஏற்ற இடம்; அமைதியான சூழ்நிலை; சுற்றிவர சிக்கமோர் மரங்கள். ஆனாலும் எதற்காக அவ்வளவு தூரம் வந்திருந்தோமோ அது நிறைவேறவில்லை. சாளரத்தில் இருந்து பார்த்தபோது மலை தெரியவில்லை.

மறுபடியும் வரவேற்பாளினி. மறுபடியும் சிரிப்பு. 'நாங்கள் பல மணி நேரங்கள் பயணம் செய்து வந்தது இந்த சிக்கமோர் மரங்களைப் பார்ப்பதற்கு அல்ல. இவை என் வீட்டு வளவிலேயே நிறைய இருக்கின்றன. நான் மலையைப் பார்க்கவேண்டும்.

தூங்கும்போதும் பார்க்க வேண்டும்' என்றேன். அந்தப் பெண் தன்னுடைய கணிப்பொறியை இன்னுமொரு முறை தட்டிப்பார்த்தாள். பிறகு 'இப்பொழுது ஒரு அறையும் காலியாக இல்லையே' என்றாள் ஏமாற்றமாக. இன்னொரு புன்னகை.

'பெண்ணே! உன் புன்னகை அழகாக இருக்கிறது. நாங்கள் கேட்கும் அறை கிடைத்தால் இன்னும் அழகாக இருக்கும்' என்றேன்.

எங்களுக்கு ஒதுக்கிய அறையை நிராகரித்துவிட்டு அப்படி அவள் முன்பு உட்கார்ந்தோம். ஒருவிதத்தில் சத்தியாக்கிரகம்தான். எங்கள் விவகாரம் நீண்டுகொண்டே போனது. அவளுடைய புன்னகையும் தீர்ந்துவிட்டது. அந்த நேரம் பார்த்து மானேஜர் வந்து விசாரித்தார். அவரிடம் நான் 'பெரிசாக ஒன்றும் இல்லை. என்னுடைய அறையைத் தள்ளிவைக்கவேண்டும், அல்லது கொஞ்சம் மலையைத் தள்ளிவைக்கவேண்டும்' என்றேன். அவர் சிரிக்கவில்லை. அரை மணியில் எங்களுக்கு வேறு ஒரு அறை கிடைத்தது.

சாளரத்தின் வழியாகப் பார்த்தபோது மலை தகதகவென்று பிரகாசித்தது. அதன் சிகரங்கள் விரித்த விரல்களைப் போல குத்திக்கொண்டு நின்று பிரமிக்க வைத்தன. கருமுகில்களை எல்லாம் துரத்தி அடித்துவிட்டு வெண்முகில்கள் மலையோடு உரசின. பசும் புல் தரையும், உயரமான மரங்களும், முகில்களும் சூரியனுடன் கூட்டு சேர்ந்துகொண்டு நாலு திசையும் வனப்புகளை அள்ளிவீசின.

மலை ஏற்றக்குழுவினர் கூட்டம் கூட்டமாகப் போய்வந்தனர். மலை ஏறக் கற்றுக் கொடுக்கப் பயிற்சிக் கூடங்கள் இருந்தன. ஒரு குழு போய் வர நாலு நாட்கள் வரை எடுக்கும். மலை ஏற்றத்தில் பயிற்சி பெற்றவர்கள் இரண்டு நாட்களிலும் போய் வந்துவிடுவார்களாம். இருபது படி ஏறுவதற்கே எங்களுக்கு மூச்சு வாங்கியதில் மலைப் பயிற்சியை வேறு ஆர்வமானவர்களுக்கு விட்டுவிடுவது என்று தீர்மானித்தோம்.

வழிகாட்டி அந்த நாரைகளைப் பற்றியே பேசினான். அவன் விருப் பத்திற்கிணங்க அங்கே ஏராளமாக இருக்கும் *marabu stork*

என்று சொல்லப்படும் ஒருவித நாரைகளைப் பார்ப்பது என்று முடிவு செய்தோம். இந்த நாரைகள் நீண்ட கால், நீண்ட அலகு, கட்டைக் கழுத்து இவற்றுடன் மிகவும் சோர்ந்துபோய் சோகமாக நிற்கும். இதில் ஆண் நாரைகளுக்குக் கழுத்திலே இரண்டு அடி நீளமான ஒரு பை தொங்கும். இவை பெண்களைக் கவர இந்தப் பைகளை காற்றினாலே ஊதி ஊதி உப்பவைத்து மயக்கப் பார்க்கும். எங்களுக்கு சமீபத்தில் நின்ற இந்த நாரை அந்த வேலையில் மும்முரமாக ஈடுபட்டது. அது வசீகரிக்க முயற்சித்த அதிரூபசுந்தரி ஆழ்ந்த நித்திரையில் இருந்தது. அங்கேயும் இதே கதைதான்.

மிகப் பெரிய புராதனமான ஆமையொன்று ஒரு முழு வெள்ளைக்காரரை சுமந்துகொண்டு திரிந்தது. அதனுடைய நாலு கால்களும் வெளியே வர, தலை அண்ணாந்து உராய, வெள்ளைக் கிழவர் நாலு அடி உயரத்தில் மிதந்து வந்தார். ஒரு வழிகாட்டி பப்பாளிப் பழத்துண்டை நீட்ட அது அதை அடைவதற்கு இன்னும் வேகமாக நடந்தது. அதற்கு 130 வயது என்று சொன்னார்கள். இவ்வளவு வயதாகியும் அதற்கு புத்தி வரவில்லையே என்று எங்களுக்குத் தோன்றியது.

விலங்குகளில் *hyena* விடம்(கழுதைப்புலி) மாத்திரம் ஆணாதிக்கம் இல்லை என்று சொல்வார்கள். பறவைகளில் என்றால் சம உரிமை தருவது தீக்கோழிதான். தீக்கோழி முட்டை பனங்காய் அளவு இருக்கும். இந்த முட்டையைப் பெண் பகல் நேரத்திலும், ஆண் இரவிலுமாக முறைவைத்து அடைகாக்கும். நாங்கள் போனபோது பெண் தீக்கோழி அடைகாக்க ஆண் வெளியே நின்றது, காவலுக்கு. இது கோபம் வந்தால் கால்களைப் பின்னால் அடிக்காது; உதை பந்தாட்டக்காரர் போல முன்னால் தான் உதைக்குமாம். இதன்பின் தரிசனத்தோடு திருப்தி அடைந்து நாங்கள் திரும்பினோம்.

காண்டாமிருகத்தில் கறுப்பு, வெள்ளை என்று இரண்டு வகை. ஆனால் இரண்டுமே பார்ப்பதற்கு கறுப்பாகத் தெரியும். வெள்ளைக்கு வாய் அகலமாக இருக்கும்; புல்லைச் சாப்பிடும். கறுப்புக்கு வாய் குவிந்து இருக்குமாதலால் இலை தழைகளைச்

சாப்பிடும். அபாயமான காலங்களில் வெள்ளையின் குட்டி முன்னே ஓட, தாய் பின்னே வரும். ஆனால் கறுப்பின் குட்டி தாய்க்குப் பின்னே ஓடும். இரண்டு தாய்களுமே குட்டிகளை கவனமாகப் பாதுகாத்தன. ஆனால் இந்த வித்தியாசம் ஏன் என்பது வழிகாட்டிக்குத் தெரியவில்லை.

குரங்குகளின் பிரசவ விடுதியை நாங்கள் பார்க்கவேண்டும் என்பதில் வழிகாட்டி மிகவும் முனைப்பாக இருந்தான். அபூர்வமான இந்தக் குரங்குகளின் எண்ணிக்கையைப் பாதுகாப்பதற்காக அரசாங்கம் நடத்தும் விடுதி இது. இங்கே ஐம்பது, அறுபது கொலபஸ் குரங்குகள் குட்டிப் பேற்றுக்காகக் காத்திருந்தன. கறுப்பும் வெள்ளையுமான உடம்பு. செம்மறியாட்டுக்கு இருப்பதுபோல குஞ்சமாகத் தொங்கும் கம்பளி மயிர். கிஸ்யு மொழியில் ஏதோ சொன்னதும் ஒரு குரங்கு குத்துக்கரணம் அடித்தது. தகரத்தைத் தட்டியதும் இன்னொரு குரங்கு 'ஊ,ஊ' என்று கத்தியது. ஆனால் ஒரு வாழைப்பழத்தைக் காட்டியதும் எல்லாக் குரங்குகளும் இரந்தபடி கைநீட்டி நின்றன. நிறைமாதமான ஒரு கர்ப்பிணிக் குரங்கு கால்களை நீட்டி, கைகளைப் பின்னே முண்டு கொடுத்து இருந்தபடி பலத்த சத்தமாகப் புலம்பியது. பிரசவ வார்டில் கணவன் பக்கத்திலே நிற்காமல் போய்விடுவானோ என்ற பயம் அதற்கு.

Hunt என்ற ஆங்கிலேயன் ஒரு காரியம் செய்தான். பாரம் தூக்கி உழைப்பதற்குக் கடுமையான உடல் கொண்ட ஒரு மிருகம் அவனுக்குத் தேவைப்பட்டது. அப்படி குதிரைக்கும், வரிக்குதிரைக்கும் பிறந்ததுதான் இந்த *zebroid;* சில வரிகளையும் இழந்து, முகவரியையும் தொலைத்து பரிதாபமாக நின்றது இந்த விலங்கு. பெண் *zebroid* பக்கத்திலேதான் இருந்தாலும் சந்ததி பெருக்க முடியாது. இதுதான் கடைசி. இந்தக் கொடூரத்தைப் பற்றி ஒரு வரி எழுதிவிடுங்கள் என்பதுபோல அவை பார்த்தன.

விடுதி அறைக்குத் திரும்பி வந்தபோது கணப்பு அடுப்பை ஏற்கனவே சிப்பந்திகள் மூட்டிவைத்திருந்தார்கள். கதகதப்பாக நித்திரை வந்தது. தூரத்திலே மறையப்போகும் சூரியனுடைய கடைசிக் கிரணங்கள் தாக்கி வெள்ளிமலை ஜொலித்தது.

பூமத்திய ரேகை கிழக்கு, மேற்காக ஓடியது. எங்களுக்கு ஒதுக்கப்பட்ட அறையின் கட்டில்களோ தெற்கு, வடக்காக இருந்தன. யார் கண்டது நான் இரவு சயனிக்கும்போது என்னுடைய தலை தென் பாதியிலும், கால் வட பாதியிலும் இருக்கக்கூடும். இந்தச் சிந்தனைகளுடன் கண் மூடினேன்.

அதிகாலையிலேயே எழும்பிவிட்டோம். மலைச் சிகரத்தில் சூரிய ஒளி பல திசைகளிலும் இருந்து அடித்தபடியால் சூரியன் எங்கே இருக்கிறான் என்பது தெரியவில்லை. ஓர் இரவுதான் அங்கு தங்கியிருந்தாலும் அந்த இடம் எங்களுக்குச் சொந்தமாகிவிட்டது போன்ற உணர்வு ஏற்பட்டது. வீடு திரும்புவதற்கு மனம் வரவில்லை. இதமான குளிர், சிக்கமோர் மரங்களின் வாசனை, இவை எல்லாவற்றையும் விட்டுவிட்டுப் புறப்பட்டோம்.

நாங்கள் வெளிக்கிட்டபோது மலை எங்களைப் பார்க்கச் சம்மதிக்கவில்லை. சாம்பல் மேகங்கள் அதைச் சூழ்ந்துவிட்டன. அப்படியும் சிகரத்தில் பட்ட கிரணங்கள் பளிச்சுப்பளிச்சென்று அடித்தன. திரும்பும் வழியில் முதல் நாள் பார்த்த ஆமை குறுக்கிட்டது.

உலோகத்தை உருக்கியமாதிரி பொன்னிறமான தலைமயிர் கொண்ட ஒரு சிறுவன் இப்போது அதில் சவாரி செய்தான். ஆமை அவனுடைய சிறிய பாரத்தில் மகிழ்ந்துபோய் வேகமாக ஓடியது. வேறு ஒரு வழிகாட்டி அந்த ஆமைக்குப் பின்னால் ஓடினான். அதற்கு போன வாரத்தோடு 150 வயது முடிந்துவிட்டது என்று பிரசவம் பார்த்தபோது பக்கத்திலே நின்றதுபோல அந்த வழிகாட்டி எங்களிடம் கூறினான். ஓர் இரவிற்கிடையில் 20 வருடம் வயதாகிப்போன ஆமையைப் பார்த்து வியந்த வண்ணம் நாங்கள் வீட்டை நோக்கித் திரும்பினோம்.

2. பாகிஸ்தான் உளவுத்துறையும் நானும்

இஸ்லாமாபாத்தை என்னால் மறக்க முடியாது. பணி நிமித்தமாக பாகிஸ்தானின் தலைநகரத்துக்கு என்னை மாற்றியிருந்தார்கள். காலடி வைத்துப் பதினைந்து நிமிடங்களுக்குள்ளாக நான் ஏமாற்றப்பட்டேன்.

விமான நிலையத்தில் இருந்து வெளியே வந்ததும் பல டாக்ஸி டிரைவர்கள் என்னைச் சூழ்ந்துகொண்டார்கள். தாடி வைத்து, தொளதொளவென்று நீண்ட மேலங்கி அணிந்த உயரமான பட்டான் சாரதி ஒருத்தர் என்னை வெற்றிகொண்டார். அவருடைய வண்டியிலே ஏறியதும் எந்த ஹொட்டல் என்று கேட்டார். நான் பயண முகவர் குறித்துத் தந்த 'பேர்ல் கொன்ரினென்ரல்' என்ற பேரைச் சொன்னேன். அவர் ரேடியோவில் ஓர் உருதுப் பாடலை உரக்க வைத்தபடி புறப்பட்டார்.

எந்த நாட்டுக்குப் போனாலும் முதன்முதல் ஏதாவது ஓர் அதிர்ச்சி கிடைப்பது வழக்கம். இங்கே நான் பார்த்த முதல் அதிர்ச்சி மூன்று சக்கர ஓட்டோக்களில் ஓடியது. அவற்றின் உருவத்தில் அல்ல; வேகத்திலும் அல்ல. காட்சியில். எனக்கு

எதிரிலே வந்த ஓட்டோக்களிலும், என்னைத் தாண்டிப்போன ஓட்டோக்களிலும் பின் படுதாவில் நடிகை ஸ்ரீதேவியின் சிரித்த முகப் படம் பெரிதாகத் தொங்கியது. 'அட, எனக்கு முன்பாகவே ஸ்ரீதேவி இங்கே வந்து எல்லா ஓட்டோக்களையும் வளைத்து வாங்கிப் போட்டுவிட்டாரோ' என்றுதான் என்னை எண்ண வைத்தது. ஆக, பாகிஸ்தானில் வந்து இறங்கிய சில நிமிடங்களிலேயே எனக்குப் பரிச்சயமான இந்த முகம் ரோடுகள் எல்லாவற்றையும் ஆக்கிரமித்திருப்பதைப் பார்த்துச் சிறிது சந்தோசம் ஏற்படவே செய்தது.

என் சந்தோசம் சாரதிக்குத் தெரிந்துவிட்டது. திடீரென்று 'எந்த பேர்ல் கொன்ரினென்ரல்?' என்றார். இந்தக் கேள்வியைப் பாதி தூரம் வந்து விட்ட பிறகுதான் கேட்டார். நான் ராவல்பிண்டி என்று சொன்னேன். அவர் எரிச்சலுடன் 'நாங்கள் இஸ்லாமாபாத்துக்கு வந்துவிட்டோம். இதை முதலிலேயே சொல்லியிருக்கலாம்' என்றபடி வண்டியைத் திருப்பினார். பயண முடிவில் நான் இரண்டு மடங்கு கட்டணம் அழவேண்டி வந்தது.

பிறகு விசாரித்து இரண்டு ஹொட்டல்கள் இல்லை என்பதைக் கண்டுபிடித்தேன். நான் சுலபமாக ஏமாறக்கூடிய ஆள் என்பதை அந்தச் சாரதி எப்படியோ அறிந்து வைத்திருந்தார். சிரித்தபடியே ஸ்ரீதேவி இவ்வளவு பெரிய துரோகம் செய்வார் என்பதை நானும் எதிர்பார்க்கவில்லை.

புராணங்களில் சொல்லப்பட்ட எட்டு நாகங்களில் ஒன்று தட்சகன். இந்த நாக அரசனின் வழித்தோன்றல்கள் ஸ்தாபித்த நகரம்தான் 'தட்சிலா' (*Taxila*) என்பது பாரம்பரியக் கதை. இது ராவல்பிண்டியில் இருந்து 30 கி.மீட்டர் தூரத்தில் இருந்தது. 2500 வருடங்களுக்கு முன்னர் இங்கே ஓர் உலகப் புகழ்பெற்ற கல்வி மையம் செழிப்பாக வளர்ந்தது. உலகத்தின் பல்வேறு பாகங்களில் இருந்தும் கல்விமான்கள் இங்கே கூடினார்கள். அங்குலிமாலா தன் தாயைக் கொல்லப்போனபோது புத்தர் தடுத்து ஆட்கொண்டது இங்கேதான் என்பார்கள். தட்சிலாவுக்கு யேசுவும் வந்திருந்தார் என்று ஹொல்கர் கேர்ஸ்டென் என்பவர் தன் புத்தகத்தில் அழுத்தமாக எழுதுகிறார்.

கி.மு 326ல் அலெக்ஸாந்தர் தட்சிலா அரசனான ஓம்பியாஸின் விருந்தாளியாக மூன்று நாட்கள் தங்கி இருந்திருக்கிறார். தத்துவஞானி கௌடில்யர் இங்கேதான் அலெக்ஸாந்தருக்கு பெரிய பிரசங்கம் செய்தார். பேரரசனுக்கு எரிச்சல் உண்டானது. ஞானியின் ஓயாத வாயசைவை எப்படி நிறுத்துவது என்பது தெரியாமல், 'அவருடைய தலையைக் கொய்யுங்கள்' என்று சேவகர்களுக்குக் கட்டளை இட்டாராம். 'கௌடில்யர் தன் கால்களின் துரிதத்தினால் தன் தலையைக் காப்பாற்றினார்' என்று பின்வந்த வரலாற்று ஆசிரியர்கள் இதைப்பற்றி எழுதினார்கள். இந்த விபரங்களை சரித்திரக்காரர்களிடம் விட்டுவிட்டு என்னுடைய சரித்திரத்துக்கு வருவோம்.

நான் சூரியக் கோயிலையும் அங்கே உள்ள பிரபலமான இரட்டைத் தலைக் கழுகு உருவத்தையும் பார்த்தபடி நின்றேன். எனக்குச் சற்று தூரத்தில் இருந்த சிதிலமான 2000 வருட வயதான சுவரில் ஒருத்தர் தன் 40 வயது கால்களைப் பதித்தபடி குந்தியிருந்தார். மிகப் பெரிய கொட்டாவி ஒன்றை உருவாக்க நினைத்து, பாதியிலே அது சரியாகப் போகாததால் நிறுத்தி விட்டு இன்னொரு முயற்சி செய்யும் யோசனையில் இருந்தார். என்னைக் கண்டதும் தன் பின்னங்கால்களை 2000 வருட சுவரில் இருந்து இறக்கி நிலத்தில் வைத்து நிமிர்ந்தார். முரட்டு சால்வை போர்த்தியிருக்கும் ஆறடி உயரம். பச்சைக் கண்கள். என்னிடம் ஏதோ சதிக்குக் கூப்பிடுவதுபோல கிட்ட வந்து தன் உள்ளங்கையில் மறைத்து வைத்த ஒரு நாணயத்தை மெல்லத் திறந்து காட்டினார். நெளிந்த வட்ட நாணயம். மிகப் பழசானது. அலெக்ஸாந்தர் காலத்தில் இருந்து பரம்பரை பரம்பரையாகத் தங்கள் குடும்பத்தில் இதைப் பாதுகாத்து வருவதாகவும் வறுமை காரணமாக விற்கவேண்டி இருப்பதாகவும் கூறினார்.

நாணயத்தை வாங்கிப் பார்த்தேன். சந்தேகமே இல்லை. அலெக்ஸாந்தர் தலை போட்ட, யானைத்தோல் கவசம் அணிந்த பிரபலமான நாணயம். பேரம் நடந்தது. இருபது டொலருக்கு வாங்கிவிட்டேன். இதன் விலை வெளியே நூறு மடங்கு இருந்தாலும் ஆச்சரியப்படுவதற்கு இல்லை.

ஒரு நண்பர் தன்னிடம் அதுபோல் இருப்பதாகக் கூறினார். இன்னொருத்தர் தன்னிடம் இரண்டு நாணயங்கள் இருப்பதாகச் சொன்னார். கடைசியில் பார்த்தால் இஸ்லாமாபாத்தில் இந்த நாணயம் இல்லாதவரே ஒன்று இரண்டு பேர்கள்தாம் என்று தெரிய வந்தது. நாணயம் விற்க வந்தவரிடம் நாணயம் எதிர்பார்த்தது என் குற்றம் என்று மனைவி உற்சாகத்துடன் சுட்டிக்காட்டினாள்.

அந்த வருடம் நல்ல வருடம். என் நண்பர்களில் ஒருத்தராவது கடத்தப்படவில்லை. ஒருத்தராவது குண்டுவெடிப்பில் இறக்கவில்லை. ஒருத்தராவது சிறையில் அடைக்கப்படவில்லை. லாகூரிலே பார்க்கவேண்டியது எல்லாவற்றையும் பார்த்தாகிவிட்டது. இன்னும் ஒரு சில காட்சிகளே எஞ்சி இருந்தன. இந்தக் கடைசிக் கட்டத்துக்கு ஒரு வழிகாட்டியை வைத்தால் வேலை சுலபமாக முடிந்துவிடும் என்று மனைவி அபிப்பிராயப்பட்டாள்.

முத்து மசூதிக்குகிட்ட இரண்டு காட்டு மயில்கள் சனசந்தடியைப் பொருட்படுத்தாமல் எதையோ கொத்திக்கொண்டிருந்தன. ஒரு பெட்டிக் கடையில் சிலர் 'நான்' ரொட்டியை வாங்கி மொகலாய மன்னர்கள் கண்டுபிடித்த பந்து இறைச்சிக் குழம்பில் தோய்த்துத் தோய்த்துச் சாப்பிட்டுக் கொண்டிருந்தார்கள்.

அந்தப் பஞ்சாபி வழிகாட்டி குஞ்சம் வைத்த தலைப்பா கட்டியிருந்தார். அவர், பஸ் நிலையத்தில் சகாயவிலைக் கடையில் வாங்கிய இருபது ரூபா கறுப்புக் கண்ணாடியை மாட்டியபடி, இரண்டு நாள் வயதான பறவை எச்சமோ, அணில் எச்சமோ, வினை எச்சமோ ஏதோ ஒன்றை வெள்ளையாகத் தன் தோளிலே அவருடைய தகுதிக்கு ஏற்றவாறு தரித்திருந்தார். அவருடைய கட்டணம் எவ்வளவு என்பதைக் கறாராகப் பேசி முடிவு செய்தோம்.

தன் தகப்பனைப்போல ஔரங்கசீப் கட்டிடக்கலையில் ஆர்வம் காட்டவில்லை. அபூர்வமாக அவர் கட்டிய அலாம்கீர் வாசலை ஏதோ தான்தான் கட்டிமுடித்ததுபோல வழிகாட்டி பெருமையாகக் காட்டினார். அதன் பிறகு ஷாஜஹான் கட்டிய

சீஸ் மஹாலைப் பார்த்தோம். முழுக்க முழுக்க கண்ணாடிகள் பதித்துக் கட்டிய மாளிகை. அதன் உட்புறத்தில் வழிகாட்டி நெருப்பு கொழுந்தைப் பற்றவைத்து வீசி வீசிக் காட்டியபோது எங்கும் தீக்கொழுந்து மின்னல்போலப் பரவி ஒளியடித்தது.

இறுதியாக 'நவ்லாக்' என்ற மண்டபம். வளைந்த சலவைக்கல் விமானம் முழுக்க அபூர்வமான உள்வண்ண வேலைப்பாடுகள் நிறைந்திருந்தன. அதைப் பார்த்து அசந்துபோய் சில நிமிடங்கள் பேச்சு வராமல் நின்றோம். 'நவ்லாக்' என்றால் ஒன்பது லட்சம். எதற்காக ஒன்பது லட்சம் என்று பேர் வைத்தார்கள் என்று கேட்டேன். ஒன்பது லட்சம் உள் வேலைப்பாடுகள் கொண்டதாக இருக்கலாம் என்பது என் அபிப்பிராயம். எங்கள் வழிகாட்டி சொன்ன பதில் ஆச்சரியத்தைத் தந்தது.

தாஜ் மஹாலை உலகத்துக்குத் தந்த ஷாஜஹானுக்கு கட்டிடங்கள் கட்டுவதே வேலை. அவரிடம் உயர்ந்த கணக்காளர்கள் இருந்தார்கள். வேலை நடக்கும்போதே ஒவ்வொரு செலவுக்கும் நுணுக்கமாகக் கணக்கு எழுதி வைத்துவிடுவார்கள். இந்த மண்டபம் முடிந்தபோது ஷாஜஹான் செலவு எவ்வளவு என்று கேட்டிருக்கிறார். கணக்காளர்கள் கூட்டிப் பார்த்தபோது மிகச் சரியாக ஒன்பது லட்சம் காட்டியதாம். அப்படியே அதன் பெயரைச் சூட்டிவிட்டார்கள்.

எங்கள் சுற்றுலா ஒருவாறாக முடிவை நெருங்கியது. முழங்கால் தெரிய உடை உடுத்திய வெள்ளைக்காரப் பெண்மணி ஒருத்தி தனியாக, கையிலே ஒரு புத்தகத்தை வைத்துக்கொண்டு, சுவர்களை ஆராய்ந்தபடி நின்றார். சிறுவர்கள் அவரைச் சூழ்ந்து, கைகளைப் பக்கவாட்டில் நீட்டி ரஸ்ய எழுத்துகள்போல ஒருவரை ஒருவர் தொட்டுக்கொண்டு நின்றார்கள்.

வழிகாட்டி திடீரென்று அவசரம் காட்டினார். எங்களை சீக்கிரம் முடித்துவிட்டு அந்தப் பெண்ணின் வாடிக்கையைப் பிடிப்பதற்காக விடைபெற்றுக்கொண்டு அவளை நோக்கி ஓடினார். நாங்கள் வீட்டிற்கு வந்த பிறகுதான் வழிகாட்டி மீதி ஒன்பது ரூபாய்க்கு பதில் நாலு ரூபா கொடுத்தது தெரியவந்தது. ஒன்பது லட்சத்துக்கு ஒழுங்காகக் கணக்கு வைத்த பேரரசன்

கதையைச் சொன்னவர் ஒன்பது ரூபாய் கணக்கில் தவறியது எனக்குக் கொஞ்சம் ஏமாற்றத்தைத் தந்தது.

'என்னடா, எல்லோரும் எப்ப பார்த்தாலும் என்னை சுலபமாக ஏமாற்றிவிடுகிறார்களே' என்று அலுத்துக்கொண்டேன். அந்தச் சமயம் பார்த்து பாகிஸ்தான் உளவுத்துறை என்னிடம் சிக்கியது. அவர்கள் என்னிடம் ஏமாறும் சந்தர்ப்பமும் வாய்த்தது.

என்னுடைய இஸ்லாமாபாத் வாழ்க்கையில் ஒருமுறை இந்தியத் தூதரகத்தில் நடந்த ஒரு விருந்துக்கு அழைக்கப்பட்டிருந்தேன். இங்கே இந்தியர்களுடன் பழகக்கூடாது என்று நாங்கள் அறிவுறுத்தப்பட்டிருந்தோம். இருந்தும் ஒரு பலமான உந்துதலால் இந்த விருந்துக்குப் போவதென்று நானும் மனைவியும் முடிவு செய்தோம்.

நாங்கள் இங்கே வசித்த காலங்களில் என் மனைவி மிகுந்த எச்சரிக்கையுடன் செயல்பட்டாள். கூந்தலில் பூ வைப்பதும், நெற்றியில் பொட்டு வைப்பதும் ஆபத்தான காரியங்கள். உங்களை இந்தியர் என்று நினைத்துத் தொடரத் தொடங்கிவிடுவார்கள். அது தவிர சேலை உடுத்தும்போது இடை தெரியும் அபாயம் இருந்தது. சல்வார் கமிஸ் உடை சகல அங்கங்களையும் மறைக்க வல்லது. ஆகவே எல்லா அங்கங்களையும் சேமமாக எடுத்துக்கொண்டு எங்கேயும் பயமில்லாமல் போகலாம், வரலாம்.

விருந்துக்குப் போய்விட்டுத் திரும்பும்போது எங்கள் காரைத் தொடர்ந்து நீண்ட நேரமாக இன்னொரு கார் வந்தது. உளவுத்துறையில் முன் அனுபவம் இல்லை எனக்கு. நான் அதை வித்தியாசமாக எடுத்துக் கொள்ளவில்லை. ஆனால் அடுத்த நாள் காலை வீட்டுக் காவல்காரர்களும், கார் சாரதியும் உளவுத்துறையினரால் தாங்கள் விசாரிக்கப்பட்டதாக அறிவித்தார்கள்.

அதன் பிறகு நாங்கள் வெளியே புறப்பட்டபோதெல்லாம் தொடரப்பட்டோம். முதலில் பயம் வந்தது. பிறகு ஒரு ஜேம்ஸ்பொண்ட் படம் பார்ப்பது போன்ற திரில்லுடன் இதை அனுபவிக்கும் ஆசை துளிர்விட்டது. ஆனால், நாலாவது நாளே

இந்த நனைந்த கோழியில் வேலை இல்லை என்று அவர்கள் கைவிட்டு விட்டார்கள். அதற்குப் பிறகு அவர்கள் வேறு கோழியைப் பார்க்கப் போயிருக்கலாம்.

இந்த நாலு நாட்களும் என் வாழ்க்கையிலே மறக்கமுடியாத, சந்தோசமான நாட்கள். நான் எங்கு போனாலும் ஒரு கார் என்னைத் தொடர்ந்தது. அடிக்கடி திரும்பிப் பார்த்து அவர்கள் என்னைத் தொடர்கிறார்கள் என்று உறுதி செய்துகொண்டு பயணம் செய்தேன். அவர்கள் என்னைத் தவறவிட்டுவிடக்கூடாது என்பதற்காக வளைவுகளில் நின்றும், இன்னும் சில நேரங்களில் ஸ்லோ செய்தும் உதவி செய்தேன். சில வேளைகளில் அவர்கள் போதிய சிரத்தை காட்டாமல், தவறான திருப்பங்களை எடுக்கும்போது இவர்கள் தங்கள் தொழிலைத் தீவிரத்துடன் செய்யவில்லை என்ற முறைப்பாட்டை அவர்கள் மேலதிகாரிகளுக்குத் தெரிவிப்போமா என்று யோசித்ததுகூட உண்டு.

ஓர் உலகளாவிய உளவாளி எப்படி இருப்பான் என்று யோசித்து அதற்குத் தக்க மாதிரி உடை அணியவும் பேசவும் நடக்கவும் பழகிக்கொண்டேன். டெலிபோனில் கதைக்கும்போது சில சங்கேத வார்த்தைகளைச் சேர்த்துக்கொண்டேன். என் பாதைகளையும், கிளம்பும் நேரங்களையும் அடிக்கடி மாற்றவும், எனக்கு முன்பின் தெரியாத மனிதர்களுடன் ரகஸ்யமான வாய் அசைவுகளுடன் பேசவும் கற்றுக்கொண்டேன்.

இவை ஒன்றும் பெரிய பலனைத் தரவில்லை.

எவ்வளவுதான் நான் உலகத்தர உளவாளியாக இருந்தாலும் வீட்டிலே சாதாரண மனுசன்தானே. ஒரு வெள்ளிக்கிழமை காலை - இது அங்கே விடுமுறை தினம் - என் மனைவி ஜும்மா சந்தைக்குப் போக வேண்டும் என்றாள். இது இஸ்லாமாபாத்தில் ஒவ்வொரு வெள்ளிக்கிழமையும் கூடும் பிரம்மாண்டமான சந்தை. பொருட்கள் வாங்க அங்கே சனங்கள் நெருக்கியடித்துக்கொண்டு வருவார்கள். ஓர் உலகப் புகழ் உளவாளி செல்லக்கூடிய சந்தை அல்லதான், ஆனாலும் இதை மனைவிகளுக்குப் புரியவைப்பது எப்படி.

சரி என்றேன். சில துப்புகள் கிடைத்தாலும் கிடைக்கலாம். இந்த இடம் எனக்கு அவ்வளவு பழக்கமில்லாதது. கண்களை ஏமாற்றும் வளைவான தெருக்களும், ஒருவழிப் பாதைகளும் நிறைந்தது. நான் ஒரே மூச்சில் சந்தையை அடைந்துவிட்டேன். அங்கே என் மனைவி ஒரு 'புக்காரா' கம்பளத்தை இரண்டு மணி நேரம் பேரம் பேசி வாங்கி முடித்துவிட்டாள்.

ஆனால், திரும்பும்போது வழி மறந்துபோய்விட்டது. ஒரு வழிப் பாதைகள் என்னைத் தொடங்கிய இடத்துக்கே மீண்டும் கொண்டுபோய்ச் சேர்த்தன. அப்பொழுது நான் என்னைத் தொடர்ந்து வந்தவரை அணுகி வழிதவறிவிட்டதைச் சொன்னேன். அவர் நல்ல மனிதர். தான் வழிகாட்டுவதாக முன்னே சென்றார். விலாசம் கொடுக்காமலே என் வீட்டு வாசலுக்கு அலுங்காமல் என்னைக் கொண்டுபோய்ச் சேர்த்தார். இப்படி என்னை வேவு பார்க்க அனுப்பப்பட்டவர்கள் முன்னே செல்ல நான் பின்னே சென்றேன். உலகத்து உளவுத்துறை சரித்திரத்தில் இது ஒரு பெரிய சாதனையாக அமைந்தது.

3. சட்டவிரோதமான காரியம்

பல வருடங்களுக்கு முன் என்னுடன் ஒருவர் *UN*ல் வேலைசெய்தார். அவர் ஒரு போத்துக்கீசியப் பெண்ணை மணமுடித்து அந்த நாட்டிலேயே தங்கிவிட்டவர். அப்பொழுது ஆப்கானிஸ்தான் பிரிவில் என்னுடன் பெஷாவரில் வேலை பார்த்தார். அவர் ஆரம்பத்தில் ஒரு பங்களூர்க்காரர். கொங்கணி என்று ஒரு பாஷை இருக்கிறதாம், அதைப் பேசுவார். ஆங்கிலத்தையும் அதே மாதிரி பேசுவார். சில நிமிடங்களும், முதல் நாலு வார்த்தைகளும் தவறிய பிறகுதான் அவர் ஆங்கிலம் பேசுகிறார் என்பது எனக்குப் பிடிபடும்.

அவரிடம் எல்லாமே இரண்டு இரண்டு பொருள்கள் இருக்கும். இரண்டு ரேடியோ, இரண்டு காமிரா, இரண்டு இஸ்திரிப்பெட்டி. ஒரு நாள் ஏன் இப்படி என்று கேட்டேன். அதற்கும் அவரிடமிருந்து இரண்டு பதில் வந்தது.

1) திடீரென்று யாராவது விருந்தாளி வந்துவிட்டார். உங்கள் *toaster* வேலை செய்யவில்லை. என்ன செய்வீர்கள்?

2) இந்த நாடுகளில் திருத்துவோரைப் பிடிப்பது கடினம். அப்படி ஏதாவது பொருளை அவர்கள் பழுதுபார்க்க எடுத்துப்

போனாலும் ஒரு மாதம் கழித்துதான் திரும்பக் கிடைக்கும். அதுவரைக்கும் என்ன செய்வது?

நியாயம்தான். இவர்தான் என்னைத் தூண்டியவர், ஒரு சட்டவிரோதமான காரியம் செய்வதற்கு. சட்டவிரோதமான காரியம் என்றால் யாருக்குத்தான் கசக்கும். உடனேயே சம்மதித்துவிட்டேன். இது 20 வருடத்திற்கு முந்திய சமாச்சாரம் என்பதால் அதைச் சொல்வதில் ஒரு பிரச்சனையும் இருக்காது.

பிரிட்டிஷ்காரர் இந்தியாவை ஆண்டபோது ஆப்கானிஸ்தான் எல்லையில் இருந்து 40 மைல் தூரத்தில் இருக்கும் டாரா என்ற கிராமத்தினருக்கு 200 வருடங்களுக்கு முன்பாகவே துப்பாக்கிகள் செய்வதற்கு அனுமதி வழங்கியிருந்தனர். அன்றிலிருந்து இன்றுவரை இந்தத் தொழில் அந்த கிராமத்தில் செழித்து வளர்ந்தது. பாகிஸ்தான் பிரிந்து தனியான சுதந்திர நாடாக இயங்கியபோதும்கூட இதில் ஒரு மாற்றமும் இல்லை. மாறாக இன்னும் முன்னேற்றமான மெசின்களில், மேலும் நுட்பமான துப்பாக்கிகளை அவர்கள் செய்தார்கள்.

டாரா பகுதியை *tribal area* என்று சொல்வார்கள். நாங்கள் அங்கே போவதற்கு அனுமதி கிடையாது. இங்கே பாகிஸ்தான் சட்டங்கள் செல்லாது. *Tribal area* சட்டதிட்டங்களே அங்கே செயல்படுத்தப்பட்டன. வாகனத்தில் செல்லும்போது அந்தப் பகுதியைக் கடந்து செல்லலாம், ஆனால் கால்களைக் கீழே வைக்கக்கூடாது.

இந்தப் பகுதிகளில் ரத்தக் கொலைகள் சர்வ சாதாரணம். கொள்ளை அடிப்பது, ஆட்களைக் கடத்துவது, கார்கள் திருடுவது, போதைப் பொருள் வியாபாரம் செய்வது எல்லாம் அன்றாடம் நடக்கும் காரியம். ஆறு மாதங்களுக்கு முன் ஐ.நா.ஊழியர்கள் நாலு பேரைக் கடத்தி, பிணையாக பல ஆயிரம் டொலர்கள் கேட்டார்கள். பாகிஸ்தான் அரசாங்கம் தலையிட்டு ஒருவாறு இவர்களை மீட்டது.

டாராவில் பலவிதமான துப்பாக்கிகள் செய்தார்கள். எல்லாமே நகல்தான். ஆனால் அசல் போல நம்பர்கூட இருக்கும்.

மூலத்துக்கும் நகலுக்கும் வித்தியாசமே காணமுடியாது. நூறு வருடத்துக்கு முந்திய பிரிட்டிஷ் துப்பாக்கிகள், *AK 47*, *M16*, கைத்துப்பாக்கி, சுழல் துப்பாக்கி என்று பலவிதமான உற்பத்திகள் நடந்தன. உங்களுக்குப் பிடித்த புதுரகத் துப்பாக்கியைக் கொடுத்தால் அதுபோலவே நகல் செய்து தருவார்கள். கிழமையில் ஏழு நாட்களும் பாகிஸ்தானியர்களும், ஆப்கானியர்களும் துப்பாக்கிகள் வாங்க இந்தக் கிராமத்துக்கு வருவார்கள். ஒரு நாளைக்கு இங்கே ஆயிரம் துப்பாக்கிகள் செய்கிறார்கள் என்றால் பார்த்துக்கொள்ளுங்கள்.

நாங்கள் இந்த இடத்துக்குப் போகக்கூடாதென்று உச்சமான கட்டளை இருந்தது. இங்கே போவதற்குத்தான் நண்பர் அழைத்தார். அவரிடம் இரண்டு வாகனங்கள் இருந்தன. அதிலே ஒரு நாலு சில்லு வாகனத்தைத் தெரிவு செய்தார். டாரா தடுக்கப்பட்ட இடம் என்றாலும் பாகிஸ்தானுக்கு வரும் சுற்றுலாப் பயணிகள் இந்த இடத்தை எப்படியும் பார்த்தபிறகுதான் திரும்புவார்கள். சட்டத்துக்கு விரோதமான காரியங்களைச் செய்வதில் மனிதர்களுக்கு உள்ளூர பெரிய ஆசை இருக்கிறது.

டாரா போவதென்றால் பெஷாவரில் இருந்து தெற்கே ஒன்றரை மணித்தியாலம் பயணம் செய்யவேண்டும். கரடுமுரடான பழங்காலத்து அரசர்களின் பாதைகள். வீடுகள் என்றால் தட்டைக் கூரைகளுடன், சுவர்களில் சின்னச்சின்ன சதுர ஓட்டைகள் வைத்து, ஒரு கோட்டை போல கட்டப்பட்டிருந்தன. சண்டை என்று வரும்போது இந்த ஓட்டைகள் துப்பாக்கியால் சுடுவதற்குப் பயன்படுமாம்.

அங்கே போய் இறங்கியதும் ஒரு தொழிற்சாலையைப் பார்க்கப் போகிறோம் என்ற எண்ணமே எனக்கு இருந்தது. ஆனால் அப்படி ஒன்றும் இல்லவே இல்லை. இது ஒரு குடிசைக் கைத்தொழில் போலவே நடந்தது. சாரதி எங்களை ஒவ்வொரு வீடாகக் கூட்டிச் சென்றார். ஒவ்வொரு வீட்டிலும் ஏதாவது ஒரு அயிட்டம் செய்தார்கள். துப்பாக்கி கைப்பிடி ஒரு வீட்டில், குழாய் ஒரு வீட்டில், விசைக் கருவிகள் ஒரு

வீட்டில்... இப்படி. செம்பட்டைத் தலைமயிரும், பச்சைக் கண்களும் கொண்ட சிறுவர் சிறுமியர் இந்தப் பணிகளில் சாதாரணமாக ஈடுபட்டிருந்தார்கள். பெரியவர்கள் கடினமான வேலைகளைச் செய்தார்கள். ஆனால் இந்த உதிரிப் பாகங்கள் எங்கே துப்பாக்கியில் பொருத்தப் படுகின்றன என்பது தெரியவில்லை. நிரைநிரையாக இருந்த கடைகளில் பூர்த்தியான துப்பாக்கிகள் விற்பனைக்கு இருந்தன. கடைகளின் முன்னே போடப்பட்டிருந்த கயிற்றுக் கட்டில்களில் வாடிக்கைக்காரர்களும், வேடிக்கைக்காரர்களும் உட்கார்ந்து முதல் நாள் இரவு மிச்சம் வைத்த நித்திரையைத் தொடர்ந்தனர். இவற்றையெல்லாம் மீறி துப்பாக்கி விற்பனையும் அவ்வப்போது நடந்தது.

இதிலே எனக்குப் பிடித்த அம்சம் ஒன்று இருந்தது. அமெரிக்கா போன்ற நாடுகளில் துப்பாக்கிக் கடைகளில் குறிபார்த்துச் சுட்டு வாங்குவதற்கு வசதிகள் இருக்கும். இங்கே அப்படி ஒன்றும் *target* வசதிகள் இல்லை. இவர்கள் துப்பாக்கி தேர்வு செய்வது வித்தியாசமாக இருந்தது. நாங்கள் பார்வையிட வந்த கடையின் சொந்தக்காரர் முற்றிலும் நீல உடையில் காட்சியளித்தார். நீல தலைப்பா, நீல சப்பாத்து, நீல கமிஸ் இப்படி. ஓர் உருண்டையான தலையணையில் சாய்ந்தபடி மொகலாய மன்னர்கள்போல ஹுக்காவை இழுத்தபடி வீற்றிருந்தார். துப்பாக்கிகள் எப்படியும் தங்களைத் தாங்களே விற்றுக்கொள்ளும் என்ற பாவனையில் இவருடைய வியாபாரம் அசிரத்தையாக நடந்தது.

அவருக்கு முன்னால் விருந்தாளிபோலக் காணப்பட்ட ஒருத்தர் நூல் நூலாகப் பிரிந்த இறைச்சியைக் கடித்து இழுத்துச் சாப்பிட்டார். உடம்பு முழுக்க ரத்தம் கட்டியதுபோல அவருடைய நிறம். கைச்சதைகள் திரண்டு உருண்டுபோய்த் தெரிந்தன. அவர் கண்களில் ஒன்று மற்றதிலும் பார்க்க விரைவாக மூடித் திறந்தது. வழிப்பறிக் கள்வன் வேலை பார்ப்பவராக இருக்கலாம். எங்களைக் கண்டதும் காலை மடக்கி இடம் விட்டார். இதுவே இவர் எங்களுக்குக் கொடுத்த அதிகபட்ச மரியாதை.

கடையின் மறுபக்கத்தில் இன்னொரு வாடிக்கைக்காரர் *AK47* துவக்குகளை ஆராய்ந்துகொண்டிருந்தார். அவருடைய உருவமும், உடையும் அவர் ஆப்கானிஸ்தானிலிருந்து வந்த பட்டான் என்பதைக் காட்டியது. ஒரு துப்பாக்கியைத் தூக்கி ரோட்டுக்கு வெளியே போய் ஆகாயத்தைப் பார்த்துப் படபடவென்று சுட்டார். சிறுவர்கள் எல்லாம் அவர் காலில் விழுந்து உதிரி சன்னங்களைப் பொறுக்கினார்கள். அவர் உள்ளே வந்தார். இன்னொரு துப்பாக்கியை எடுத்தார். வெளியே போய் மறுபடியும் படபடவென்று சுட்டார். இப்படி மாறி மாறி நடந்தது. அவர் டெஸ்ட் பண்ணுகிறார். அவர் சுடும்போது காதுகளைக் கூர்மையாக வைத்து அந்த ஒலிச்சீரை ஆராய்கிறார் என்றார்கள். கடைசியில் ஒன்றை வாங்கிக்கொண்டு காசு கொடுத்துவிட்டுப் போனார். எங்கள் சாரதி சொன்னார், அந்த ஒலி இழையில் இருந்து அவருக்குத் துப்பாக்கியின் தரம் தெரிந்துவிடும் என்று.

ஒரு சிறுவன் *AK47* துப்பாக்கி ஒன்றின் பாகங்களை ஒரு நிமிடத்தில் கழற்றிப் பூட்டினான். பிறகு துடைத்துவிட்டு இன்னொருமுறை பூட்டினான். கைத்துப்பாக்கிகள் அளவுக்கு மீறி துடைக்கப்பட்டு, தடவிக் கொடுக்க வேண்டும் என்ற ஆசையைக் கூட்டும் விதமாக, மினுமினுத்தன. சேர்ட் பைக்குள் வைக்கும் பேனைத் துப்பாக்கிகள் இருந்தன. விலை ரூபா *250*. பளபளவென்று மினுங்கும் *AK47* துப்பாக்கியின் விலை ரூபா *10,000*. *1919*ம் ஆண்டு பிரிட்டிஷ்காரருடன் நடந்த போரில் ஆப்கானிஸ்தான் அரசர் அமானுல்லாகான் பாவித்ததாகச் சொல்லப்பட்ட லீயென் ஃபீல்ட் அசல் துப்பாக்கியின் விலை ரூபா *50,000* தான் என்று முதல் முறையாக வாய்திறந்து சொன்னார் கடை முதலாளி. விமான எதிர்ப்பு பீரங்கியில் சுட்டுப் பார்ப்பதற்கு வெறும் *50* டொலர் கட்டணம்தான். விமானத்தை வீழ்த்துவதற்கு எவ்வளவு பிடிக்கும் என்பதை நாங்கள் கேட்கவில்லை.

நண்பருக்கு ஓர் ஆசை பிறந்தது. துப்பாக்கியால் சுடும்போது எப்படி இருக்கும். ஒரு டொலர் காசு கொடுத்தால் *AK47*ல் ஒருமுறை சுட்டுப் பார்க்கலாம். நண்பர் *AK47* ஐ எடுத்து

ஆகாயத்தை நோக்கி ஒருமுறை குருட்டாம் போக்கில் சுட்டார். அந்த குண்டு ஒரு டொலர் காசு போகும் தூரத்துக்குப் போனது. நண்பரின் முகத்தில் இரு காது வரைக்கும் நீண்ட சிரிப்பு தோன்றியது. இவரைப்பற்றி உங்களுக்கு ஏற்கனவே சொல்லியிருக்கிறேன். இவர் எதை வாங்கினாலும் இரண்டு வாங்குவார். எதைச் செய்தாலும் இரண்டு தடவை செய்வார். இன்னொரு டொலர் கொடுத்து மறுமுறையும் சுட்டு தன் ஆசையைத் தீர்த்துக்கொண்டார்.

அவருக்கு மகிழ்ச்சி பிடிபடவில்லை. தலையைச் சாய்த்து விநோதமாக என்னைப் பார்த்தார். வாழ்க்கையில் *AK47* ஐ நேருக்கு நேராக நான் சந்தித்ததில்லை. இப்பொழுது தொட்டும் பார்த்தாகிவிட்டது. தோளிலே வைத்துச் சுடும்போது தோளை இடித்துப் புண்ணாக்கிவிடும் என்று முன்பு கேள்விப்பட்டிருக்கிறேன். ஆனால் சும்மா இலக்கில்லாமல் ஆகாயத்தில் சுடுவதில் எனக்குச் சம்மதமில்லை. ரோட்டுக்கு மற்ற பக்கம் சிறுவன் ஒருவன் பழைய லிடோ டின்னைக் கொண்டுபோய் வைத்தான். ஆபத்து குறைவாகத் தெரிந்த ஒரு *AK 47*ஐ நான் தெரிவு செய்தேன். ஒரு டொலரைக் கொடுத்ததும் கடைக்காரர் துவக்குக் கட்டையைத் தோளில் எங்கே வைப்பது, எந்தத் துளையில் குறிபார்ப்பது, எப்படி விசையை அழுத்துவது என்று சொல்லித் தந்தார். ஒரு டொலர் காசுக்கு இது மிகவும் அதிகமான பயிற்சியாகவே பட்டது. அவர் சொன்ன உதாரணம் டூத் பேஸ்டை அமுக்குவதுபோல மெதுவாக, மெதுவாக விசையை அமுக்க வேண்டும் என்பது.

அர்ச்சுனன் மச்சத்தில் இலக்கு வைத்ததுபோல குறிபார்த்து ஆடாமல் நின்றேன். என்னுடைய கையில் ஒரு மனித உயிரைக் கணத்திலே பறிக்கும் சக்தி கூடியிருந்தது. முன்பு பார்ப்பதற்கு வாட்டசாட்டமாகவும், பயங்கரமாகவும் தெரிந்த பட்டான் இப்பொழுது சிறு குழந்தை போல காட்சியளித்தான். என் தேகபலம் பத்து மடங்கு அதிகமாகிவிட்டது. விசையை அழுத்தினேன். தோளிலே தலையணையால் என் நாலு வயது மகள் அடித்ததுபோல ஓர் அதிர்ச்சி. அவ்வளவுதான். சத்தம்கூட எனக்குப் பெரிதாகக் கேட்கவில்லை. மேலே பறப்பது

போன்ற ஓர் அற்புதமான உணர்வு. எனக்குப் பக்கத்தில் குழுமியிருந்த சிறுவர்கள் பாய்ந்து விழுந்து ரவைச் சிதறலைப் பொறுக்கினார்கள். அதற்குப் பிறகுதான் டின்னைப் பார்த்தேன். அது அப்படியே சேமமாக இருந்தது.

யாரோ என்மீது பூதம் ஒன்றை ஏவிவிட்டதுபோல இன்னும் பல தடவை இதைச் செய்யவேண்டும் என்ற ஆசை கட்டுக்கடங்காமல் உண்டானது. கண்ணுக்குத் தெரியாத பெரிய பவர் என்னிடம் சேர்ந்து அசாதாரணமான தைரியமும், உற்சாகமும் தூக்கியது. நான் இரண்டாவது முறை முயற்சி செய்யவில்லை. செய்திருந்தால் அந்த மந்திரக் கட்டில் முற்றாக என்னை இழந்திருப்பேன்.

ஒரு விஷயத்தை என்னால் மறக்க முடியவில்லை. நண்பரிடம் கேட்டபோது அவர் சொன்னது வித்தியாசமாக இருந்தது. முட்டை வாங்கும்போது வெளிச்சத்திலே தூக்கிப் பிடித்து வாங்குகிறோம். சுருட்டு வாங்கும்போது காதுக்குக் கிட்டே வைத்து உருட்டி, ஒலியை ஆராய்ந்து அதன் தரத்தை நிர்ணயிக்கிறோம். அதுபோலத்தான் இதுவும். சுடும்போது துப்பாக்கி செய்யும் ஒலியை வைத்து அதன் தரத்தைத் தீர்மானிக்கமுடியும் என்றார்.

திரும்பும்போது ஒரு அசம்பாவிதம் நடந்துவிட்டது. எங்கள் பயணத்தை ஆரம்பித்துச் சில நிமிடங்களில் ஒரு டயர் வெடித்தது. அதை மாற்றிக்கொண்டு புறப்பட்டோம். சொல்லி வைத்தாற்போல் இரண்டு நிமிடமாகவில்லை, இன்னொரு டயரும் வெடித்தது. நாங்கள் இன்னும் போக வேண்டிய தூரம் 60 மைல் இருந்தது. *Tribal area*. இருட்டிக்கொண்டு வேறு வந்தது. மாட்டிவிட்டோம்.

எதிரே வந்த ஒரு வாகனத்தில் இடம்பிடித்து டிரைவர் டயரைப் பழுதுபார்க்க எடுத்துக்கொண்டு போய்விட்டார். சில கார்கள் எங்களைத் தாண்டிப் போகும்போது சந்தோஷமாக இருந்தது. பயமும் பிடித்தது. அப்போது எங்களைக் கடந்து ஒரு குதிரை வண்டி போனது. அதற்குள்ளே இரண்டு பர்தா அணிந்த பெண்களும் ஒரு பதினைந்து குழந்தைகளும் இருந்தார்கள்.

அந்தப் பெண்களுடைய கண்கள் மாத்திரம் ஓட்டை வழியாக எங்களைத் துளைத்துப் பார்த்தன. அரை மணி நேரம் கழித்து தூரத்தில் ஒரு வாகனம் தெரிந்தது. அவர்களும் எங்களைத் திரும்பிப் பார்த்தபடி போனார்கள். இந்த அத்துவானக் காட்டில் எங்களை யாராவது கூறுகூறாக வெட்டிப் புதைத்தாலும் கேட்க ஆளில்லை. டிரைவர் கடைசியில் ஒரு ஓட்டோவில் பழுதுபார்த்த டயருடன் வந்து சேர்ந்தார். எப்படியோ அவசரமாக சில்லை பூட்டிக்கொண்டு வீடு போய்ச் சேர்ந்தோம்.

இந்தப் பயணத்தில் என்னுடைய சாதனை ஒன்று இருந்தது. துப்பாக்கியால் முதல் தடவை குறிபார்த்துச் சுட்டது அல்ல. பாகிஸ்தான் சட்டங்கள் செல்லுபடியாகாத கிராமத்து வீதி ஒன்றில் உயிரைக் காப்பாற்றிக்கொண்டு திரும்பியது அல்ல. இவ்விரண்டு பொருள்கள் சேகரிக்கும் நண்பர் இரண்டு துணை டயர்கள் வைக்காதது எப்படி நடந்தது. தனிமையான ரோட்டோரத்தில், இருட்டில் காத்திருந்தபோது இந்தக் கேள்வி எனக்கு தொண்டை மட்டும் வந்தது. இதைக் கேட்காமல் இரண்டு மணி நேரம் சமாளித்தது என் வாழ்வில் பெரிய சாதனை என்றே நினைக்கிறேன்.

கண்டதும் கேட்டதும்

1. யேசுமாதா போன்ற முகம்

அவன் வாழ்க்கையின் மிகவும் அடிப் பள்ளத்தாக்கில் இருந்த ஒரு சமயம் தன்னுடைய பெயரை வேலை ஏஜன்ஸி ஒன்றில் பதிந்து வைத்திருந்தான். இந்த நிறுவனத்துக்கு ரொறொன்ரோ மருத்துவமனைகளுடன் ஒரு தொடர்பு இருந்தது. அவர்கள் தங்களுக்கு, நாளுக்கு எத்தனைபேர் வேண்டும், அவர்களை எங்கே அனுப்ப வேண்டும் என்று தகவல் சொல்வார்கள். இந்த நிறுவனம் ஊழியர்களுடன் தொடர்புகொண்டு 'நீ இங்கே போ' 'நீ இங்கே போ' என்று கட்டளையிடும். இவை இரவு வேலைகள். அவன் அந்த இடத்துக்கு அன்று இரவுபோய் வேலை செய்யவேண்டும். அடுத்த நாள் பழையபடி புதுக் கட்டளைக்குக் காத்திருப்பான். சில வேளைகளில் வேலை கிடைக்கும். சில வேளைகளில் கிடைக்காது. மணித்தியாலத்துக்கு இவ்வளவு என்று அடிமட்டமான சம்பளம். அதுகூட நிரந்தரமல்லாமல் ஒரு மாதத்தில் 10 நாட்கள், கூடியது 12 நாட்கள் என்று வேலை கிடைக்கும். மீதி நாள் காத்திருப்பதோடு முடிந்துவிடும்.

அவன் அந்த வேலையைத் தேர்ந்தெடுத்ததற்குக் காரணம் இருந்தது. இந்த உலகத்தில் இருக்கும் அத்தனை பணிகளிலும் அந்த ஒரு வேலையே அவனுக்குத் தரப்பட்டது. அதுகூட

சுலபமாக அகப்படவில்லை. ஆறு மாதம் பயிற்சி எடுத்தபின்பு, அவன் தகுதியானவன் என்பதை உறுதி செய்த பிறகே சேர்த்துக்கொண்டார்கள். வேலை என்று பார்த்தால் சுலபம் தான். ஆனால் அவனுக்கு தூக்கம் முக்கியம்.

மருத்துவமனையில் கறுப்பு உடை அணிந்த காவலர்கள் வெளியே காவல் புரிய, உள்ளே இரவு நேரங்களில் ஒரேயொரு டொக்டர் பணிபுரிவார். சில வேளைகளில் அவர் தன் வீட்டில் 'அவசர அழைப்பில்' இருப்பார். ஆஸ்பத்திரி நிர்வாகம் முழுவதும் தலைமைத் தாதியின் கீழ் இயங்கும். ஒவ்வொரு வார்டுக்கும் ஒரு தாதி என்ற கணக்கு. அவனுடைய கடமையானது தாதிக்கும், காவலாளனுக்கும் இடைப்பட்டது. அவனுக்கு தாதி பயிற்சி இல்லை. காவலனுக்கான பயிற்சியும் இல்லை. தாதி நேரம் கிடைக்கும்போது சிறிது நித்திரை கொள்வாள். அவர்கள் குறிப்பிடும் நேரத்தில் அவனும் சற்றுத் தூங்க அனுமதிக்கப் படுவான். மற்றும்படிக்கு ஒரு நாற்காலியில் உட்கார்ந்து குறைந்த வெளிச்சத்தில் புத்தகம் படிக்கலாம். உருண்டு திரும்பும் நோயாளிகளைப் பார்க்கலாம். முனகல்களைக் கேட்கலாம். தூங்கமட்டும் முடியாது. ஒருவகையில் கண்காணிப்பதுதான் அவன் வேலை. நோயாளியின் பாதுகாப்புக்கு இடைஞ்சல் ஏதாவது ஏற்பட்டால் அதைத் தாதிக்கோ, காவலர்களுக்கோ உடனேயே அறிவிக்கவேண்டும். இப்படி அவனுக்கே தன் கடமை என்னவென்று சரியாகத் தெரியாத ஒரு வேலை.

அன்று அவனைத் தொலைபேசியில் அழைத்து ஒரு குறிப்பிட்ட மருத்துவமனைக்குப் போகச் சொன்னார்கள். இது ரொறொன்ரோவின் பழக்கமில்லாத ஒரு பகுதியில் உள்ள சிறிய ஆஸ்பத்திரி. அதைச் சுற்றியுள்ள பிராந்தியம் மோசமானது. இவ்வளவு சிறப்பான இடத்தில் யாரும் ஒரு ஆஸ்பத்திரியைக் கட்டியிருக்க முடியாது. பாதாள ரயில் ஸ்டேசனில் இருந்து நாலு மைல் தூரத்திலும், 401 பிரதான நெடுஞ்சாலையில் இருந்து 11 மைல் தூரத்திலும் அது இருந்தது. தகவல் கிடைத்தபோது துள்ளிக் குதிக்கும் ஆனந்தம் அவனுக்கு ஏற்படவில்லை. இருந்தாலும் போனான்.

நீளமான ஓவர்கோட்டை அணிந்து, ஆள் உயரத்துக்கு இரு பக்கமும் பனி குவிந்திருக்கும் சாலையில் அவன் நடந்தான். மரங்களில் தொங்கும் பனிக்கொத்துக்கள் திடீர் திடீர் என்று முறை வைத்துக்கொண்டு அவன் மேலே விழுந்து நொறுங்கின. அவன் ஆகாயத்தை நிமிர்ந்து பார்த்தான். ரோட்டிலே குவிந்திருந்த அவ்வளவு பனியும் அங்கே இருந்து கொட்டியதற்கான அடையாளம் எதுவுமில்லை.

முதல் ஷிப்ட் முடிந்து தாதி போகும்போது அவனிடம் நாலாம் நம்பர் பேஷண்டை கொஞ்சம் கவனமாகப் பார்க்கும்படி சொல்லிவிட்டுப் போனாள். புதிதாக வந்திருந்தவள் ஒரு பிலிப்பைன் நாட்டு நர்ஸ். அவளுடைய தாடை எலும்புகள் சதையைத் தள்ளிக்கொண்டு வெளியே நின்றன. அவளுடைய முகம் கண்ணுக்குப் புலப்படுமுன் கன்னத்து எலும்புகளே தெரிந்தன. ஒரு கையில் உருவிவைத்த கறுப்புக் கையுறையை மேல் தொடையில் மெல்லத் தட்டியபடி, புளோரன்ஸ் என்று தன்னை அறிமுகப்படுத்தினாள். அடுத்த எட்டு மணி நேரம் அவள்தான் அவன் எசமானி. அவனும், உச்சரிக்கமுடியாத தன் பெயரை அவள் வசதி கருதிச் சுருக்கிச் சொன்னான். அந்தப் பெயரைச் சிரித்து ஏற்றுக்கொண்டாள். மற்றவர்களைப்போல அதைத் திருப்பி உச்சரிக்க முயலவில்லை.

அவன் கடமை ஆரம்பமானது. நாலாம் நம்பர் கட்டிலைப் பார்த்தான். பதின்மூன்று வயதுப் பையன். பால்போல வெள்ளை முகம். யேசு மாதாவின் முகம் போல வெகு அமைதியாக இருந்தது. உள்ளுக்கிருப்பதைக் காட்டும் கண்ணாடி போன்ற ஒரு ரெயின் கோட்டை அணிந்திருந்தான். எது காரணம் கொண்டும் அவன் அதைக் கழற்றமாட்டான் என்று சொன்னார்கள். படுத்திருந்தபடியே தன் இரண்டு கைகளையும் உயர்த்திப் பிடித்து, தனக்குத் தானே தன் விரல்களினால் ஏதோ விளையாட்டுக் காட்டிக்கொண்டிருந்தான். அந்தச் சிறுவனிடம் அவன் பேர் என்ன என்று கேட்டான். ஜோன்ஸன் வில்பர்ஃபோர்ஸ் சாமுவெல் என்று முழுப்பெயரையும், ஒரு பள்ளிக்கூடத்தில் ஒப்புவிப்பதுபோலச் சொன்னான். அவன்

மிகவும் வேகமாகப் பேசினான் என்றாலும் சொற்கள் ஒன்றுடன் ஒன்று முட்டாமல் தனித்தனியாக நின்றன. ஆனால் குரல் சிறு குழந்தையின் குரல். அவன் திரும்பவும் வந்து தனக்கு ஒதுக்கப்பட்ட நாற்காலியில் அமர்ந்துகொண்டு வாசிப்பதற்காக வீட்டில் இருந்து எடுத்து வந்த 'கோவேறு கழுதைகள்' புத்தகத்தை விரித்துப் படிக்கத்தொடங்கினான்.

இப்படியான ஆஸ்பத்திரி வேலையில் கிடைக்கும் ஓய்வு நேரத்தில் படிப்பதற்காகவே எழுதப்பட்ட நாவல் அது. அதன் முதல் பக்கத்திலேயே 30 பேர் அறிமுகமானார்கள். எல்லாம் கிறித்துவப் பாத்திரங்கள். குரிசு, இரிசு என்று பேர்கள். ஆண் பெயர்களா, பெண் பெயர்களா என்றுகூடத் தெரியவில்லை. யார் யாரோடு பேசுகிறார்கள் என்பதும் மர்மம். அடுத்த வரியில், அல்லது அதற்கு அடுத்த வரியில் வரும் 'அவன்' அல்லது 'அவள்' என்ற வார்த்தையை வைத்துப் பாத்திரம் ஆணா, பெண்ணா என்பதை நுட்பமாகக் கண்டுபிடிக்கவேண்டும். நாலு பக்கம் படித்தான் என்றால், முதல் பக்கத்தை நாலுதரம் படித்தான். அப்படியும் தோற்றுவிட்டபடியால் தலைமயிரைப் பிய்க்கத் தொடங்கினான். நாவலை மூடி வைத்துவிட்டு இன்னும் சிறப்பான ஒரு காரியம் செய்ய முடிவெடுத்தான். சும்மா இருப்பது.

அப்பொழுது அந்த பிலிப்பைன் நர்ஸ் வந்தாள். கரும்பச்சைச் சீருடையில், மார்பிலே தன் பெயரைக் குத்தி வைத்தபோது, அவள் அழகு இன்னும் கொஞ்சம் கூடியிருந்தது. தான் சற்று அறையில் ஓய்வெடுக்கப்போவதாகவும், ஏதாவது தேவையென்றால் தன்னைத் தட்டி அழைக்கவும் சொல்லிவிட்டுப் போனாள். அவள் இப்போதுதான் வீட்டிலிருந்து வந்து அதற்கிடையில் ஓய்வுக்குப் போகிறாள். சீருடை மாற்றினால்தான் அவளால் ஓய்வெடுக்க முடியும் போலும். ஒருவேளை இவளும் அவனைப்போல பிலிப்பைன் நாட்டு நாவலாசிரியர் ஒருவர் எழுதிய நூலைக் கொண்டு வந்திருக்கலாம். அதிலேயும் முதல் பக்கத்தில் முப்பது பாத்திரங்கள் அறிமுகமாகியிருக்கலாம் என்று மனதுக்குள் நினைத்துக் கொண்டான்.

அவள் போன பிறகு அந்த வார்டு அவனுக்குச் சொந்தம் ஆனது. நாலாம் நம்பர் பையனுடைய கோப்பு மேசைமேலே திறந்தபடி இருந்தது. நின்றபடி மெல்ல பேப்பர்களைத் தள்ளிப் பார்த்தான். அந்தச் சிறுவனின் சரித்திரக் குறிப்பு அச்சடித்து, கோப்பில் கிடந்தது. அந்தப் பையனுக்கு அடிக்கடி மனப் பிரமை ஏற்படும். திறந்த ஜன்னல்கள் பிடிக்காது, அவை மூடியபடியே இருக்கவேண்டும். அல்லாவிடில் ஜன்னல்கள் வழியாக நீண்ட கைகள் வந்து அவனைக் கவர்ந்து போகின்றன. கம்ப்யூட்டர் திரைகளும் ஆபத்தானவை. எப்பொழுதும் அவனுக்கு மறுக்க முடியாத கட்டளைகளை அவை இடுகின்றன. அவன் செய்தே ஆகவேண்டும்.

உணவைக் கொடுக்கும்போது அவை தலைகீழாக இருக்கவேண்டும். ரொட்டியில் வெண்ணெய் தடவிய பக்கம் கீழ்நோக்கி இருக்கவேண்டும். பொரித்த முட்டையின் மஞ்சள் பக்கம் பிளேட்டில் தொடவேண்டும். அல்லாவிடில் அவை தப்பி ஓடிவிடும். *schizophrenia observation* என்று இரண்டு பக்கங்களில் குறிப்புகள் நிரம்பிக் கிடந்தன. யாரோ வரும் சத்தம் கேட்டதால் கோப்பை மூடிவிட்டு அவன் தன் நாற்காலிக்குத் திரும்பினான்.

யேசுமாதா போன்ற முகம் உள்ளவனுடைய கட்டிலைப் பார்த்தான். அவன் சிறு குழந்தையைப்போல அயர்ந்து தூங்கிக்கொண்டு இருந்தான். அவனுடைய பக்கத்துக் கட்டில் நோயாளி மூத்திரக் கோப்பையைப் படுக்கையிலே ஒரு குழந்தையைப்போல வைத்துக்கொண்டு தூங்கினார். அது என்ன உபயோகத்திற்காகப் படைக்கப்பட்டதோ அதைச் செய்ய வாய்ப்புக் கொடுக்கப்படவில்லை. இன்னொருவர், ஐவி போத்தலை ஸ்டாண்டுடன் சேர்த்து இழுத்துக்கொண்டு பாத்ரூமுக்குப் போனார்.

அப்படியே நாற்காலியில் சாய்ந்து நித்திரை கொள்ளக்கூடாது என்ற முடிவோடு கெட்ட சிந்தனைகளை மனதிலே ஓடவிட்டான். அப்படியும் நித்திரை எப்படியோ வந்து கண்களை மூடிவிட்டது. என்னவோ வந்து நெஞ்சைத் தீண்ட

கண்களைத் திறந்து பார்த்தான். இந்தப் பையன் அவனுக்கு முன்னால் குனிந்து அவன் கண்களை உற்றுப் பார்த்துக் கொண்டு நின்றான். அவன் திடுக்கிட்டபடி எழும்பினான்.

‘எனக்கு ஏதாவது குடிக்க வேண்டும்’ என்றான் சிறுவன். ஒரு மூன்று வயதுக் குழந்தையின் குரல் அது. தாதியின் அறைக் கதவைத் தட்டினான். அவள் உடனேயே ஆடை கலைந்த நிலையில் வெளியே வந்தாள். ஒரு கடுதாசிக் குவளையில் பழச்சாறு கொடுத்து அந்தச் சிறுவனை அணைத்துச் சென்று படுக்கையில் விட்டாள்.

அவன் படுக்கையில் ஏறி உட்கார்ந்து கால்களை ஆட்டிக் கொண்டு இருந்தான். பழச்சாறு குடிக்கவில்லை. பிறகு பழச்சாறு குவளையை மேசையில் வைத்துவிட்டு, கண்ணாடி மழை உடையுடன் படுத்து, அதற்குமேல் போர்வையால் மூடினான். கொஞ்ச நேரத்தில் அவனுடைய ஒரு கால் மாத்திரம் போர்வைக்குள் இருந்து வெளியே வந்து ஆடத் தொடங்கியது. அந்தக் காலின் ஆட்டத்தைப் பார்த்துக்கொண்டிருந்தான். அவனைப் பார்ப்பதை நிறுத்திவிட்டு தன் சிந்தனையை விட்ட இடத்தில் இருந்து தொடர முயன்றான். எங்கே விட்டதென்பது ஞாபகத்துக்கு வரவில்லை. தாதி பழையபடி அறைக்குள் போய் மூடிக்கொண்டாள்.

கையிலே கட்டியிருந்த கடிகாரத்தைப் பார்த்தான். சற்று முன்பு வரை செவ்வாய்க்கிழமையாக இருந்த நாள் இப்போது உருண்டு புதன் கிழமையாக மாறிவிட்டது. ஒரு நாள் தன் பெயரை மாற்றும் சடங்கை அவன் நேருக்கு நேர் கண்டுவிட்டான். ஏதோ ஒரு கள்ளனைத் தனியாகப் பிடித்துவிட்ட மகிழ்ச்சி அவனுக்கு ஏற்பட்டது.

இந்தப் பையன் திடீரென்று மறுபடியும் அவன் முன்னே தோன்றினான். அவன் போர்வையை அகற்றியதையோ, கட்டிலில் இருந்து இறங்கியதையோ, நடந்து வந்ததையோ அவதானிக்கத் தவறிவிட்டான். ஒரு நிழல் நுழைவதுபோல ஓசையில்லாமல், ஓர் அற்புதம் செய்து முன்னே நின்றான். அவன் கையில் தாதி கொடுத்த பழச்சாறு குவளை. ஒரு சொட்டும் குடிக்கப்படவில்லை.

அந்த முகத்தைப் பார்த்து திடுக்கிட்டான். அது படு விகாரமாக மாறியிருந்தது. புருவங்கள் மண்டை ஓட்டுக்குள் சொருகி, முன்பு இல்லாத நரம்புகள் எல்லாம் வெளியே வந்து புடைத்துக்கொண்டு நின்றன. பற்களை நெருமியபடி அம்மாவில் தொடங்கும் ஒரு வசையைச் சொல்லி 'அந்தப் பெட்டை நாய் எங்கே?' என்றான். 'எனக்கு டிவி பார்க்க வேண்டும், எனக்கு டிவி பார்க்கவேண்டும்' என்று கத்தியபடி டிவி அறைக் கதவை தன் தலையினால் முட்டத் தொடங்கினான்.

அவன் தாதியை அழைத்துவந்தான். அவளைக் கண்டதும் இன்னும் உரத்துக் கத்தினான். வாந்தி எடுப்பதுபோல வார்த்தைகள் பச்சை பச்சையாக வெளியே வந்தன. தாதி சமயோசிதமோ, இங்கிதமோ, தற்காப்போ அறியாதவள். மொட்டையாக 'டிவி இப்போ பார்க்க முடியாது' என்று சொல்லியபடி அவனை மறுபடியும் படுக்கைக்கு அழைத்துச் செல்ல முயன்றாள். சிறுவன் நட்ட மரம்போல நின்றான். உடம்பை மாத்திரம் திருப்பி பழச்சாறு குவளையை நீட்டினான். ஒரு கணம்கூட மூளையை உபயோகிக்காமல் அவன் கைகளை நீட்டி அதை வாங்கினான். அவனுடைய கைகள் கட்டுப்பட்ட அதே கணத்தில் சிறுவனின் கைகள் விடுதலை அடைந்தன.

தாதியின் மேல் பாய்ந்து அவளை முரட்டுத்தனமாகத் தாக்கத் தொடங்கினான். அவன் குவளையைப் போட்டுவிட்டு சிறுவன்மீது தாவினான். இப்பொழுது அவன் பதின்மூன்று வயதுப் பையன் அல்ல. தூண்போல நின்ற அவன் தேகம் பத்துப்பேர் பலம் கொண்டதாகப் பெருகியிருந்தது. ஒரு புலி திரும்புவதுபோல கழுத்தை மட்டும் திருப்பி அவனுடைய புஜத்தை, பற்களால் கவ்விக் கடிக்கத் தொடங்கினான். மேற் பற்களும், கீழ்ப் பற்களும் சதைகளின் கீழ் சந்திப்பது அவனுக்கு நன்றாகக் கேட்டது. அவனால் ஒன்றுமே செய்யமுடியவில்லை. மயக்கமடைவதை மாத்திரம் செய்யத் தோன்றியது.

நர்ஸ் 'ஆ ஆ' என்று பிலிப்பைன் மொழியில் எதையோ சொல்லி அலறினாள். எப்படியோ பறித்துக்கொண்டு ஓடிப்போய் காவலர்களைக் கூட்டி வந்தாள். இரண்டு தடியான காவலர்கள்

உருண்டையான கைத்தடிகளுடன் உள்ளே நுழைந்தார்கள். கால்களை அகலமாக வைத்து நிதானமாக அவர்கள் வந்த தோரணையே பயத்தைக் கிளப்பியது.

அடுத்த கணமே இந்தப் பையன் பிடியை விட்டுவிட்டு தன் இரண்டு கைகளையும் அவர்களை நோக்கி நீட்டினான். அவர்களிடம் விலங்கு இல்லை. ஆனால் இரண்டுபேரும் அவன் தோள்மூட்டை இறுக்கிப் பிடித்தபடி அவனைப் படுக்கைக்கு அழைத்துப் போனார்கள். அதற்கு அவசியமே இல்லை. அவன் ஒரு ஆட்டுக்குட்டிபோல போய் படுக்கையில் கைகளை உடம்புடன் ஒட்டிக்கொண்டு நீட்டிப் படுத்தான். நர்ஸ் இந்தச் செயலால் தடுமாறிப்போய் இருந்தாள். அவளுடைய தாடைகள் நடுங்கின. அந்த நிலையிலும் ஒரு இஞ்ஜெக்‌ஷனை எடுத்துப்போய், பக்கவாட்டில் திருப்பிய சிறுவனின் பிருஷ்டத்தில், கண்ணாடி மழை உடையை அகற்றாமல், அவன் உடுப்பைக்கூட விலக்காமல் அதற்குமேலால் ஏற்றினாள்.

நர்ஸ் இப்பொழுதுதான் அவனை வியப்புடன் பார்த்தாள். அவனது வலது புஜத்தில், அவன் பார்க்கமுடியாத இடத்தில், சதை பிளந்து போயிருந்தது. ரத்தம் விடாமல் கொட்டி அவன் நெஞ்சு சட்டையை நனைத்து, கால்சட்டையை நனைத்து, கார்ப்பெட்டையும் நனைத்தது. கையிலே கட்டுப்போடுவதற்காக நர்ஸ் அவனை அழைத்தாள். சில நிமிடங்களுக்கு முன் தன் முழுப் பெயரையும் ஜோன்ஸன் வில்பர் ஃபோர்ஸ் சாமுவெல் என்று ஒரு பிரின்சிபாலுக்கு தரும் மரியாதையோடு தன்னிடம் சின்னக் குரலில் சொன்ன சிறுவனைத் திரும்பிப் பார்த்தான்.

அவன் முகம் யேசுமாதாவின் முகம்போல சாந்தமாக மாறி யிருந்தது. வாயிலே வழிந்த ரத்தத்தை எப்போதோ நக்கி சுத்தம் செய்து விட்டான்.

2. உன் குதிரைகளை இழுத்துப்பிடி

எனக்கு முன்பு அங்கு வேலையில் இருந்தவர் ஒரு தென்னாப்பிரிக்க வெள்ளைக்காரர். அவர் ஒரு காலத்தில் அங்கே உயர் பொலீஸ் அதிகாரியாக வேலை பார்த்தவர், இப்பொழுது சோமாலியாவில் ஒரு பொறுப்பான பதவியில் கடமையாற்றினார். ஆனால் வாழ்நாள் முழுக்க கறுப்பின மக்களை ஆட்டிப்படைத்த அவருக்கு சோமாலியா மீதோ, அந்த மக்கள் மீதோ ஒருவித கரிசனமும் இருக்கவில்லை. தன்மானத்தையும், தனித்துவமான சிந்தனையையும் எந்த நிலையிலும் விட்டுக்கொடுக்காத சோமாலியர்களைப் பற்றி மிகவும் தரக்குறைவாகப் பேசினார். அவர் சொன்னார், 'உமக்குத் தெரியுமா, இந்த சோமாலியா மொழியில் 'நன்றி' என்ற பதத்திற்கு வார்த்தை கிடையாது. ஒரு சாக்கு நிறைய தங்க நாணயங்களைக் கொடுத்தால் நன்றி கூறமாட்டார்கள். சாக்கைத் தூக்கிப்போக ஒட்டகக்கூலி கேட்பார்கள்' என்றார்.

சோமாலியாவுக்கு பணி நிமித்தம் வருபவர்கள் அங்கே ஒரு வருடம் கூட தங்குவதில்லை. இது விதி. சில நிறுவனங்கள் திறக்கும் வேகத்திலேயே மூடிவிடும். நான் வந்து சில வாரங்களிலேயே இந்தத் தென்னாப்பிரிக்கர் ஒரு நாள்

திடீரென்று சொல்லாமல் கொள்ளாமல் சோமாலியாவைவிட்டு வெளியேறினார்.

வல்லரசான அமெரிக்காவின் பிளாக் ஹாக் ஹெலிகொப்டரை வீழ்த்தி, பதின்மூன்று அமெரிக்க படையினரைக் கொன்ற சம்பவம் சோமாலியாவில் நடந்து கிட்டத்தட்ட ஐந்து வருடங்கள் கடந்து விட்டன. அந்தக் காலகட்டத்தில் இரண்டு பெரும் பிரச்சினைகள் சோமாலியாவை ஆட்டிப்படைத்தன. கண்ணிவெடிகள். இவை லட்சக்கணக்காகப் புதையுண்டு கிடந்தன. எவ்வளவு வேகமாக இவற்றை அகற்றினாலும் ஆகக் குறைந்தது பத்து வருடங்கள் பிடிக்கும் என்று நிபுணர்கள் அபிப்பிராயப்பட்டார்கள்.

மற்றது சனப்பெருக்கம். இந்த உலகத்திலே உள்ள 192 தேசங்களிலும் ஆகக்கடைசியான வறுமை நிலையில் இருப்பது மொஸாம்பிக் நாடு. சோமாலியா அதற்கு வெகு நெருக்கமாக இருந்து கடைசி நிலைக்குப் போட்டியிட்டது. இதுதவிர, உலகத்திலேயே அதிவேகமான சனத்தொகை பெருக்கம் கொண்ட நாடுகளில் சோமாலியாவும் ஒன்று. ஐ. நாவின் கணிப்பின்படி அந்த நாட்டின் சனத்தொகை பத்து மில்லியனில் இருந்து ஐம்பது வருடங்களில் 40 மில்லியனாகப் பெருகும் சாத்தியக்கூறு இருந்தது. வறுமையும், சனத்தொகை வேகமும் மிகவும் மோசமான இணைப்பு.

இதைச் சரிப்படுத்துவதற்காக குடும்பக் கட்டுப்பாடு அலுவலகம் முனைப்போடு வேலை செய்தது. சோமாலியா கிளை நிறுவனத்தின் தலைமைப் பொறுப்பை ஒரு ஸ்வீடன் நாட்டுப் பெண்மணி ஏற்றிருந்தார். சாம்பல் நிறக் கண்களில் கனிவான பார்வை கொண்டவர். கறுப்பு சால்வையால் தன் வைக்கோல் நிறத் தலைமயிரை மறைக்காமல் வெளியே புறப்படமாட்டார். விடாமுயற்சிக்குப் பேர்போன இவர் சோமாலியப் பெண்களைக் கொண்ட ஓர் அணி திரட்டி கிராமம் கிராமமாகச் சென்று பிரச்சார வேலைகள் செய்தார். தாய், சேய் நலனில் இவர் வெளிக்காட்டிய அதே அக்கறையைக் குடும்பக்கட்டுப்பாட்டிலும் காட்டினார். கூட்டங்களுக்கு

நிறையப் பெண்களை இழுப்பதற்காக குழந்தை உணவுகளை இலவசமாக வழங்குவார். ஆனால் நாளடைவில் இவர் செய்யும் பிரச்சாரச் செய்திகள் ஆண்கள் காதுகளிலும் விழுந்து எதிர்ப்பு வந்தது. பிறகு அவருக்குத் தனிப்பட்ட முறையில் மிரட்டல்களும் வரத் தொடங்கின.

என்னுடைய பல பணிகளில் ஒன்று விபத்தில் இறந்தவர்களுக்கு இழப்பீடு பெற்றுக் கொடுப்பது. சோமாலியாவில், எங்கள் நிறுவனத்தில் வேலை செய்பவர்கள் கண்ணிவெடி விபத்துக்களில் செத்துக்கொண்டிருந்தார்கள். ஆகவே அலுவலகத்தில் வேலை பார்த்த அத்தனை பேரும் காப்பீடு செய்யப்பட்டிருந்தார்கள். எங்கள் அலுவலகத்தைச் சேர்ந்த சோமாலியர் ஒருத்தர் பணி நிமித்தமாக ஒரு கிராம அதிகாரியைப் பார்க்கப்போன இடத்தில் மிதிவெடியில் மாட்டி இறந்துபோனார்.

காப்பீட்டில் இருந்து அவருக்குப் பணம் பெற்றுக்கொடுக்கும் வேலையை நான் துவக்கினேன். இன்சூரன்ஸ் நிறுவனம் சட்டென்று பணத்தைத் தூக்கிக் கொடுத்துவிடாது. பாரத்துக்கு மேல் பாரமாக நிரப்பவேண்டும். வரைபடம் வரைந்து விபத்து வர்ணனையை முழுமையாகக் கூறவேண்டும். இன்னும் பல அத்தாட்சி பத்திரங்களை இணைக்க வேண்டும். இதற்குமேல் பல கேள்விகள் வரும். அதற்கெல்லாம் பதில் சொல்லி அந்தப் பணத்தைப் பெற்றுக் கொடுப்பதற்கிடையில் பெரும் அலுப்பு வந்து மூடிவிடும்.

இந்த இழப்பீடு சம்பந்தமாக ஒரு பெண் அடிக்கடி அலுவலகத்துக்கு வருவாள். இறந்தவர் வயதுக்கு இவள் மிகவும் இளமையானவள். அழகாக வேறு இருந்தாள். அந்த மனிதரின் சாவில் பெரும் துக்கம் அனுபவித்தவள்போல இல்லாமல் மலர்ந்த முகத்துடன் வந்து போனாள். ஒரு நாள் பணம் வந்துவிட்டது. இறந்துபோனவர் அவளுடைய பெயரையே பொலிசியில் குறிப்பிட்டிருந்தார். அவள் பெற்ற பணம் அவருடைய இருபது வருட சம்பளத்துக்கு ஈடானது. முகத்தில் ஒருவித ஆச்சரியத்தையோ, மகிழ்ச்சியையோ அவள் காட்டவில்லை. அந்தப் பெரிய தொகையைப் பெறுமுன் எப்படி

நடந்து வந்தாளோ அதே மாதிரி அதைப் பெற்றபின்னும் நடந்து போனாள்.

இது நடந்து சில மாதங்கள் கழித்து ஒரு நடுத்தர வயதுப் பெண், துக்க ஆடை அணிந்து, மூன்று பிள்ளைகளை இழுத்துக்கொண்டு அலுவலகம் வந்தாள். தான் இறந்து போனவரின் மனைவி என்று சொல்லி கண்ணீர் விட்டாள். கணவரின் இழப்பீட்டுப் பணம் இன்னொரு பெண்ணுக்குப் போய்விட்டது அவளுக்குத் தெரியாது. பொலிசியை மீண்டும் ஆராய்ந்த போது மனைவியின் பெயர் அதில் குறிப்பிடப்படவே இல்லை. பணம் போனதுகூட பெரிய அதிர்ச்சியாக இல்லை, அவளுக்குத் தெரியாமல் ஒரு பெண்ணுடன் சகவாசம் வைத்திருந்ததும், அவளுக்கே முழுப்பணத்தையும் எழுதி வைத்ததையும் இந்தப் பெண்ணால் தாங்கிக்கொள்ள முடியவில்லை. சூரியன் கீழே போகுமட்டும் அலுவலக வாசலில் குழந்தைகளைக் கட்டிப்பிடித்தபடி அவள் இருந்ததாக பின்னர் பலர் என்னிடம் சொன்னார்கள்.

என்னுடைய வேலையில் இன்னும் சில துக்கமான பகுதிகளும் இருந்தன. அதில் ஒன்று கண்ணிவெடி அகற்றுவது சம்பந்தப்பட்டது. கண்ணிவெடி அகற்றும் நிறுவனங்கள் பல இந்த ஒப்பந்தங்களுக்குப் போட்டி போட்டன. கண்ணிவெடி அகற்றுவதற்கான நிதியும் ஒதுக்கப்பட்டுவிட்டது. கிராமம் கிராமமாக கண்ணிவெடிகள் புதையுண்ட இடங்கள் கண்டுபிடிக்கப்பட்டு, மதிப்பீடு செய்யப்பட்டு, எல்லைகளும் வகுக்கப்பட்டிருந்தன. மண்டை ஓட்டுக்குக் கீழே எலும்புப் படங்கள் வரைந்த எச்சரிக்கைப் பலகைகள் அங்கங்கே மாட்டப்பட்டன. கிராமத்து மக்கள் நலன் குழுக்களை ஒன்று கூட்டி கண்ணிவெடி அகற்றுவதற்கான ஒரு வேலைத் திட்டம் தயாரிப்பதில்தான் பிரச்சினை முளைத்தது. அவர்கள் சீக்கிரத்தில் இணைந்து ஒரு முடிவுக்கு வருவதாகத் தெரியவில்லை. நாலு நாட்கள் ஒருவர் என்று அந்த வருடம் மட்டும் இறந்தவர்கள் தொகை 94. அப்படியும் மூப்பர் குழுக்களுக்கிடையில் ஒரு தீர்வும் ஏற்படவில்லை.

இந்தக் கிராமத்துக் குழுக்களைக் கூட்டி அரசாங்கம் சார்பில் முடிவெடுக்க வேண்டிய அதிகாரியின் பெயர் அப்துல் ஜாமா. ஒரு ஆமை ஊர்ந்து வருவது போல இவர் நடந்து வருவார். இவர் பேசுவதும் மெதுவாகவே இருக்கும். காதுகளை அவர் வாயிலிருந்து ஒரு அங்குலம் தூரத்தில் வைத்தால் ஒழிய அவர் சொல்வது ஒன்றும் புரியாது. அடிக்கடி 'அவசரப்பட வேண்டாம், உங்கள் குதிரைகளை இழுத்துப்பிடியுங்கள்' என்று சொல்வார். சட்டென்று ஒரு தீர்மானத்துக்கும் வரமுடியாதவர். ஆனால் எல்லாக் குழுக்களும் ஒருமனதாக முடிவு எடுக்கவேண்டும் என்பதில் உறுதியாக இருந்தார். இதனால் கண்ணிவெடி அகற்றும் ஒப்பந்தம் கைச்சாத்திடப்படாமல் பல மாதங்கள் தள்ளிக்கொண்டே போனது.

இப்படியான சமயத்தில்தான் ஒரு சம்பவம் நடந்து, அது முதல்முறையாக ஒரு பத்திரிகையிலும் வெளிவந்தது. கூனாகபாட் என்ற ஒரு கிராமம், வடமேற்கு சோமாலியாவில் ஹர்கீஸ் என்ற நகரத்தில் இருந்து முப்பது மைல் தூரத்தில் இருந்தது. மிகவும் பின்தங்கியதும், ஏழைகள் நிறைந்ததுமான இந்தக் கிராமத்தில் ஸுக்ரி என்ற பெண் வாழ்ந்து வந்தாள். அவளுடைய தகப்பன் 40 ஒட்டகங்களைப் பெற்றுக்கொண்டு அவளை நாலாவது மனைவியாக ஒரு கிழவனுக்கு விற்றுவிட்டான். அவள் கிழவனுடன் வாழ முடியாது என்று துணிச்சலாக முடிவெடுத்து ஒரு ஒதுக்குப்புறமான குடிசையில் வசித்தாள். கிழவனுடைய மூத்த மனைவியருக்கும், குழந்தைகளுக்கும் தான் வேலைக்காரியாகிவிடும் சாத்தியத்தை அவள் தீவிரமாக எதிர்த்தாள்.

ஸுக்ரியிடம் ஆடுகளும், ஒட்டகங்களும் இருந்தன. குர்ரா மரம் முண்டு கொடுக்கும் தூண்களும், களிமண் சுவர்களும், காட்டுப்புல் வேய்ந்த கூரையும் கொண்ட குடிசைதான் அவளுடைய உறைவிடம். அவளுக்கு முப்பது வயது தாண்டு முன்னரே மூன்று குழந்தைகள். இப்பொழுது நிறைமாதக் கர்ப்பிணியாக இருந்தாலும் அவள் சுறுசுறுப்பாக வேலை செய்தாள். அவளுடைய ஆடுகளையும், ஒட்டகங்களையும்

இரண்டு பிள்ளைகள் மேய்ச்சலுக்கு ஓட்டிப் போய்விட்டார்கள். அவளுடைய சின்ன மகன் தாஹஸிர் தேய்ந்துபோன டயர் ஒன்றை உருட்டி உருட்டி வெளியே விளையாடிக் கொண்டிருந்தான். அந்த நேரம் ஸுக்ரிக்கு வலி எடுக்க ஆரம்பித்தது. அன்று பார்த்து அவளுக்குத் துணையாக யாரும் இல்லை. பக்கத்து குடிசைப் பெண்கூட தண்ணீர் எடுக்க வெகுதூரம் போய்விட்டாள்.

தாஹஸிரைக் கூப்பிட்டு மருத்துவச்சியை அழைத்துவர அனுப்பினாள். எப்படி அந்த இடத்துக்குப் போகவேண்டும் என்பதை விளக்கமாகக் கூறினாள். அவனுக்கோ எட்டு வயது. தாய் கூறும்போது புரிந்தது, அவள் அடுத்த வாக்கியத்துக்குப் போனபிறகு முதலில் சொன்னது மறந்துபோனது. என்றாலும் இது ஒரு முக்கியமான சமாச்சாரம் என்பதில் அவனுக்குச் சந்தேகமில்லை. தாய் பாதி கூறிக்கொண்டிருக்கும்போதே அவன் பிய்த்துக்கொண்டு ஓடினான்.

அவனுக்குத் தாய் தன்னை மெச்சும்படி இந்தக் காரியத்தைச் செய்ய வேண்டும் என்பதில் விருப்பம். அவள் சொன்ன திசையில் வேகமாக ஓடினான். சிறிது தூரம் போன உடனேயே அடுத்த விவரம் ஞாபகத்துக்கு வர மறுத்தது. என்றாலும் திசையை மாற்றாமல் ஓடியதில் ஒரு சோளக்காடு வந்தது. அந்த அடையாளம் ஞாபகத்தில் இருந்தது. அங்கே பாதை இரண்டாகப் பிரிந்ததும் கொஞ்சம் தடுமாறிவிட்டான். இவன் நேராகப்போன பாதையைத் தெரிவுசெய்தான்.

ஒரு நீளமான மரத்தில் மரங்கொத்தி ஒன்று செங்குத்தாக இருந்து கொத்தியது. அது பார்ப்பதற்கு வேடிக்கையாக இருந்தது. இஸ்க் என்று கையை உதறிக் கலைத்தபோது அது விர்ரென்று எழும்பிப் பறந்து போனது. சந்தோசம் தாங்காமல் தலைக்கு மேலே ஒரு குச்சியைப் பிடித்துக்கொண்டு ஒரு ஒட்டக நடனம் ஆடினான். அதைப் பார்க்க ஒருவருமே இல்லை. அவன் கண்களுக்கு முன்னே மண்டை ஓடு கீறி, கீழே இரண்டு எலும்புகள் குறுக்காக வரைந்த ஒரு படம் கம்பத்தில் நின்றது. அந்த மண்டை ஓடுதான் அவன் ஆட்டத்தைப் பார்த்தது.

அதற்கு கீழே கறுப்புப் பலகையில், வெள்ளை எழுத்தில் வலது பக்கம் தொடங்கி இடது பக்கமாக ஏதோ எழுதியிருந்தது. அவன் இன்னும் வாசிக்கப் பழகவில்லை. பள்ளிக்கூடமே போகவில்லை. சிறிது நேரம் மண்டை ஓட்டையே பார்த்தான். அதில் ஏதோ வசீகரமாக அவனை நிறுத்தியது. பின்பு வயிற்றை அமுக்கிப் பிடித்த தாயின் நினைவு வர மேலும் ஓடினான். வேகமாகப் போனவனை சூரிய ஒளி தடுத்தது. ஒரு சுருட்டு போன்ற வடிவத்தில் இருந்த ஏதோ ஒரு பொருள் அவனை இழுத்தது. அது உலோகமாயிருந்தது. அதைக் கையிலே எடுத்து உருட்டிவைத்துப் பார்த்தான். அந்த நேரத்தில் அவனுக்கு தாயின் ஞாபகம் முற்றிலும் மறந்துபோனது.

ஸுக்ரி வலியில் துடித்தாள். தாஹஸிர் வந்துவிட்டானா என்று அடிக்கடி வாசலைப் பார்த்தாள். நெற்றியில் இருந்து தொடங்கிய வேர்வை வெள்ளமாக வழிந்து அவள் ஆடைகளை நனைத்தது. இது அவளுக்கு நான்காவது பிரசவம். முன் அனுபவம் இருந்தபடியால் அவள் தைரியத்தை இழக்கவில்லை. இரண்டு முழங்கால்களையும் மடித்து ஒரு வில்லுப்போல அவள் வளைந்துபோய் இருந்தாள். அடிக்கடி 'ஹாயா, ஹாயா' என்று அலறினாள். உடல் எடையின் மையம் கீழே இறங்கிக்கொண்டிருந்தது. சிரசு திரும்பிய குழந்தை எட்டு இன்ச் தூரத்தைக் கடக்க எடுத்துக்கொண்ட நேரத்தில் தாஹீர் இரண்டு மைல்களைக் கடந்து விட்டான். எதிர்பாராத விதமாக அந்தக் குடிசையில் ஒரு குழந்தையின் அழுகைச் சத்தம் எழும்பியது. அந்தச் சத்தத்திலும் இனிமையான ஒன்றை ஸுக்ரி அவள் வாழ்நாளில் கேட்டதில்லை.

ஆனால் அவள் கேட்கக்கூடாத ஒரு சத்தம் இரண்டுமைல் தொலைவில் உண்டாகியது. அவளுக்கு குழந்தை பிறந்த அதே நேரம் டயர் விளையாட்டைப் பாதியிலே நிறுத்திவிட்டு மருத்துவச்சியைத் தேடிப்போன அவளுடைய மகன் துண்டு துண்டாக வெடித்துச் சிதறினான்.

நாலு பக்கங்களுக்கு மேல் அச்சடித்தால் கட்டுப்படியாகாத ஒரு சாணித்தாள் சோமாலி பேப்பர், மேற்கூறிய விபரங்களை ஒன்று

விடாமல் 16 பொயிண்ட் சைஸில் எழுதியது. அந்தக் கிராமத்து சனத்தொகை ஒரு தானம் கூடிய அதே நேரத்தில் இன்னொரு இடத்தில் ஒரு தானம் குறைந்து கணக்கு சரியானதையும் சுட்டிக்காட்டியது. கிராமத்து குழுக்களுக்குள் நடக்கும் உள்சண்டைகளால் கண்ணிவெடி அகற்றும் ஒப்பந்தங்கள் கைச்சாத்திடப்படாமல் இழுபடும் அவலத்தை உடைத்து வைத்தது. குதிரையை வெகு நேரம் இழுத்துப் பிடித்தால் அது ஓடவேண்டும் என்பதையே மறந்துவிடும் என்று சொல்லி அந்தச் செய்தியை முடித்திருந்தது.

இந்தச் சம்பவம் நடந்த சில நாட்களில் குடும்பக் கட்டுப்பாடு நிறுவனம் தன் அலுவலகத்தை மூடிவிட்டு வெளியேறியது. வைக்கோல் முடி பெண்ணும் வெளியேறினாள். கண்ணிவெடி அகற்றும் ஒப்பந்தக்காரர்கள் பல மாதங்கள் முடிவுக்காகக் காத்திருந்து வெறுத்துப்போய் வெளியேறினார்கள். 1999ம் ஆண்டின் கடைசிப்பகுதியில் நான் வெளியேறினேன். மண்டை ஓடு போட்டு, பெருக்கல் குறிபோல இரண்டு எலும்புகள் கீழே கீறி, எச்சரிக்கைப் படம்போட்டுக் காப்பாற்றப்பட்ட பிரதேசம் அப்படியே ஒரு மாற்றமும் இல்லாமல் கிடந்தது. குடும்பக் கட்டுப்பாடு அலுவலகத்தின் வேலையையும் சேர்த்து அது செய்தது.

3. பெரிய முள் இரண்டில் வந்தவுடன்

ஆதாம் ஏவாளுக்குப் பிறந்த மூத்தவனுக்குப் பெயர் காயீன். இரண்டாமவன் பெயர் ஆபேல். கர்த்தர் காயீனிடம் 'நீ அவனை ஆண்டுகொள்வாய்' என்கிறார். ஆபேல் தன் மந்தையில் கொழுத்த ஆட்டை ஆண்டவனுக்கு பலி கொடுத்து அவருக்குப் பிரியமானவனாகிறான். இந்தச் செயலால் காயீன் அதிருப்தி அடைகிறான். தன் இருப்பைத் தக்கவைக்க தம்பி ஆபேலைக் கொன்றுவிடுகிறான். மனித இனத்தின் முதல் கொலை அங்கே விழுகிறது. அப்போதிருந்து தொடருகிறது இந்த ஆண்டான் - அடிமை விவகாரம்.

பல வருடங்களுக்கு முன்பு நடந்த ஒரு சம்பவம். இதைச் சொல்லாமல் தள்ளிப் போட்டுக்கொண்டே வந்தேன். இனிமேலும் தள்ளிப்போடுவதில் பிரயோசனமில்லை.

சமீபத்தில் கனடாவில் ஒரு கிறிஸ்துமஸ் விருந்துக்கு நாங்கள் அழைக்கப்பட்டிருந்தோம். எங்கள் வீதியில் குடியிருக்கும் பலர் இந்த விருந்துக்கு வந்திருந்தார்கள். பன்முகக் கலாச்சாரம் என்பதால் இத்தாலியர், ஜப்பானியர், இந்தியர், சீனர், கனடியர் என்று பல நாட்டவர். இதிலே ஒரு ஜெர்மன்காரரை மணமுடித்த போலந்துக்காரியும் அடக்கம். தலையிலே கருஞ்சிவப்புக் குட்டை ஒன்றைக் கட்டியிருந்தார். வாட்டசாட்டமானவர். அவர் மேலும் கீழும் நடந்தபோது மரத்திலான அந்த வீடு ஒரு குட்டி நடுக்கத்தை உண்டாக்கியது. விருந்தினர் சிறு சிறு

குழுக்களாகப் பிரிந்து பேசியபோது ஒரே இரைச்சலாகிவிட்டது. திடீரென்று மௌனம். அத்தனை குழுக்களும் ஒரே சமயத்தில் பேச்சை நிறுத்தின. போலந்து பெண்மணி, 'நேரம் என்ன? நேரம் என்ன?' என்று கேட்டார். யாரோ 'பதினொன்று பத்து' என்றார்கள். உடனே அவர் 'மிகச்சரியாக இருக்கிறது. 10 நிமிடம் தாண்டிய எந்த மணியிலும் உலகம் மௌனமாகிவிடும். எங்கள் நாட்டில் அப்படி ஒரு நம்பிக்கை' என்றார்.

அவரோடு ஒருவரும் தர்க்கம் செய்ய முடியாது. தர்க்கத்தில் தோற்பதை உரத்த சத்தத்தால் வென்றுவிடுவார்.

நான் வேலை பார்த்த, வசித்த, பயணம் செய்த பல நாடுகளில் சூடானைப்போல ஆச்சரியம் தந்த நாடு வேறு ஒன்றுமே இல்லை. பல வருடங்கள் அங்கே பிரிட்டிஷ் ஆட்சி நடந்தாலும் அதன் அறிகுறியைக் காணமுடியாது. சூடானியர்கள் பேசுவது அரபு மொழி. அவர்கள் பேசும்போதோ, எழுதும்போதோ மருந்துக்கு கூட ஓர் ஆங்கில வார்த்தையைச் சேர்க்கமாட்டார்கள். அவர்களுடைய இன்னொரு குணாம்சம் விருந்தோம்பல். விருந்தாளிகளை உள்ளன்போடு உபசரிப்பதில் அவர்களுக்கு இணை யாருமில்லை.

இந்தக் குணங்களை எல்லாம் கண்டு நான் மயங்கிவிட்டேன். உடனேயே என் எண்ணத்தை மாற்றக்கூடிய சில சம்பவங்கள் நடக்கத் தொடங்கின.

புதிதாக வரும் எவரும் தலைநகரமான கார்ட்டூமிலேயே வீடு வாடகைக்கு எடுப்பார்கள். ஆனால் நான் கார்ட்டூமில் இருந்து சில மைல்கள் தூரத்தில் இருந்த ஓம்டூர்மான் என்ற பழம் நகரில் வசித்து வந்தேன். புழுதியும், ஒட்டகச்சந்தைகளும், மணி மாலை விற்போரும் சூழ்ந்த இந்த இடம் சரித்திரப் புகழ் வாய்ந்தது. இங்குதான் அல் மாடி என்ற இஸ்லாமிய இறைஞானி தன் தொண்டர்களுடன் சூரியன் மறையாத பிரிட்டிஷ் சாம்ராஜ்யத்தின் படைகளை முறியடித்தார். பதினாலு ஆண்டுகள் அவர்களுடைய ஆட்சி நடந்தது, பழையபடி கிச்சினர் என்ற பிரித்தானிய கவர்னர் ஓம்டூர்மானை 1898ல் திருப்பி கைப்பற்றும்வரை.

இந்தப் போரில் பிரிட்டிஷ் அரசிடம் இருந்தது சொற்ப துருப்புகளே. சூடானிய வீரர்கள் அலை அலையாக வந்து விழுந்து ஈசல்கள்போல மடிந்தார்கள். ஓயவே இல்லை. இறுதியில் சூடானியர்கள் பக்கம் இறந்தவர் எண்ணிக்கை 10000, காயம்பட்டோர் 16000, சிறைப்பிடிக்கப்பட்டவர்கள் 5000. பிரிட்டிஷ் பக்கம் இறந்தவர் 48, காயம்பட்டோர் 382. மிகவும் கோரமான போர் என்று இதை சரித்திரக்காரர்கள் வர்ணிப்பார்கள்.

இன்னொரு புகழ் ஒம்டூர்மானுக்கு உண்டு. உகண்டாவில் இருந்து பாயும் வெள்ளை நதியும், எத்தியோப்பியாவில் இருந்து வெளிக்கிட்ட நீல நதியும் கலப்பது ஒம்டூர்மானில்தான். இப்படி ஒன்றான நதி இன்னும் பல ஆயிரம் கிலோ மீட்டர்கள் ஓடி, எகிப்து தேசத்தைக் கடந்து, மத்திய தரைக் கடலில் போய் முடியும். இறைஞானி அல் மாடியின் சமாதிக்கு சில மைல்கள் தூரத்தில் என் வீடு இருந்தது. மாடியில் இருந்து பார்க்கும் போது இணைந்த நைல் நதி ஒரு கர்ப்பிணியைப் போல மெதுவாகவும், திருப்தியுடனும், பெரிய எதிர்பார்ப்புடனும் நகர்வது தெரியும். உலக வங்கியும், சவூதி அரேபியாவும், ஜப்பானும் முதலீடு செய்த பெரும் நிறுவனம் ஒன்று சூடானில் இயங்கியது. இதனுடைய இருதயம் போன்ற ஒரு சிறு அமைப்பு கார்ட்டூமில் இருந்தது. அங்கேதான் நான் வேலை பார்த்தேன்.

கடுமையான எழுத்துப் பரீட்சை, நேர்முகத் தேர்வு என்று வைத்தே ஆட்களை இங்கே வேலைக்கு எடுப்பார்கள். பீட்டர் மாலோங் என்பவன் இரண்டிலும் மிகச் சிறந்து முன்னணிக்கு வந்துவிட்டான். ஆனால் அவனைச் சேர்ப்பதில் ஒருவருக்கும் ஆர்வமில்லை. ஏதேதோ சாக்குப் போக்குச் சொல்லி தட்டிக் கழிக்கப் பார்த்தார்கள். ஆரம்பத்தில் எனக்கு ஒன்றுமே புரியவில்லை.

இவன் 21 வயது இளைஞன். கறுத்து மெலிந்து பந்தல் போடாத பயத்தங்கொடிபோல உயரமாக இருப்பான். அசைந்து அசைந்து நடந்து வரும்போது காற்றிலே நடுவில் முறிந்துவிடுவானோ என்ற அச்சம் ஏற்படும். இவன் தெற்கு சூடான் கிறிஸ்டியன்.

வடக்கிலே இருப்பவர்கள் தங்களை ஆப்பிரிக்கர்கள் என்று ஒத்துக்கொள்வதில்லை; அரபியர்கள் என்பார்கள். இவர்கள் தெற்கில் இருப்பவர்களை ஆப்பிரிக்கக் காட்டுமிராண்டிகள், பில்லி சூனியக்காரர்கள், விலங்குகளை வணங்குபவர்கள் என்று பழித்துரைப்பார்கள்.

எங்கள் நிறுவனத்து சேர்மனுக்கு ஒரு காரியதரிசி இருந்தாள். பெயர் ஃபாட்மா. கோப்பி கலரில் மிகவும் அழகான பெண். இங்கிலாந்தில் படித்துப் பட்டம் பெற்றவள். பேச்சில் தேன் ஒழுகும். வெள்ளையிலும் வெள்ளையான துகில் உடையை அணிந்து வருவாள். ஒரு அக்குளில் ஒரு நுனியைச் சொருகி உடம்பைச் சுற்றி எடுத்துவந்து தலையை மூடி மறு நுனியை மற்ற கையில் பிடித்திருப்பாள். இருக்கும் இரண்டு கைகளும் உடை நழுவாமல் ஆடையை இப்படிப் பிடிப்பதற்கே சரியாகிவிடும். இருந்தாலும் கெட்டிக்காரி. தன் பங்கு வேலையை எப்படியோ அரை நாளில் செய்து முடித்துவிடுவாள். மீதி நாளை சேர்மனின் மேசையில் இருந்து உதிரும் அதிகாரங்களை வைத்து அலுவலகத்தைக் கிடுகிடுக்க வைப்பதில் செலவழிப்பாள்.

பீட்டர் மாலோங் வேலையில் சேர்ந்த நிமிடத்தில் இருந்து அவன் எப்படியோ இவளுக்கு முதல் எதிரியாகிவிட்டான். ஒரு அலுவலகத்தில் ஒரு மனிதனுக்கு என்னென்ன கொடுமைகள் ஒருவர் இழைக்கமுடியுமோ அவ்வளவையும் இவள் தனி ஆளாகச் செய்தாள். முழுக் காரியாலயமும் இவளுக்குப் பின்னால் இருந்தது. ஒரு முறை என்னிடம் வந்து தன் பெண் அங்கங்களை எல்லாம் வசீகரமான நிலையில் வைத்துக்கொண்டு சொன்னாள் 'உங்களுக்கு நான் தெரிவிக்கவேண்டும். தெற்கிலே இருந்து வருபவர்கள் எல்லாம் விலங்கு வணங்கிகள்; அவர்களும் ஓர் அளவுக்கு விலங்குகள் மாதிரித்தான்.'

இரண்டு புத்தம் புது பஸ்கள் ஊழியரைக் கொண்டு வருவதற்காக வேலை செய்தன. ஏதோ ஒரு காரணம் சிருஷ்டித்து பீட்டருக்கு அதில் இடம் இல்லையென்று ஆக்கிவிட்டாள். அந்த அலுவலகத்தில் ஆகக் கடைசியான ஒரு பணியாள் இருந்தான். தேநீர்ப் பையன். அவன் வேலை காலையில் இருந்து மாலை வரைக்கும் மேசைக்கு மேசை தேநீர் சப்ளை செய்வது. ஆனால்

பீட்டர் மேசையை எப்படியோ மறந்துவிடுவான். பீட்டர் தானாகவே போய் தேநீரை எடுத்து வந்தால் உண்டு. பீட்டர் ஒரு நாளாவது முறைப்பாடு என்று வாய்திறந்து சொன்னதில்லை. சூடானில் அரைவாசியை சகாராப் பாலைவனம் எடுத்துக் கொண்டதால் கோடையில் உஷ்ணம் எகிறும். குளிர்சாதன மெசின் இல்லாமல் ஒன்றும் செய்யமுடியாது. திடீரென்று மின்சாரத் தடங்கல் ஏற்படும்போது அலுவலகங்கள் ஸ்தம்பித்துப் போகும். இப்படியான தருணத்தில் ஒரு நாள் பீட்டர் என் அறைக்குள் பாம்பு நுழைவதுபோல முதலில் தலையை நுழைத்துப் பார்த்துவிட்டு வந்தான். திடீரென்று ஒரு கேள்வி கேட்டான். 'குப்ளாய்கான் காலத்தில் சீனாவில் குதிரைப்பால் குடித்தார்களா?' வெப்பம் ஏறும் அறையில், மறையும் வெளிச்சத்தில், கேட்க வேண்டிய கேள்வியா இது? என்றாலும் 'தெரியவில்லை, குதிரைப்பாலில் ஒருவித வைன் செய்து குடித்திருப்பார்கள்' என்றேன். அவன் சொன்னான், 'என் தங்கையை என்னால் மறக்க முடியவில்லை. என் கனவுகளில் திருப்பித் திருப்பி வரும் குதிரைகள் என்னை பயமுறுத்தியபடியே இருக்கின்றன.'

தெற்கு சூடானில் மாஷ்டோல் என்ற ஒரு சிறு கிராமம். இங்கே இருப்பவர்கள் பெரும்பகுதியினர் இஸ்லாம் மதத்தையோ, கிறிஸ்துவ சமயத்தையோ தழுவாமல் பழைய சம்பிரதாயம், மூட நம்பிக்கை, பில்லி சூன்யம், விலங்கு வழிபாடு இவற்றில் நம்பிக்கை வைத்தவர்கள். இதில் ஒரு சிறிய பகுதியினர் கிறிஸ்தவர்கள். பீட்டர் படித்தது ஒரு மிஷனரி பள்ளியில். அவனுடைய அம்மா அங்கே முதல் வகுப்பு டீச்சராக இருந்தாள்.

அவன் சிறுவனாக இருந்தபோது ஒரு நாள் அவன் தாய் மணிக் கூட்டைக் காட்டி 'பெரிய முள் இரண்டுக்கு வரும்போது உன் தங்கையைப் போய் கூட்டிவா' என்று சொன்னாள். விளையாட்டு மும்முரத்தில் இவன் முள் இரண்டைத் தாண்டியதைக் கவனிக்கவில்லை. அன்று குதிரைக்காரர்கள் வரும் நாள். அவர்கள் புகுந்து கிராமத்து சிறுவர் சிறுமியரைக் கொள்ளை அடித்துச் சென்றார்கள். அதிலே அவன் தங்கையும் அகப்பட்டு விட்டாள்.

'என்ன செய்வீர்கள்?'

'அரசபடைகள் இதற்கு உடந்தை. ஒன்றுமே செய்ய முடியாது. சரியாக இருபது நாட்கள் காத்திருப்போம். பிறகு மறந்துவிடுவோம்.'

'ஏன் இருபது நாட்கள்?' என்றேன்.

'கையிலே பத்து விரல்கள். காலிலே பத்து விரல்கள். இருபது. அதற்குமேல் எங்கள் கிராமத்தில் எண்ணத் தெரியாது' என்றான் சாதாரணமாக. அவனுடைய தங்கை இன்னும் கோர்டோஃபானில் எங்கோ அடிமையாக வேலை செய்கிறாள் என்று நம்பினான். அவளுடைய பேர் அமீனா என்று மாற்றப்பட்டிருக்கும். விறகு வெட்டுவாள்; தண்ணீர் பிடிப்பாள்; வீடு பெருக்குவாள்; துணி தோய்ப்பாள்; இன்னும் என்ன வெல்லாமோ ஏவல் வேலைகள் செய்வாள். 'நீ போகாதது நல்லது. போயிருந்தால் இன்று நீயும் ஒரு அடிமை, இல்லையா?' என்றேன். அதற்கு அவன் சொன்ன பதில் என்னைத் திடுக்கிட வைத்தது. 'தெற்கிலே பிறந்தவர்கள் அந்த நிலையை என்றுமே தாண்டுவதில்லை.'

பீட்டருடைய வேலைத் திறன் பற்றியும் கொஞ்சம் சொல்ல வேண்டும். இவனைத் தாண்டி மூன்று படிகளுக்கு மேலே முதன்மைக் கணக்காளர் இருப்பார். இவனிடம் கொடுக்கப்பட்டது நல்ல புத்திசாலிகளுக்கு வெறுப்பேற்றும் *routine* வேலைகள். இவன் அவற்றை முடித்துவிட்டு அடுத்த வேலைக்குப் பறப்பான். ஏதாவது புதிதாகப் படிக்கவும், புதிதாக சாதிக்கவும் தயாராக இருப்பான். ஒருமுறை முதன்மைக் கணக்காளர் மட்டுமே செய்து முடிக்க வேண்டிய ஒரு வேலையை இவன் கச்சிதமாக பாதி நேரத்தில் செய்து முடித்துவிட்டான். பிறகு அதை தான் செய்ததாக சொல்லவேண்டாம் என்று கெஞ்சிக் கேட்டுக்கொண்டான். அந்தக் கணம் அவன் உடம்பு நடுங்கியது எனக்கு ஆச்சரியத்தைக் கொடுத்தது. நான் அந்தக் சம்பவத்தை உடனேயே மறந்துவிட்டேன்.

இது நடந்தபோது அவன் வேலையில் சேர்ந்து சில மாதங்களாகி யிருந்தன. ஆனாலும் அலுவலகத்தில் சிறு சிறு தொல்லைகளை

அவனுக்கு ஏற்படுத்திக்கொண்டே இருந்தார்கள். அவன் மூச்சுவிட மாட்டான். ஒரு நாள் கழிவறை வாசலில் நின்ற நிலையில் சாப்பிட்டுக்கொண்டிருந்தான். அந்த அலுவலகத்தில் பெரிய ஓய்வு அறையும், சாப்பிடும் வசதிகளும் நிறைய இருந்தன. இதற்கெல்லாம் சூத்திரதாரியாக இருக்கும் ஃபாட்மாவை விசாரித்தால் அதற்கான பதில் அவள் பக்கத்தில் நின்ற நாதியாவிடம் இருந்து வந்தது. *'He is welcome anytime to the dining room'* என்றாள். ஃபாட்மா பதில் சொல்வதற்கு தகுதி இல்லாத ஒரு கேள்வியை நான் கேட்டிருக்கிறேன் என்பதுதான் அர்த்தம். இந்த நாதியா கவ்டா என்ற பெண்ணைப் பற்றியும் கொஞ்சம் சொல்லவேண்டும். இவள் கொப்டிக் கிறிஸ்தவ பிரிவைச் சேர்ந்தவள். அந்தப் பிரிவு சேர்ச்சின் தலைமைப்பீடம் எகிப்தில் இருந்தது. ரோமாபுரி மன்னர் நீரோவின் காலத்தில் புனித மார்க்கின் அடியார்கள் இதை ஸ்தாபித்ததாகச் சொல்வார்கள். ஒரு வருடத்தில் பாதி நாட்களுக்கு மேல் இவள் உபவாசம் இருப்பாள். இருந்தும் அவள் சுற்றளவு ஒன்றும் அவசரமாகக் குறைந்ததாகத் தெரியவில்லை.

இவளுடைய வேலை டைப் அடிப்பதுதான். அவள் அளவு அகலமான கம்புயூட்டர் அவள் மேசையின் மேல் இருந்தது. ஒவ்வொரு வரியையும் அடித்துவிட்டு ஏதோ மாவு பிசைந்த மிச்சத்தை உதறுவதுபோல தன் கைகளைத் தட்டுவாள். அதற்குப் பிறகே அடுத்த வரிக்குப் போவாள். அறைக்கு வெளியே நிற்கும் ஒருவர் அவள் கைதட்டல்களை மட்டும் எண்ணி அவள் எத்தனை வரிகள் அன்று அடித்திருக்கிறாள் என்பதை சரியாகச் சொல்லிவிடலாம்.

இவள் தன் வீட்டு கிறிஸ்துமஸ் பண்டிகையை முன்னிட்டு அலுவலகத்தினருக்கு அழைப்பு விடுத்தாள். நான் வழக்கம்போல இந்தப் பண்டிகை டிசெம்பர் 25ஆம் தேதி வரும் என்று நினைத்தேன். தவறு. அவர் ஒவ்வொரு வருடமும் ஜனவரி 7ம் தேதி வருமாம். ஜூலியன் காலண்டரில் உள்ள பிழையை நீக்குவதற்காக கிரிகோரி போப்பாண்டவர் ஒரு காரியம் செய்தார். 1582 ஒக்டோபர் 5ம் தேதியை 15ம் தேதியாக மாற்றும்படி கட்டளையிட்டார். உலகம் முழுக்க அன்று

பத்து நாட்களை இழந்தது. ஆனால் கொப்டிக் கிறிஸ்தவர்கள் இன்னமும் பழைய காலண்டர் முறையையே பின்பற்றுவதனால் யேசுவின் சரியான பிறந்த தினம் ஜனவரி 7ம் தேதிதான் என்று வாதமிடுவாள்.

அவளுடைய வீட்டு முகப்பில் அடித்த கூடாரத்தில் அலுவலகத்தில் வேலை பார்க்கும் அத்தனை பேரும் குழுமியிருந்தார்கள். பாட்டும், கேளிக்கையும் நடனமுமாக அமர்க்களப்பட்டது. விருந்தினர் அத்தனை பேருக்கும் பிளேட்டுகளில் உணவு பரிமாறிக் கொண்டுவந்து கொடுத்தார்கள். பீட்டர் கையில் ஒரு உணவு பிளேட் கிடைக்கவில்லை. அவன் அதைப் பொருட்படுத்தியதாகவும் தெரியவில்லை. மிகவும் பழக்கப் பட்டவன்போல தன்னை சௌகரியமாக்கிக் கொண்டான். உணவு கொடுக்கவேண்டாம் என்ற பிரத்தியேகமான உத்தரவு அவனுக்காகப் போட்டிருக்கவில்லை என்று நினைக்கிறேன். ஆனால் உணவு பரிமாறிய அத்தனை சேவகர்களும் எப்படி அவனைத் தவிர்த்தார்கள் என்பதுதான் ஆச்சரியம். நான் விருந்தை முடித்துப் புறப்படும்வரை அவன் கையில் ஒரு பிளேட் கிடைக்கவில்லை.

அடுத்த நாள் அவன் அதுபற்றி ஒரு மூச்சும் விடவில்லை. வழக்கமான உற்சாகத்தோடு அவனுக்கு ஒதுக்கப்பட்ட ஒரு பணியை அணுகுவதற்குத் தயார் செய்தான். அவனுடைய திறமைக்கு சவாலான அந்த வேலையை சீக்கிரத்தில் முடிக்கவேண்டும் என்று சொல்லிவிட்டுப் புறப்பட்டான்.

சிறிது நேரம் கழித்து ஏதோ காரணத்திற்காக அவனை உள் தொலைபேசியில் அழைத்தேன். பதில் இல்லை. கொஞ்சம் பொறுத்து மறுபடியும் முயற்சி செய்தேன். அப்பொழுதும் இல்லை. ஒரு மணி நேரம் கழித்து தேநீர் பையனை அவனிடம் அனுப்பினேன். அறையிலே பீட்டர் இல்லை யென்றான் அவன். அன்று மாலைவரை அவனைக் காணவில்லை. அலுவலகம் மூடிய பிறகு அவனுடைய மேசைக்குச் சென்று பார்த்தேன். கம்ப்யூட்டர் ஓடிக்கொண்டிருந்தது. ஒரு கோப்பு விரித்தபடி கிடந்தது. காபினெட் அரைவாசி திறந்த நிலையில். மேசையிலே

சில பேப்பர்களில் எழுதி முடித்த கணக்குகள். குறிப்புகள் எடுத்த பேப்பரில் ஒரு வசனம் பாதியிலே நின்றது.

அடுத்த நாளும் அவன் வரவில்லை. அடுத்த வாரமும் இல்லை. அடுத்த மாதமும் இல்லை. அவனுக்குச் சேரவேண்டிய மீதிச் சம்பளம் ஒரு கவரிலே போட்டு, அவன் பேர் எழுதி, இரும்புப் பெட்டகத்தில் பூட்டப்பட்டு, கேட்பாரில்லாமல் கிடந்தது.

இதிலே ஒரு விநோதம் இருந்தது. அவன் என் அறையை விட்டுப் போன அரை மணி நேரத்தில் என்ன நடந்தது, எங்கே போனான், ஏன் திரும்பி வரவில்லை என்ற காரணம் அந்த அலுவலகத்தில் வேலைசெய்த அத்தனை பேருக்கும் தெரிந்திருந்தது. தேநீர் பையனில் இருந்து சேர்மன் வரைக்கும். ஆனால் என்னிடம் மாத்திரம் அந்தக் காரணம் மறைக்கப் பட்டுவிட்டது.

போலந்து பெண்மணி சொல்கிறார் பத்து நிமிடம் தாண்டிய எந்த மணி நேரத்திலும் மனிதர்கள் சில விநாடி மௌனம் காப்பார்கள் என்று. அப்படியானால் பூமியின் ஒரே தீர்க்க ரேகையில் வசிக்கும் எல்லோரும் ஒரு கணத்தில் மௌனமாக இருப்பார்களா? இது சாத்தியமில்லை.

பீட்டர் மாலோங் ஏதோ அக்கிரமத்தை மறைப்பதற்காக மௌனம் சாதித்தான். அதில் சந்தேகமே இல்லை. அவன் மீதி வாழ்க்கையில் இன்னும் பல மௌனங்களை அனுட்டித்திருப்பான். அவை எல்லாவற்றுக்கும் காரணம் இருக்கும். எனக்குத் தேவையானதெல்லாம் ஒன்றே ஒன்றுதான். அவன் எதற்காக திடீரென்று மறைந்துபோனான். இதை யாராவது சொன்னால் நல்லாயிருக்கும். ஆனால் காலம் தப்பிவிட்டது. காயீன் செய்த கொலையின் காரணம் தெரிய வரும்போது இதுவும் தெரியவரலாம்.

4. நூறு வருடம் லேட்

விமான நிலையத்தின் வரவேற்புக் கூடத்துக்குள் நுழைந்த அந்தக் கணமே அவனைக் கண்டேன். அவன் அணிந்திருந்த ஒரு சைஸ் குறைவான அரைக்கை சேர்ட்டை பல இடங்களில் மீறிக்கொண்டு அவன் உடம்பு கட்டுக்கட்டாகத் தெரிந்தது. காட்டு மரம் ஒன்றில் உருட்டி உருட்டிச் செய்ததுபோல இருந்தான். உடனே ஒரு பழைய பாடல்தான் ஞாபகத்துக்கு வந்தது. நாளுக்கு எட்டுத் தேர் செய்யும் ஒரு தச்சன் பார்த்துப் பார்த்து, இழைத்து இழைத்து ஒரு மாத காலமாக ஒரு தேர் செய்தானாம். அந்தத் தேர்போல அவன் தேகம் அமைதியாகவும், உறுதியாகவும் அவன் தேர்ந்த இடத்தைக் கச்சிதமாக நிறைத்துக் கொண்டும் நின்றது. அவனும் யாருடைய வரவுக்காகவோ காத்துக்கொண்டிருந்தான்.

பிளேன் வருகை நேரங்களை அறிவிக்கும் திரையைப் பார்த்தேன். அதில் கறுப்பு வெள்ளைக் கோடுகள் பக்கவாட்டில் ஓடிக்கொண்டிருந்தன. இன்னும் பலரும் திரையைப் பார்த்து ஏமாந்தார்கள். நான் அப்படியே திரையைப் பார்த்துக்கொண்டு நின்றபோது என்னைச் சுற்றி துப்புரவுப் பணியாளர்கள் சுத்தம் செய்துகொண்டு போய்விட்டார்கள்.

'விசாரணைகள்' என்று கொட்டை எழுத்தில் எழுதிய போர்டு தலைக்கு மேலே தொங்க, மிக அழகாக அலங்கரித்த பெண்ணொருத்தி உயர்ந்த நாற்காலியொன்றில் உட்கார்ந்திருந்தாள். அவள் இடுப்புக்கு மேலே மிக நீண்டுபோய்த் தெரிந்தாள். ஒரு மென்சிவப்பு ஸ்வெட்டரை கழுத்து வழியாகப் போட்டு கூந்தலை விசிறிவிட்டிருந்தாள். அவளை அணுகி என் விமான இலக்கத்தைக் கூறி அது வரும் நேரத்தை விசாரித்தேன். அவள் கம்ப்யூட்டர் திரையில் அந்தத் தகவலைப் பார்க்கச் சொன்னாள். அவள் அப்படிச் சொன்னபோது அவளுடைய நிறைந்த உதடுகள் மிகவும் கஷ்டப்பட்டு எனக்காகத் திறந்தன. அதிகாலை நேரத்தில் அளவுக்கு அதிகமாக மேக்கப் செய்து எதற்காக எந்த நேரத்திலும் அறுந்து விழும் பலகைக்குக் கீழே காத்திருக்கிறாள். இதைச் சொல்வதற்காகவா?

'கம்ப்யூட்டர் திரை வேலை செய்யவில்லை' என்றேன். நிமிர்ந்து கேவலமாக என்னைப் பார்த்துவிட்டு, 'இல்லையே, வேலை செய்கிறது' என்றாள். அந்த மூன்று வார்த்தைகளையும் உண்டாக்குவதற்கு முன்பற்களையும், நாக்கையும், அப்போதைக்கு வாயில் சேர்ந்திருந்த துப்பலையும் பயன்படுத்தினாள். ஒப்பனைக்கு எடுத்துக்கொண்ட நேரத்தில் ஒரு சில செக்கண்டுகளை ஒதுக்கி இந்த அற்பத் தகவலை எனக்குத் தந்திருக்கலாம். 'பரவாயில்லை, அந்தத் தகவலை நீங்கள் தரலாமே' என்றேன். துப்பலை மிச்சப்படுத்துவதற்காக அவள் வாயைத் திறக்கவில்லை. கம்ப்யூட்டர் திரையில் பாருங்கள் என்று அவள் சொல்வதைக் கேட்பதற்காக இன்னும் நாலு பேர் எனக்குப் பின்னால் நின்றார்கள். இவளிடம் மினக்கெடுவதிலும் பார்க்க செருப்பு தோற்றம் கொண்ட ஒரு பரமேசியத்திடம் முறையிடலாம் என்று எனக்குப் பட்டது.

பிளேன் ஒரு மணி நேரம் லேட். விமான நிலையத்தில் காத்திருப்பது எனக்கு அலுப்புத் தருவதே இல்லை. ஒரு மிருகக்காட்சி சாலையில் நிற்பது போல ஏதாவது புதுமையாக ஒவ்வொரு கணமும் நடந்துகொண்டே இருக்கும். வாசலில் ஒவ்வொருவராகத் தோன்றுவார்கள். நாடகமேடையில் வரும்

பாத்திரம்போல ஒரு எதிர்பார்ப்பு உடனே உண்டாகும். நாய்க் குட்டியை இழுத்துப் போவதுபோல ஒரு பெண் தன் சூட்கேஸை வேகமாக இழுத்தபடி போனாள். அவளுக்குப் பின்னால் ஒரு கட்டையான மனிதர் நாலு கனமான சூட்கேசுகளை ஒரு வண்டியில் வைத்துத் தள்ளிக்கொண்டு வந்தார். ஆனால் அவர் உடம்பு முழுவதும் மறைந்துவிட்டது. ஒரு கணம் தூரத்திலே சூட்கேசுக்கு மேலே ஒரு தலை உட்கார்ந்து சவாரி செய்வதுபோலத் தோன்றியது. விநோதமான நீண்ட கருவிகளைக் காவியபடி ஒரு குழு கடந்துபோனது. எதையோ அளப்பதற்கு வந்த விஞ்ஞானிகள்போலத் தோன்றினார்கள். அந்த அதிகாலையிலும் மிக உற்சாகமாக விவாதித்தபடி கலைந்துபோனார்கள்.

நானும் ஓர் இளம் விஞ்ஞானிக்காகக் காத்துக்கொண்டிருந்தேன். என் வயதிலும் அரைவாசிதான் இருக்கும் அவனுக்கு. தாசன் என்று பேர். என் சைடிலும், என் மனைவி சைடிலும் அவனுக்கு நாங்கள் உறவு. இப்பொழுது பி.எச்டி., முடித்துவிட்டு மனித இயல்பு பற்றிய ஆராய்ச்சியில் ஈடுபட்டிருந்தான். மூன்று நாட்கள் ரொறொன்ரோவில் ஒரு விஞ்ஞானிகள் கருத்தரங்கில் கலந்துகொள்ள வருகிறான். இரண்டு வருடங்களுக்குப் பிறகு சந்திப்பதால் அவன் வரவை நான் ஆவலுடன் எதிர்பார்த்தேன். அவன் வந்தாலே கலகலப்புத்தான். எப்பொழுதும் இவனுடன் எனக்கு விவாதம், சண்டை, பந்தயம் என்று இருக்கும்.

பத்து வருடங்களுக்கு முன்பு ஒரு பந்தயத்தில் தோற்றுப்போனதில் இருந்து இவனிடம் மிகவும் எச்சரிக்கையாக இருப்பேன். கணிதத்தில் கல்குலஸ் என்ற பிரிவைக் கண்டுபிடித்தது லெய்ப்னிஸ் என்ற ஜேர்மன்காரர் என்றேன். அவன் நியூட்டன் என்றான். நியூட்டன் முதலில் கண்டுபிடித்தது மட்டுமல்லாமல் அதைத் தனக்குத்தானே ஏறக்குறைய முப்பது வருடங்கள் ரகஸ்யமாக வைத்திருந்திருக்கிறார், உலகத்துக்கு அறிவிக்காமல். அதுக்கு நான் என்ன செய்வேன். எனவே பந்தயத்தில் எனக்குத் தோல்வி.

தாசன் பயின்ற அட்லாண்டா பல்கலைக்கழக விஞ்ஞானிகள்தான் பேர்பெற்ற கபில நிற கப்புச்சின் குரங்கு பரிசோதனையை

நிகழ்த்தியவர்கள். அதைப் பின்பற்றி இன்னும் பல விஞ்ஞானிகள் ஆராய்ச்சிகளைத் தொடர்ந்தார்கள். இவனும் அப்படியான ஓர் ஆராய்ச்சியில்தான் ஈடுபட்டிருந்தான்.

ஒரு பரிசோதனையில் முன்பின் அறிமுகமில்லாத இரண்டு ஆட்கள் பங்கேற்பார்கள். அதில் ஒருவரிடம் நூறு டொலர் தரப்படும். அவர் மற்றவருடன் அந்தக் காசை எப்படியும் பங்குபோட்டுக்கொள்ளலாம். அவர் கொடுக்கும் பங்கை இரண்டாமவர் ஏற்றுக்கொண்டால் இரண்டு பேருமே அந்தப் பணத்தை வைத்துக்கொள்ளலாம். ஆனால் இந்த வாய்ப்பு ஒரு முறையே. மற்றவர் அந்தப் பணத்தை ஏற்றுக்கொள்ளாவிட்டால் இருவருக்குமே பணம் கிடையாது.

இந்தப் பரிசோதனையில் அநேகம் பேர் சரிபாதியாக 50 டொலர், 50 டொலர் என்று பங்குபோட்டுக் கொள்வார்கள். இன்னும் சிலர் 60, 40 என்று பிரித்துக்கொள்வதுமுண்டு. ஆனால் 70, 30 என்று பிரிக்கும்போது அநேகமாக இரண்டாவது ஆள் தன் பங்கை ஏற்றுக்கொள்ளமாட்டார். அப்போது இருவருக்குமே பணம் கிடைக்காமல் போய்விடும். இதில் ஒரு கேள்வி இருந்தது. விஞ்ஞானிகள் இரண்டாவது ஆளைக் கேட்டார்கள். 'உமக்குக் கிடைப்பது முப்பது டொலர்; அதுவும் இலவசம். அதை ஏன் நிராகரித்தீர்?' அதற்கு அவர் சொல்லும் பதில் ஒரே மாதிரி இருக்கும்.

'அது எப்படி, அவர் 70 டொலரைத் தனக்கு வைத்துக் கொள்ளலாம்?'

'ஆனால் சும்மா வந்த முப்பது டொலரை இழந்துவிட்டீரே!'
'அது பரவாயில்லை. அவருக்கு 70 டொலர் கிடைக்கக்கூடாது.'
அந்த விஞ்ஞானிகள் மனித உள்ளத்தின் ஆழமான ஒரு நுட்பத்தைத் தொட்டுவிட்டார்கள். ஆதிகாலத்தில் இருந்தே மனிதனுக்கு சமத்துவத்தில் நாட்டமிருக்கிறது. தன் பங்கு அவனுக்குப் பெரிதில்லை. அடுத்தவனுக்கு அநியாயமாக அதிகம் கிடைக்கக்கூடாது. அதுதான் முக்கியம். ஆதியில் தொடங்கிய இந்தப் போராட்டம் தொடரும். எல்லாத் துறைகளிலும் சமத்துவம் கிடைக்கும்வரை மனிதன் நிறுத்தப் போவதில்லை என்பான் தாசன்.

நான் கேட்டேன். 'நூறாயிரம் ஆண்டுகளுக்கு முன்பே மனிதன் கல்லாயுதங்களை உபயோகிக்கக் கற்றுக்கொண்டான். இன்றுவரை இந்த மனித சமத்துவம் ஏற்படவில்லையே? அது ஏன்?'

அதற்கும் அவனிடம் பதில் இருந்தது. ஆதியிலே மெதுவாக ஆரம்பித்த மாற்றங்கள் இப்போது வேகமெடுத்துவிட்டன. பெண்களுக்கு முதலில் சம வோட்டு எங்கே கிடைத்தது. ஃபின்லாண்டு நாட்டில் 1906ம் வருடம். ஆப்பிரஹாம் லிங்கன் அடிமை ஒழிப்புச் சட்டம் கொண்டு வந்தது கேவலம் 140 வருடங்களுக்கு முன்னால்தான். சிறார் தொழில் கொடுமை இங்கிலாந்தில் ஒழிக்கப்பட்டு சரியாக 60 வருடங்களாகின்றன. அநீதியை எதிர்ப்பது ஆதி மனித இயல்பு. மனித சமுதாயத்தில் வெகுவிரைவில் சமத்துவம் சந்து பொந்தெல்லாம் நிறைந்துவிடும் என்பதில் அவனுக்கு அசையாத நம்பிக்கை.

நான் எதிர்பார்த்த தாசனுடைய பிளேன் தரையிறங்கிவிட்டது. நான் வாசலை உன்னிப்பாகக் கவனிக்கத் தொடங்கினேன். எனக்கு முன்னால் காத்திருந்த கட்டழகனும் உசாரானார். ஒரு தாய் தன்னுடைய மூன்று வயது மகனை முன்னே நடக்கவிட்டு அவனுடைய தலையைப் பிடித்து சரியான திசைக்குத் திருப்பியபடி வந்துகொண்டிருந்தாள். அவர்களுக்குப் பின்னால் சிவப்புக் கொடி பறக்கும் சக்கர நாற்காலியில் ஒரு மூதாட்டியை யாரோ வழியை ஏற்படுத்தியபடி தள்ளிக்கொண்டு வந்தார்கள். எனக்கு பக்கத்தில் நின்றவர் கோயில் மணியை எட்டி அடிப்பதுபோல கையை எம்பியெம்பி அசைத்தார்.

எலுமிச்சை நிற ஆடையில் வெள்ளை கொலர் வைத்த சீருடையை அணிந்த நாலு விமானப் பணிப்பெண்கள் டக்டக்கென்று எங்களைக் கடந்து போனார்கள். அவர்களுக்குப் பின்னால் காதிலே நாலைந்து வளையம் மாட்டிய மெலிந்த இளைஞன் ஒரு கனமில்லாத சூட்கேஸைத் தள்ளியபடி வந்துகொண்டிருந்தான். அவனைக் கண்டதும் தேர்க்கால் அழகன் பரபரப்பானான். அந்த வாலிபன் வெளியே வந்ததும் ஓடிச் சென்று அவனுக்கு உதட்டிலே முத்தம் கொடுத்து

வரவேற்றான். மிக நீண்ட நேரத்துக்குப்பின் ஓர் இடைவெளி வந்தது. பிறகு மீண்டும் அந்த முத்தத்தைத் தொடர்ந்தார்கள். மடோனாவும், பிரிட்னி ஸ்பியர்ஸும் கொடுத்தது போல அது முடிவில்லாத முத்தமாக இருந்தது.

என் வாழ்நாளில் இப்படியான காட்சியை நான் பார்த்ததில்லை. இந்தப் பரவசம் தந்த அதிர்ச்சியில் நான் ஒரு விஷயத்தை மறந்துவிட்டேன். ஒருபால் மணத்தை சமீபத்தில் கனடாவின் பாராளுமன்றம் அங்கீகரித்தது. அதைத் தொடர்ந்து நாட்டின் உச்ச நீதி மன்றமும் சாதகமான தீர்ப்பு வழங்கியிருந்தது. அது மாத்திரமல்ல, ஓர் ஆண் தன் காதலனுக்கு நிரந்தர வதிவிடம் கோரி விண்ணப்பிப்பதற்கும் குடிவரவு அனுமதியளித்தது. ஒரு பெண்ணுக்கும் தன் காதலியை வரவழைப்பதற்கு அதே சலுகை. இவர்களைப் பார்த்தால் நீண்ட நாள் பிரிவுத் துன்பத்தை அனுபவித்த காதலர்களாகத் தெரிந்தார்கள்

அப்பொழுது யாரோ என்னை உற்றுப் பார்ப்பதை உணர்ந்தேன். திரும்பிப் பார்த்தால் தாசன். அப்படியே அவனை அணைத்து வரவேற்றேன். நான் பார்த்த திசையில் அவனும் பார்த்துவிட்டு மௌனமாகச் சிரித்தான். பிறகு என்னைப் பார்த்து 'லேட்' என்றான்.

'ஒரு மணிநேரம்தானே, பரவாயில்லை' என்றேன்.

'நான் அதைச் சொல்லவில்லை. நூறு வருடம் லேட்' என்றான்.

'இளம் விஞ்ஞானியே, புதிர்போடாமல் பேசு.'

'கனடாவில் தற்போது பாஸ் பண்ணிய சட்டம் லேட் என்று சொல்கிறேன். நூறு வருடங்களுக்கு முன் ஒஸ்கார் வைல்டு என்ற பெரும் எழுத்தாளரை இங்கிலாந்தில் இரண்டு வருடங்கள் சிறையில் போட்டுக் கொடுமைப்படுத்தினார்கள். அவர் வெளியே வந்தபின் எழுதவே இல்லை. சீக்கிரத்தில் இறந்துபோனார். அருமையான இலக்கியப் படைப்பாளியை அநியாயமாகக் கொன்றுவிட்டார்கள். அவர் செய்த ஒரே குற்றம் அவருக்கு ஓர் ஆண் காதலன் இருந்ததுதான்.' நடந்து

வந்த தாசன் நின்று அவர்களைப் பார்த்தான். நானும் திரும்பிப் பார்த்தேன்.

ஒரு பிரம்மாண்டமான விமான வரவேற்புக் கூடத்தின் நடுவில் நின்று அந்தக் காதலர்கள் முத்தம் பரிமாறினார்கள். சன வெள்ளம் அந்த இடத்தில் ஒரு நதிபோல இரண்டாகப் பிரிந்து மறுபடியும் ஒன்றுகூடி நகர்ந்தது. பல்லாயிரம் ஆண்டுகளாக அடக்கப்பட்டு மெல்ல மெல்ல வளர்ந்த ஒரு தீவு மனித வெள்ளத்தில் அடிபட்டுப் போகாமல் அப்படியே நிமிர்ந்து நின்ற காட்சி பார்க்க வெகு அழகாகத்தான் இருந்தது.

5. மூளை செத்தவன்

நியூயோர்க் நகரில் பிரபலமான தனியார் மருத்துவ மனையொன்றில் பணியாற்றும் டொக்டர் ஒருவர் சமீபத்தில் சொன்ன உண்மைக் கதை இது. சொன்னவர் இலங்கைக்காரர். இந்த மருத்துவமனையில் அவர் சேர்ந்த புதிதில் அவருக்கு வயது முப்பது இருக்கும். இவரிலும் பார்க்க ஒரு சில ஆண்டுகளே வயதில் மூத்த அமெரிக்க வெள்ளை டொக்டரும் அங்கே வேலை பார்த்தார். இந்த அமெரிக்கர் அதி நுட்பமான புத்திசாலி, மயக்கவியல் நிபுணர் *(anesthesiologist)*. உலகத்தில் சிறந்த பத்து டொக்டர்களை இந்தத் துறையில் எண்ணினால் அதில் இவரும் ஒருவராய் இருப்பார். அப்படி புகழும் திறனும் பெற்றவர்.

ஆனால் இவரிடம் மிகப் பெரிய குறை ஒன்று இருந்தது. யாரையும் மதிக்கமாட்டார். இவருடன் வேலை செய்யும் பெரும் தகுதி பெற்ற டொக்டர்களையும், சகாக்களையும் மிகவும் கீழ்த்தரமாக நடத்துவார். இவர் வாயிலே இருந்து வெளிப்படும் வசைச் சொற்கள் ஒரு மருத்துவமனையின் சுவர்களுக்குள் ஒலிக்கக் கூடாதவை. சிறுவயதில் இருந்து அவர் சேர்த்துவைத்த கெட்ட வார்த்தைகளை எல்லாம்

தயக்கமில்லாமல் வெளியே விட்டு அந்த இடத்தின் காற்றை அசுத்தப்படுத்துவார். அதிலும் அவருடைய எதிராளி ஒரு வேற்று நாட்டவனாகவோ அல்லது நிறம் குறைந்தவனாகவோ இருந்துவிட்டால் அவருடைய சொற்பிரயோகங்கள் இன்னும் ஒரு மோசமான லெவலுக்குக் கீழே இறங்கும்.

ஆனால் இதுவெல்லாம் தன்னுடன் வேலைசெய்யும் சக டொக்டர் களிடமும், அலுவலகக்காரர்களிடமும்தான். நோயாளிகளின் முன்னிலையில் அவர் குழைவதைக் கண்கொண்டு பார்க்க முடியாது. தன் உடம்பில் உள்ள எலும்புகளை எல்லாம் மறந்துபோய் வீட்டிலே விட்டுவிட்டு வந்ததுபோல உடம்பை நாலாக வளைப்பார்; ஐந்தாகச் சுருக்குவார். வசைபாடும் அதே வாய் கரிசனமான புகழ் உரைகளை அள்ளி வீசும். இலங்கைக்காரர் இவரிடத்தில் மிகவும் எச்சரிக்கையாக இருப்பார். இவருடைய செயல்பாடுகள் அவருக்கு எரிச்சல் தரும். உலகத்தரமான ஒரு மருத்துவமனையில், பிரமிக்க வைக்கும் தொழில் நேர்த்திகொண்ட இந்த டொக்டர் செய்யும் நேர்மையற்ற காரியங்களை அவரால் புரிந்துகொள்ளவே முடியவில்லை.

ஒருமுறை இந்த அமெரிக்கர் சாதாரண ரண சிகிச்சைக்கு வந்த நோயாளி ஒருவரிடம் அந்த வியாதியின் தீவிரத்தை பத்து மடங்கு அதிகமாக விவரித்து பயமூட்டினார். பிறகு பத்து நிமிடம் எடுக்கும் சிகிச்சைக்கு ஒரு மணி நேரம் இழுத்தெடுத்து நோயாளியைப் பிழிந்துவிட்டார். நோயாளியின் பையில் பணம் இருந்தால் அது இவர் பைக்கு மாற வேண்டும். அப்பொழுதுதான் திருப்தி. அவர் அறைக்குள் ஒரு நோயாளி நடந்து வந்தால் அவர் ஒரு பணப்பொதி நடந்து வருவதையே காண்பார். ஒருமுறை இலங்கைக்காரர் இந்த விஷயத்தைத் தயங்கியபடி எடுத்தபோது, அமெரிக்கர் மிகவும் தரக்குறைவாக நடந்துகொண்டார். ‘எட்டாயிரம் மைல் தூரத்தில் இருந்து நீ படித்து வந்ததை அங்கேயே போய் பிராக்டிஸ் பண்ணு. அதைச் செய்யமுடியாவிட்டால் உன்னுடைய தாயுடன் அலுவல் பார்த்து அதைச் சரிப்படுத்து’ என்று யோசனை சொன்னார்.

அதற்குப் பிறகு இலங்கைக்காரர் தீயாரைக் கண்டால் தூர விலகு என்றமாதிரி ஓடி ஒளிந்துகொள்வார்.

இந்த டொக்டரிடம் இன்னொரு பலவீனம் இருந்தது. ஆடம்பரப் பிரியர். ஒவ்வொரு வருடமும் கார் மொடல் மாறியவுடன் புதிய கார் வாங்கிவிடுவார். அது விலை அதிகமான, மற்றவர்கள் கண்கள் பார்த்துப் பொறாமைப்படும்படி உயர்ரக வாகனமாக இருக்கும். அவர் அணியும் ஆடைகளும் அப்படியே. மடிப்புகள் கலையாத, அளவெடுத்துத் தைத்த பளபளக்கும் உடைகள்.

அவர் அலுவலகத்தில் அவருக்கென்று பிரத்தியேகமாகச் செய்யப்பட்ட சுழல் நாற்காலி ஒன்று இருக்கும். ஸ்வீடன் நாட்டில் இருந்து வர வழைத்தது. மெல்லிய பதப்படுத்தப்பட்ட மென்சிவப்பு ஆட்டுத்தோலினால் மூடப்பட்ட இருக்கை. ஆசனத்தை மடிக்கவும், நிமிர்த்தவும், சரிக்கவும் இன்னும் பல கோணங்களில் அசைவதற்கும் ஏற்றமாதிரி இவருடைய உயரத்துக்கும், பருமனுக்கும் இசைவாகச் செய்யப்பட்டது. அவர் அதில் சில பாகை கோணத்தில் சாய்ந்திருந்து ஒரு சங்ககாலத்துக் குட்டி மன்னன்போல ஆட்சி புரிவார்.

சில வருடங்கள் கழித்து அவர்கள் டிப்பார்ட்மெண்டில் ஒரு கறுப்பு இன டொக்டரும் சேர்ந்துகொண்டார். அந்தக் கணத்தில் இருந்து அமெரிக்கருக்கு அந்தக் கறுப்பு டொக்டரை பிடிக்காமல் போனது. பலர் முன்னிலையில் அவரை இழிவுபடுத்திப் பேசுவார். அவர் அடிக்கடி உபயோகிக்கும் வார்த்தைப் பிரயோகம் *'brain dead'*. 'அவன் மூளை செத்தவன், அவன் மூளை செத்தவன்' என்று காதுபட திட்டுவார்.

ஒரு நாள், சிகிச்சையின்போது அமெரிக்க டொக்டரின் செய்முறையில் உள்ள ஒரு தவறை கறுப்பு டொக்டர் சுட்டிக் காட்டிய போது அது பெரும் வாக்குவாதத்தில் போய் முடிந்தது. கறுப்பு டொக்டரும் விட்டுக்கொடுக்கவில்லை. அப்பொழுது அமெரிக்கர் சொன்னார், 'மறந்துவிடாதே! நீ ஆப்பிரிக்காவில் மரத்தில் ஏறும்போது நான் இங்கே மயக்கவியல் நிபுணனாக பணியாற்றத் தொடங்கிவிட்டேன். ஒரு நாளைக்கு நீ இந்த ரோட்டைக் கடக்கும்போது உன்னை

ஒரு வாகனம் அடித்துவிட்டுப் போகும். அப்பொழுது உன்னை எடுத்துக்கொண்டு இந்த ஆஸ்பத்திரிக்கு வருவார்கள். அன்று பார்த்து இங்கு டியூட்டியில் நான் மட்டுமே இருப்பேன். இறந்துபோன உன் மூளையைத் திருப்பி மண்டை ஓட்டில் திணிக்கும் காரியம் என் மேற்பார்வையிலேயே நடக்கும். என்னைப் பகைக்காதே. என்னைப் பகைக்காதே!' என்று சத்தமிட்டார். பிறகு ஒருமாதிரி அந்தச் சண்டை அடங்கிவிட்டது.

இது நடந்து ஆறு மாதங்கள்கூட ஆகவில்லை. ஒரு நாள். முழு இரவு படிவதற்கு இன்னும் ஒரு மணி நேரம் இருந்தது. பனியும் மழையும் சேர்ந்து விழுந்த தினம். இந்த அமெரிக்க டொக்டர் எதிர்ச் சாலைக்கு ஒரு காரியமாகப் போவதற்காக ரோட்டைக் கடந்தார். அந்தச் சிறு அவகாசத்தில் எங்கிருந்தோ விரைந்து வந்த ஒரு கார் அவரை அடித்துத் தூக்கி எறிந்தது. ஆஸ்பத்திரிக்கு அவரைக் கொண்டுவந்தபோது அங்கு கடமையில் இருந்தது கறுப்பு டொக்டர்தான். அவர் மூளை நிபுணர். எவ்வளவோ முயற்சி செய்தும் பயனில்லை. அடிபட்டவருக்கு மூளைச்சாவு ஏற்பட்டு விட்டது. அதாவது கிட்டத்தட்ட அவர் ஒரு தாவரம் மாதிரித்தான். உடம்பில் உயிர் இருந்தது, ஆனால் மூளையின் செயல்பாடு நின்றுவிட்டது. சிறிது காலம் சென்று அவர் ஒரு மூளை இறந்தோர் காப்பகத்துக்கு மாற்றப்பட்டார். சில வருடங்களில் அங்கேயே இறந்தும் போனார். இப்பொழுது அந்த மருத்துவமனையின் தலைமைப் பொறுப்பு அந்த கறுப்பு டொக்டரிடம்தான். ஸ்வீடனில் இருந்து வரவழைக்கப் பெற்ற, பல கோணங்களில் மடிக்கவும், சரிக்கவும், சாய்ந்தும் கொடுக்கவும் பழக்கப்பட்ட அந்தச் சுழல் நாற்காலியில் அமர்ந்து வேலை செய்வது அந்த இலங்கைக்காரர்.

★★★